माणूस नावाचं एकाकी बेट

दिलीपराज प्रकाशन प्रा. लि.™

२५१ क, शनिवार पेठ, पुणे -४११०३०.

दिलीपराज प्रकाशनाची सर्व पुस्तके आता आपण www.amazon.in वर Online खरेदी करू शकता. आमच्या वेबसाईटला कृपया एकदा अवश्य भेट द्या.

www. diliprajprakashan.in | Email - diliprajpune@gmail.com

क्रमांक (फॅक्ससहित) २४४७१७२३, २४४८३९९५, २४४९५३१४

माणूस नावाचं एकाकी बेट

(कथासंग्रह)

लक्ष्मीकांत देशमुख

दिलीपराज प्रकाशन प्रा. लि.
२५१ क, शनिवार पेठ, पुणे -४११०३०

माणूस नावाचं एकाकी बेट

(कथासंग्रह)

लक्ष्मीकांत देशमुख

प्रकाशक । राजीव दत्तात्रय बर्वे । मॅनेजिंग डायरेक्टर ।
दिलीपराज प्रकाशन प्रा. लि.। २५१ क, शनिवार पेठ, पुणे ४११०३०.
दूरध्वनी क्रमांक (फॅक्स) २५३१४७२३ ।
२४४८३९९५ । २४४९४४७१

ISBN : 978-93-84171-25-4

लेखक । लक्ष्मीकांत देशमुख
श्रीनिवास गार्डन, बी/१२, केदारनाथ मंदिराजवळ,
मॉडेल कॉलनी, शिवाजीनगर, पुणे - ४११ ०१६.
मोबा - ९३२५२९७५०९ ।
ई-मेल-laxmikant05@yahoo.co.in

प्रथमावृत्ती । १५ जून २०१८

प्रकाशन क्रमांक । २३७८

अक्षरजुळणी । सौ. मधुमिता राजीव बर्वे
पितृछाया मुद्रणालय, ९०९, रविवार पेठ, पुणे ४११००२.

मुद्रितशोधन । मिलिंद बोरकर, पुणे.

मुखपृष्ठ । संतोष घोंगडे

Manoos Navache Ekakee Bet
Laxmikant Deshmukh

जे केवळ कोल्हापूरचेच नाहीत तर
महाराष्ट्र व मराठी जगताचे भूषण आहेत असे,
डॉ. सुनीलकुमार लवटे
डॉ. राजन गवस
डॉ. रणधीर शिंदे आणि
कृष्णात खोत—
ज्यांनी माझे कोल्हापूरचे दिवस
साहित्यश्रीमंत व भावसंपन्न केले,
अशा माझ्या या आत्मीय मित्रांना...

माणूस नावाचं एकाकी बेट

अनुक्रमणिका

माणूस नावाचं एकाकी बेट

१.
'सेल्फी' पोर्ट्रेट

उपोद्घात

"एका वाक्यात, सर तुम्ही मला तुमच्या प्रस्तावित सिनेमाची टॅगलाईन सांगू शकाल?"

"ऑफकोर्स! सांगतो. 'सेल्फी पोर्ट्रेट' म्हणजे 'मी', 'मी' आणि सर्वांत आधी व सर्वांत शेवटी 'मीच'!"

"हाऊ इंटरेस्टिंग! क्युरियस टू नो मोअर...!"

"अपवर्डली मोबाईल अर्बन फॅमिलीचं हे हे प्रातिनिधिक स्वरूपाचं पोर्ट्रेट आहे... सेल्फ ऑबसेड्. त्याद्वारे नजीकच्या भविष्यात येऊ घातलेल्या कुटुंब व समाजव्यवस्थेचा विलय - आय मीन डिसइंटिग्रेशन मला दाखवायचं आहे..."

त्या संभाषणाची दोन पात्रं होती- लेखक आणि निर्माता. असा लेखक ज्याच्या काही कथा-कादंबऱ्यांवर निर्माण झालेले चित्रपट गाजले होते. आता त्याला स्वत:लाच एक वेगळा विषय घेऊन कमी खर्चाचा प्रयोगशील-ऑफबीट सिनेमा दिग्दर्शित करायचा होता. आणि तो निर्माता वर्षाला एक बडा मसाला, गल्लाभरू सिनेमा काढणारा. पण त्याच वेळी प्रतिष्ठा व फेस्टिव्हलला मिरवण्यासाठी अशा लो बजेट 'आर्टी' फिल्मला फायनान्स करत प्रेझेंट करणारा.

निर्मात्याला आज खरंच वेळ नाही. त्याचा एक नवा बिगबजेट मसाला सिनेमा पुढील महिन्यात रीलिज होतोय. त्याच्या देशभर प्रमोशनसाठी एक मोठी मोहीम त्यानं आखलीय. त्या मोहिमेचे नियोजन व पेपरवर्कमध्ये तो व्यग्र आहे;

वेळात वेळ काढून त्यानं दहा मिनिटं दिली आहेत. लेखक पण तयारीचा आहे. त्याच्या डोक्यात पूर्ण सिनेमा जणू तयार झाला आहे. त्यामुळे 'सेल्फी पोर्ट्रेट' ही टॅगलाईन सांगताच निर्माता एक्साईट होईल याचा त्याला अंदाज होता आणि तसं झालेलं पाहताच लेखकाचा आत्मविश्वास अधिक वाढीस लागला आहे.

''सर, तुमची ही ट्रीटमेंट मी आजच वाचतो. उद्या त्यावर आपण काय ते अंतिम करू. मला तेवढा वेळ लागेल...!'

''शुअर!'' लेखकानं त्याला टाईप केलेली दहा पानांची ट्रीटमेंट-पटकथेचा सारांश दिला.

तसा उठत निर्माता म्हणाला, ''तुम्हाला निरोप देण्यापूर्वी एक सेल्फी घेऊ या ना सर!''

निर्मात्यानं डाव्या हातानं लेखकाला जवळ घेत उजवा हात लांब करीत लेटेस्ट फोरजी स्मार्टफोननं लेखकाच्या चेहऱ्याजवळ आपला चेहरा नेत स्मित केलं आणि क्लिक् केलं. ''मी तुम्हाला मेल करतो हा सेल्फी सर!''

लेखकानं परतताना आपल्या फोनवर ई-मेल चेक केला, तेव्हा तो सेल्फी पाहून त्याला काहीसं हसू फुटलं. पण मग तो गंभीर झाला. मग कारनं घरी जाताना आरामात रेलून निर्मात्याला दिलेल्या सिनेमाच्या ट्रीटमेंटची कॉपी काढून वाचायला सुरुवात केली. त्यात नवं काही ॲड करता येईल का, यासाठी लेखकाची पुनः पुन्हा खर्डा लिहायची सवय होती; ती पटकथा नेटकी व घट्ट करायला उपयोगी पडायची...

पाहता-पाहता लेखक वाचनात रमून गेला!

'सेल्फी' पोर्ट्रेट – एक
वृद्धाश्रमातील आजीबरोबर नातवाचा सेल्फी

''पपा, उद्या स्कूलमध्ये ग्रँडपॅरेंट्स डे आहे. ग्रँडमदर-फादर व ग्रँडसन/डॉटरच्या सेल्फीची कॉम्पीटिशन ठेवली आहे. आय मस्ट विन इट ॲट एनी कॉस्ट!''

अकरा वर्षांच्या सनीकडे आपल्या नखांना काळजीपूर्वक नेलपॉलिश लावत नुकतीच बाथरूममधून डोक्याला टॉवेल गुंडाळून आलेली तलम पारदर्शी

नाईटगाऊनमधली त्याची ममी संजना कौतुकभरल्या नजरेनं पाहत होती. त्याचा आक्रमक व परवाची स्पर्धा काय वाट्टेल ते झालं तरी जिंकायची अशा दृढनिश्चयी आत्मविश्वासाचा 'ऑरा' जणू त्याचा चेहऱ्यावर दीप्तिमान होत पसरलाय, असा कौतुकभरला वात्सल्यभाव तिच्या नजरेत दाटून आला होता.

''ऑफकोर्स बेटा सनी... यू ऑलवेज क्लिक सेल्फी सो एलिगंटली! तुझा प्रत्येक सेल्फी दोनचारशे लाइक्स आणि पाचपन्नास प्रेज करणाऱ्या कॉमेंट्स मिळवतो... आय नो. कारण फेसबुक व इंस्टाग्रामवर मी तुला रोजच फॉलो करते ना...!''

''या ममा, यू आर सो मॉडर्न- आय मीन, नो जनरेशन गॅप बिट्वीन यू ॲण्ड मी...!'' सनी तिच्या गळ्यात प्रेमानं हात टाकीत लडिवाळपणे म्हणाला. त्याचा तो हात चुंबीत संजनानं कृतार्थ होत म्हटलं, ''रियली यू फील सो? आय ॲम वन्स अगेन रिॲश्युअरर्ड...!''

आणि बोटाचं नेलपॉलिश लावून झाल्यामुळे टॉवेलमध्ये बांधलेले ओलसर केस मोकळे करण्यासाठी तिनं हात वर नेताच सनी एकदम म्हणाला, ''वेट ए मिनिट ममा... तुझ्याबरोबर एक सेल्फी! माझ्या साऱ्या गर्लफ्रेंड जळल्या पाहिजेत- माझ्या ममाला असं कूल व सेक्सी पाहून...!''

''क...कायऽ म्हणालास?'' सुटाबुटात डायनिंग टेबलावर बसलेले, शरीराची चरबी एक ग्रॅमदेखील वाढू नये म्हणून दक्ष असलेले आणि म्हणूनच ब्रेकफास्टला फक्त कॉर्नफ्लेक्स व एक ॲपल खाणारे सनीचे डॅडी- एस. के. आपल्या स्मार्टफोनवर 'बिझिनेस स्टँडर्ड' या ई-पेपरवरील हेडलाइन्स नजरेखालून घालत होते, त्याच वेळी माय-लेकाचे संभाषण ऐकत होते. ते अंगावर पाल पडावी तशी प्रतिक्रिया देत एकदम खेकसले होते.

''ओऽ कमॉन एस. के.! अरे, ही आजची यंग लँग्वेज आहे. तुला हे सांगावं लागतंय याचा अफसोस आहे की, कूल ॲण्ड सेक्सी मीन्स ॲक्ट्रॅक्टिव्ह... सनीला त्याची ममा त्याला शोभणारी आकर्षक वाटते, तर तू का जळतोस माय पुअर हजबंड?''

एस. के.ला काय बोलावं व काय प्रतिक्रिया द्यावी, हे सुचलं नाही. तो गंभीर चेहरा करून चूप झाला.

इकडे सनीनं संजनाच्या जवळ जात एक 'सेल्फी' काढला. मग तिनं

खांद्याच्या खाली थोडे रुळणारे आपले केस टॉवेलच्या बंधनातून मोकळे केले, तसा सनीनं आणखी एक सेल्फी तिच्यासमवेत घेतला अन् क्षणार्धात तिला मेल पण केला.... तो चेक करीत संजना समाधानानं हसत म्हणाली, ''वा! सनी, तुझी ममा शोभते याचा मला अभिमान वाटतो. आय ॲम सो प्राऊड ऑफ यू!''

''माझ्याबरोबर नाही सेल्फी काढणार सनी? आता माझी पण बॉडी टोन झालीय...'' एस. के.नी विचारलं.

''येस पपा.... पण ममा सांगते की, तुम्ही वारंवार फेसवॉश घेत जा... किती ऑईली स्कीन आहे... तुमच्या भल्या मोठ्या नाकाच्या.... काय म्हणतात गं ममा मराठीत... हां, आठवलं... नाकाच्या शेंड्यावर तेल टपकतं... त्यामुळे सेल्फी क्यूट होत नाही...!''

एस. के. ला पण अलीकडे बायको-पोरामुळे तेलकट त्वचेचा भयंकर आत्मगंड आलेला आहे. तो प्रत्येक वेळी वॉशरूमला गेला की, 'ऑईल कंट्रोल' करणाऱ्या फेसवॉशनं चेहरा कोरडा करत असतो. पण त्याच्या शरीरात जणू 'तेलनिर्मिती'चा कारखाना चोवीस तास चालू असतो... त्याला एस. के. तरी काय करणार? मघाशीच तर ड्रेस करताना चेहरा धुतला होता. पण सनी म्हणतोय ते पण खरंच असणार. त्यांनी डायनिंग टेबलावर असलेले तीन-चार टिश्यू पेपर काढले आणि चेहरा व नाक कोरडं केलं. ''नाऊ ॲम आय ओके फॉर यूवर सेल्फी?''

एस. के.ला 'सेल्फी' हा प्रकार फारसा आवडत नाही. आपण प्रत्यक्षात अधिक स्मार्ट व रुबाबदार दिसतो, पण फोटोत ते उतरत नाही आणि जवळून काढल्या जाणाऱ्या सेल्फीत तर नाहीच नाही. कारण वाढत्या वयाच्या सुरकुत्या गालांवर दिसतात. विरळ होणाऱ्या केसांमुळे भालप्रदेश अधिकच विशाल दिसतो आणि त्यावरील स्वाभाविकपणे पडणाऱ्या आठ्यांचं जाळं अधिकच दाट होत चाललंय. पण सनी जन्मजात फोटोग्राफर असल्यासारखा अशा कौशल्यानं बापासह सेल्फी काढतो की, तो लाइकेबल होतो... आणि एस. के.ची बिझिनेस वर्ल्डमध्ये 'क्यूट मुलाचा अरेस्टिंग पर्सनॅलिटीचा बाप' अशी प्रतिमा सनीनं काढलेल्या सेल्फीमुळे होते. डबलचीन, हनुवटी व साफ टक्कल असणाऱ्या व्यापारी वर्तुळात एस. के. त्यामुळे उठून दिसतो.

''येस पपा... नाऊ लेट अस हॅव ए सेल्फी!''

सनी एस. के.बरोबर एक व ममा-पपांबरोबर आणखी एक सेल्फी काढतो. एस. के.च्या मनात समाधानाची एक उकळी फुटते आणि त्याची सकाळ प्रसन्न होऊन जाते.

''पण ममा, उद्या स्कूलमध्ये 'ग्रँडपॅरेंट्स डे' सेलिब्रेट होणार आहे. त्यासाठी मला ग्रँडमाची सेल्फी स्कूलच्या फेसबुकवर पोस्ट करायची आहे... आज नूनपर्यंत!'' सनी एस. के.ला सांगतो, तसा त्याचा चेहरा काहीसा विद्रूप-कुरूप होतो. समोरच्या आरशातली आपली प्रतिमा ते सांगतेय...

''ममाची मदर यू.एस.ला अशोकमामाकडे गेलीय... खरं तर तिच्यासोबतचा सेल्फी मस्त झाला असता. ती एका प्रिन्सली स्टेटची होती ना... पण...''

संजनाला आपला लेक आपल्या आईची तारीफ करतोय याचा परमसंतोष होता. तो तिच्या चेहऱ्यावर दुधावरील जाड साईसारखा दाटून आला होता. पण ती चार महिन्यांसाठी भावाकडे यू. एस.ला गेली आहे.

एस. के.चा चेहरा आता चांगलाच आक्रसला आहे. सनी काय विचारणार याचा त्याला अंदाज आला आहे. त्याला काय उत्तर द्यावं, हा प्रश्नच आहे.

''पण... पण ती नाहीय. पण इथं ओल्डएज होममध्ये ग्रँड मा- तुमची मदर आहे. तिथं मला घेऊन चला... तिचा सेल्फी काढायला.''

एस. के. त्या प्रश्नानं अस्वस्थ झाला. त्यानं पाहिलं, संजना त्याची नजर चुकवत बाहेर पाहत होती. त्यालाच सनीच्या प्रश्नाशी सामना करणं भाग होतं. तो म्हणाला, ''ती खूप थकलीय सनी डियर. तिचा फोटो आहे, त्याबरोबर सेल्फी नाही का काढता येणार?''

''हाऊ इट इज पॉसिबल पपा? आणि माझी सेल्फी बेस्ट आली पाहिजे क्लासमध्ये. सारिकाशी बेट लावलीय. गर्लफ्रेंडकडून मी हार पत्करू? नो...!''

''पण तुझी ग्रँडमा- आजी तुला आवडत नाही ना?'' संजनानं मधेच विचारलं, तसा सनी अंगावर किंचित शिसारीदर्शक शहरा आणीत व चित्कारीत, ''ती सारखी कफिंग करते. येस... शी इज हॅविंग अस्थमा. आणि मी भेटलो की माझी पापी घेते, गालांवरून बोटं मोडते... मला नाही आवडत ती! पुन्हा किती ओल्ड टाईप आहे. नाईन यार्ड साडी नेसते... हाऊ रिडिक्युलस...''

अलीकडे एस. के. आपल्या आईबद्दल असं काही ऐकलं की, अस्वस्थ व्हायचा. त्याच्या मनाला अपराधीपणाची तीव्र टोचणी सतावायची. पण संजनाला

तिच्या मॉडर्न-हायफाय घरात आणि फ्रेंडसर्कलमध्ये त्याच्या आईचं ग्रामीण देशी अस्तित्व खुपायचं- बेंगरूळ वाटायचं. आईची मोठमोठ्यानं घंटा वाजवीत पूजा करताना आरती, संध्याकाळी खणखणीत स्वरात 'शुभं करोति' व 'रामरक्षा' म्हणण्यामुळे संजनाच्या सायंकाळच्या घरी होणाऱ्या किटी पार्टीचा बेरंग व्हायचा. खरं तर लहानपणी सनीला आजीचा किती लळा होता. त्यालाही रामरक्षा पाठ झाली होती. पण दिवसेंदिवस जसंजसं संजनाचं उच्चभ्रू सर्कल विस्तारित गेलं, तसं तिला आईचं घरात असणं अधिकाधिक खुपू लागलं. तिनं प्रथम सनीला आजीपासून पद्धतशीर तिच्या वाट्याला क्षणभरही येणार नाही, दिसणार नाही अशा तऱ्हेने संगीतवर्ग, टेनिस-योगामध्ये गुंतवून त्याला अलग केलं आणि आजारी पडल्यावर तिला दवाखान्यात ॲडमिट करायला लावलं आणि तिथूनच वृद्धाश्रम... मग आपल्याभोवती प्रेम-शृंगाराचे जाळे फेकीत आपलाही 'गिल्ट कॉन्शस' बधिर करून टाकला. गेले सहा महिने आपण आईला भेटायला पण गेलो नाही. ते आठवून एस. के. अस्वस्थ झाला आहे.

...आणि आज सनीला तिला भेटायचं आहे. शाळेतल्या 'ग्रँड पॅरेंट्स डे'च्या निमित्तानं नातू व आजीचा सेल्फी स्कूलच्या फेसबुकवर प्रत्येकानं पोस्ट करायचा आहे. आपल्याला तिला भेटायला जायचं आहे, पण नातवासोबत गेलो आणि ती काही उलटसुलट बोलली तर? तशी ती वाणीला तिखट आहे अन् बोलायला मागेपुढे पाहत नाही. सनीपुढे तो तमाशा नको. ती रिस्क नको...

''सनी... आय हॅव ए क्रुशियल मीटिंग टुडे. यू कॅन टेक युवर ममा वुईथ यू.''

''मी... मी जाऊ तिथं?'' वृद्धाश्रमात सासूला भेटायची नुसती कल्पनाही संजनाला असह्य वाटली. ती सफाईनं ते टाळण्यासाठी म्हणाली, ''आज आमच्या रोटरीची व्हिलेज टूर आहे. पुअर पीपल्सला आम्ही कपडे व ब्लँकेट्स वाटणार आहोत सनी. यू नो, मी रोटरीची प्रेसिडेंट आहे ना... असं कर बेटा, ड्रायव्हर तुझ्या आवडीच्या स्पोर्ट्स कारनं तुला ग्रँडमाकडे घेऊन जाईल!''

स्पोर्ट्स कारचं नाव घेताच सनीचा चेहरा आनंदानं फुलून आला. ''हाऊ स्वीट ममा... मजा येईल!''

''पण तिथं दहा मिनिटांतच सेल्फीचं काम करून टाक. ग्रँडमाला अस्थमा आहे ना? तुला काही व्हायचं आणि स्कूलला काय सांगशील? ती कोल्हापूरच्या

एक्स प्रिन्सली स्टेटच्या सरदार क्लॅनशी रिलेटेड आहे. म्हणून राजस्थानच्या सी. एम.प्रमाणे डोक्यावरून पदर घेते... शाही परंपरा...''

''हो... हो. पण ममा, उस्मानाबादची फार्मर आहेत ना?''

''मुळीच नाही. त्या ड्राऊनप्रोन भागाचं नाव नाही घ्यायचं... रिमेंबर! तुझ्या स्कूलच्या मिसला आणि फादरला 'आम्ही कोल्हापूरचे सरदार आहोत' असं सांगितलंय... तुझं क्लासमध्ये इंप्रेशन पडावं म्हणून...!''

''तू किती ग्रेट आहेस ममा...! खरंच. प्रिन्सली स्टेटच्या सांगण्यानं माझ्या गर्लफ्रेंडमध्ये माझं अटेंशन अरेस्ट करण्याची कॉम्पिटिशन चालते. सारिका पण साताऱ्याच्या घाटगे क्लॅनची आहे... त्यामुळे ती माझ्यावर अधिकार सांगते!''

आज एस. के.चा नूर बिघडला आहे. एरवी हे असं बोलणं ते एंजॉय करतात, त्यात आपल्या कल्पनेनं नवे रंग भरतात आणि स्वत:ही आपण दुष्काळी भागातील एक छोटे शेतकरी आहोत, हे विसरायचा प्रयत्न करतात. कारण मॅट्रिक-बारावीला मेरीट, मग सीओईपी- पुण्याला इंजिनिअरिंग करून एका कंपनीत नोकरी. तेथील व्हाईस प्रेसिडेंटची संजना मुलगी... ठरवून जणू आपल्या प्रेमात पडली व लग्न केलं आणि बाबांच्या भांडवलावर स्वत:चा कारखाना टाकायला प्रोत्साहित केलं. आज एक यशस्वी कारखानदार अशी आपली ख्याती आहे. पण त्यासाठी तिच्या कह्यात व आज्ञेत आपण आपलं जीवन चापूनचोपून बसवलं. त्याआड आपल्या ग्रामीण भूतकाळाचं प्रतीक आई म्हणून तिलाही वृद्धाश्रमात पाठवून आपल्या सुबक-चकचकीत घर, सर्कल आणि लाईफस्टाईल-वरचा एकमात्र कलंक तिनं मिटवून टाकला. थोडं अपराधी वाटायचं आपल्याला; पण संजनाच्या उच्चभ्रू जीवनात स्वत:ला फिट करायचा आपलाही तेवढाच अट्टहास होताच की! गावाशी तेवढ्यासाठी दोर कापून टाकावे लागले होते. ते एस. के. ला तरी कुठे हवे होते? त्याला आपली कुणबी जात पूर्णपणे विसरायची होतीच की! पंजाबी बाप व मराठी आईच्या एकुलत्या एक संजनाला पण आपली जात माहीत नाहीय. प्रतिष्ठेसाठी तिनं आपण कोल्हापूरच्या सरदार घराण्याशी संबंधित असलेलं मिथक रचलं अन् ते मिथक आपल्यालाही हवंहवंसं वाटलं...

पण आज पुन्हा त्या मिथकावरचा टवका निघाला तर?

संजनाच्या शब्दाबाहेर सनी नाही. त्याला आजी नकोय- केवळ शाळेचा 'ग्रँड पॅरेंट्स डे'साठी सेल्फी पाहिजे. तो काम झाल्यावर क्षणभरही थांबणार नाही...

या विचारानं एस. के. आपली अस्वस्थता कमी करू पाहत होता.

त्या एका स्वयंसेवी संस्थेचा वृद्धाश्रमात सनीची स्पोर्ट्स कार जेव्हा शिरली, तेव्हा तिथं असणाऱ्या साऱ्या वृद्धांच्या नजरा विस्फारल्या गेल्या. जेव्हा त्यातून उतरलेला अकरा वर्षांचा मुलगा हा राणूबाईंचा नातू आहे असं समजलं, तेव्हा त्या सगळ्यांना नवल वाटलं. आपली साथीदार राणू एवढ्या श्रीमंत घरची आहे, हे आजच कळून येत होतं. ती बिचारी दररोज मुलाची–नातवाची प्रतिक्षा करायची. ''माझी सून नाही येणार... तिनंच नातवाला तोडलं... मुलाच्याही मनातली माया संपवली... पण नाही, तो माझा मुलगा आहे. कॉलेजात जाईपर्यंत शेतात माझ्याबरोबर भुईमूग वेचायचा. म्हणायचा, 'माय, तू बाप गेल्यावर लई खस्ता खाल्ल्यास. आता मी नोकरीला लागलो की, बड्या घरात पेशल रूममध्ये ठेवीन. तू नुसता आराम करायचा...' पण पाहा ना... त्यानं मला इथं सुनेच्या कह्यात येऊन आणून टाकलं...'' असं ती समवयस्क बायकांना टिपं गाळीत म्हणायची. ''पन कवा तरी मायेची वढ जागी होईलच की... तवा तो येईल... सुनीलबाबा – सनी म्हंत्यात त्याला घरी, तो बी ईल... तुमी पाहाच सयांनो!''

आज तिची प्रतीक्षा फळाला आली होती.

''हॅलो ग्रँड मा! हाऊ आर यू?'' सनी हात पुढे करीत म्हणाला. तसं राणूनं त्याला कुशीत घेत त्याचं मस्तक प्रेमानं कुरवाळत म्हटलं, ''अरे माझ्याशी मराठीत बोल बाबा...!''

क्षणभर सनीनं स्वत:ला तिच्या मिठीत आक्रसून घेत सोडवून घ्यायचा प्रयत्न केला, पण तिच्या सुरकुतलेल्या हाताचा मस्तकावरील केसांतून फिरणारा उबदार स्पर्श त्याला मग काही क्षणांनी हवाहवासा वाटू लागला. ममा पण कुरवाळते, पण अंगावरील साडी व ड्रेस चुरगाळणार नाही अन् चेहऱ्यावरचा मेकअप विस्कटणार नाही, इतपतच. पण आजीच्या कुरवाळण्यानं एक वेगळाच आनंद वाटतोय.... लहानपणी तिच्या मांडीवर बसून देवापुढे सायंकाळी शुभं करोति म्हटल्याचं त्याला आठवलं आणि वाटलं... अरे, आपण सेंटी होतोय... हे...हे अनमॅनली आहे– बायकी आहे. मला तर उद्या हृतिक रोशनप्रमाणे ग्रीक गॉड टाईप तगडं सिक्स/एट ॲब्जूवालं व्हायचंय. आपले डोळे पण लाईट ग्रीन आहेत. सारिकाला ते किती आवडतात.

सनीनं स्वत:ला आजीच्या मिठीतून सोडवून घेतलं आणि हिपपॉकेटमधला

स्मार्टफोन काढला. ''आजी, एक सेल्फी- आय मीन, फोटो काढायचा आहे- तुझा आणि माझा.''

राणूबाईंचा चेहरा केवढा फुलून आला होता! सनी क्षणभर थक्क होऊन पाहतच राहिला. हलके पातळ झालेले रुपेरी केस, चेहऱ्यावरचं सुरकुत्यांचं जाळं, पण मोठाले डोळे- त्यातला ओलावा... आणि चेहराभर सांडणारं निर्व्याज हास्य. नातवाच्या प्रेमानं बहरून आलेलं मन ते त्या जीर्ण कुडीच्या अणू-रेणूंतून लोभसपणे तरारून आलं होतं.

''आजी, तू किती छान दिसतेस गं!'' असं अभावितपणे सनी बोलून गेला. तिच्या गळ्यात हात घालत तिला जवळ घेत, उजव्या हातानं स्मार्टफोन योग्य अंतरावर धरीत दोन-तीन सेल्फी काढले. त्याचं समाधान झालं होतं. कामही झालं होतं!

''आता मी चाललो आजी, शाळेत जायचं आहे.''

''अरे, किती दिवसांनी... नव्हे, किती वर्षांनी आलास आणि लगोलग काय चाललास? आज आषाढी एकादशी म्हणून साबुदाण्याची खिचडी केली आहे, ती तरी दोन घास खाऊन जा...!''

खिचडीचं नाव काढताच सनी एकदम खुशीत आला. त्याच्या घरी असताना अनेकदा तिनं बनवलेली साबुदाण्याची खिचडी त्यानं व पपानं खाल्ली होती. पपा खरंच म्हणायचे, 'आई, तुझ्या खिचडीपुढे एक्स्प्रेस वेवरच्या श्रीदत्तची खिचडी झक् मारते.' सनीला त्यांचं हे मत एकदम मान्य होतं.

त्यामुळे तिच्या बाजूला खाली जमिनीवर मांडी घालून बसत आजीनं वाढलेली साबुदाण्याची खिचडी आणि शेंगदाण्याची ओली चटणी त्यानं आपण घरी ममासमोर नाहीत या जाणिवेनं आश्वस्त होत तोंडात चटकमटक आवाज करीत खाल्ली. पुन्हा एकदा मागून खाल्ली... सनीला वाटलं- आपल्या डोळ्यांत कचरा तर गेला नाहीय, मग पाणी का येतंय?

त्याच्या स्पोर्ट्स कारनं वृद्धाश्रम सोडला. आजीची देहाकृती दिसेनाशी झाली आणि एकदम सनी भानावर आला. ममाला हे मुळीच सांगायचं नाही खिचडीचं... ती कसलं तरी मेडिसिन देईल पोट दुखू नये म्हणून... कारण हे जंक फूड तिच्या मते अनहेल्दी असतं!

आजीबरोबरचा सेल्फी मात्र मस्त आला होता. सनी आजीचा तो हास्याचं

चांदणं सांडणारा चेहरा पुनः पुन्हा पाहत होता. किती एक्स्प्रेसिव्ह आहे... आणि डोईवरचा पदर... खरंच, ती सरदार क्लानची शोभून दिसते... कुणालाही शंका येणार नाही.

त्यानं न राहवून मग सारिकाला तो सेल्फी इंस्टाग्रॅमवर पाठवला. तिची लगेच मोबाईलवर पसंती आली. 'सुपर्ब! माझे ग्रँडफादर त्यांच्या जाडजूड मिशांमुळे जुन्या सिनेमातले व्हिलन वाटतात... तुझी सेल्फी नंबर वन ठरणार. काँग्रेट्स!'

आजीला ममा-पपांनी ओल्डएज होममध्ये का बरं ठेवलं असेल? सनीच्या मनात प्रश्न उमटला आणि मग ममाचं उत्तरही आठवलं, 'बेटा, ही अमेरिकन स्टाईल आहे. वेगळं, स्वतंत्र राहण्याची.' त्याला ते पटलं होतं. आताही त्यानं आजीच्या कुरवाळण्याची उब आठवत असतानाही नाइलाजानं पटवून घेण्याचा मनाविरुद्ध प्रयत्न केला.

पण हा वृद्धाश्रम फारच ओबडधोबड आहे. उद्या आपण मोठे झाल्यावर ममा-पपाला इथं नाही ठेवायचं. त्यांच्या व माझ्याही स्टेटसला नाही शोभणार ते. मग त्यांना कुठे ठेवावं? हां... आठवलं, शेजारच्या थोरात अंकलची ममा त्या ए. सी. फाइव्हस्टार फॅसिलिटी असणाऱ्या 'विरंगुळा'मध्ये नाही का राहत! येस... दॅट इज गुड चॉईस! ममा-पपांना तिथं ठेवायचं आणि मग आपल्या घरी आपल्या-सोबत सारिका!

सनीचे डोळे लकाकत होते. त्यानं कारमध्ये बसल्या-बसल्या आपल्या विचारानं उजळलेला चेहऱ्याचा सेल्फी काढला व सारिकाला इंस्टाग्रामवर पाठवला कॅप्शनसह- 'गेस माय थॉट्स राईट नाऊ!'

आपली ती छबी त्याला बेहद्द खूबसुरत वाटत होती. त्यानं न राहवून त्यावर आपले ओठ टेकले. 'येस, आय ॲम सेकंड हृतिक रोशन. मात्र मी त्याच्यापुढे जात टेन पॅक्स बॉडी कमावणार आहे...!'

'सेल्फी' पोर्ट्रेट - दोन
बिकिनी फिट बॉडीचा सेल्फी

सकाळी उठल्यावर आपले लांबसडक केस कोंब करीत पूर्ण उंचीच्या आरशात शक्य तितक्या सर्व कोनांतून अनन्या किती वेळ तरी आपली फिगर

आणि 'डिझायरेबल फेमिनाईन टच' देणाऱ्या अवयवांची पुष्टता चिकित्सक नजरेनं निरखत होती.

आज पैजेच्या कालावधीचा शेवटचा दिवस होता. तिची व इंद्रनीलची डेटिंगची तारीख उद्यावर येऊन ठेपली होती. ॲम आय रेडी टू फेस हिम? खरं तर आपण पूर्ण शेपमध्ये आलो आहोत, पण इंद्रनीलला भेटण्याची असोशी का वाटत नाहीय?

हा निर्णय आज सकाळी नाही तर रात्री घ्यायचा अन् दिवसभरात दर तासाला स्वत:चा सेल्फी घेऊन त्यातला पैज जिंकणारा सेल्फी रात्री बरोबर बाराच्या ठोक्याला इंद्रनीलला पोस्ट करून त्याच्याकडून तिनं पैज जिंकल्याचं वदवून घ्यायचं आणि गोड-गोड स्वप्नात झोपी जायचं- या महिन्याभराच्या अशा स्वप्नाचे रंग आज फिके-फिके का वाटत आहेत?

उद्या 'दोस्ताना'मध्ये समुद्रातून गोल्डन बिकिनीतून चिंब भिजलेली प्रियांका चोप्रा... इंद्रनीलची हार्टथ्रोब पी.सी.प्रमाणे आपणही स्विमिंग पूलमधून बाहेर येत त्याला सामोरं जात आपल्या बिकिनी फिट फिगरचं सेक्सी दर्शन घडवून त्याला घायाळ करायच्या चॅलेंजची आपली पूर्ण तयारी झाली असताना, त्याचं ओझं का वाटतं आहे?

आज मी खरंच फिट झाले आहे पैज लावल्याप्रमाणे! इंद्रनीलबरोबर महिन्यापूर्वी त्यानं बर्थ डे गिफ्ट म्हणून दिलेल्या गोल्डन बिकिनीत त्याच्या समोर स्लीम आणि ट्रीम स्वरूपात जाण्यासाठी. मग जावं की नाही, हे द्वंद्व का सतावत आहे?

त्या दिवशी तिच्या वाढदिवशी आलिशान फाइव्ह स्टार हॉटेलमध्ये सायंकाळी स्विमिंग पूलमध्ये कोमट पाणी असल्यामुळे शॉपिंग व पिक्चर टाकून डिनरपूर्वी फ्रेश होण्यासाठी म्हणून इंद्रनील निकरवर चेंजिंगरूममधून पाण्यात उतरण्यासाठी आला, तेव्हा अनन्या त्याची ॲथलेटिक बॉडी पाहतच राहिली. तो पाण्यात उतरल्यावर तिला आर्जव करत म्हणाला,

''डार्लिंग, आज तुझा वाढदिवस! तुला खरं तर बर्थ डे सूटमध्येच पाहायला हवं...!''

त्याच्या शब्दांतून सूचित होणाऱ्या, तिच्याविषयी वाटणाऱ्या त्याच्या अभिलाषेच्या जाणिवेनं अनन्या मनोमन सुखावली. तरी वरकरणी कृतक्‌कोपाने

त्याच्यावर मोठे डोळे करत ओरडली, ''यू डर्टी नॉटीऽऽ''

''तू मला नॉटीपणा करायचा चान्स देतेस कुठे डिअर?'' इंद्रनीलच्या चेहऱ्यावर तेच तिला सदैव मोहित करणारं दिलफेक हास्य होतं.

''आज तुला मी बर्थ डे गिफ्ट दिलीय- गोल्डन बिकिनी. तिचं उद्घाटन माझ्या नजरेसमोरच व्हायला हवं. तो माझा अधिकार आहे आणि तो तुला मान्य करावाच लागेल. नाऊ नो इफ अँड बट्स.. जा, चेंजिंगरूममध्ये आणि मला माझी पी.सी. पाहू दे...!''

आता तिचा गोड नाइलाज झाला होता. पण चेंजरूमध्ये सर्व कपडे काढल्यावर आपला नग्न देह पाहताना अनन्याला वाटलं- कपड्यांत आपण काहीशा हेल्दी दिसत असलो तरी आकर्षक व चार्मिंग वाटतो, पण बिकिनीतील इथे तिथे फ्लॅब दिसतील... इंद्रनीलच्या नजरेस ते पडलं तर? त्याचं लक्ष तर कमी होणार नाही आपल्यामधलं?

पण बिकिनी घातल्यावर अनन्याला वाटलं, आपण कमालीचे सेक्सी दिसत आहोत. थोडी जास्त मांसलता आहे हे खरं, पण... इंद्रनीलनं पाहिलं मला तर त्याचे यकिनन होश उडतील.

तिचा अंदाज बराचसा खरा ठरला होता. ती जेव्हा स्विमिंग पूलाजवळ येत कठड्याला हात धरून पायऱ्या उतरू लागली, तसा तो मिस्कीलपणे म्हणाला, ''थांब... थांब... माझी छाती दुखतेय. बहुतेक हार्ट अ‍ॅटॅक येईल असं वाटतंय...'' आणि डोळे मिचकावीत खो-खो हसत सुटला. तिनंही मग मोकळं होत टोमणा मारला, ''तुला हार्ट आहे का नील, अ‍ॅटॅक यायला? स्टोन हार्टवाल्या कॅटॅगिरीतला तू आहेस...!''

स्विमिंग पूलमध्ये जलक्रीडा करताना त्यानं मधेच तिला उचलून धरलं. पण लगेच सोडून दिलं आणि चक्क ओरडला, ''बाप रे! केवढी वजनदार झाली आहेस तू अनन्या... पाहू पाहू बरं पुन्हा एकवार नीट...'' असं म्हणून तिला तो चिकित्सक नजरेनं पाहू लागला. पण त्यानं तिच्या वजनदारपणाच्या केलेल्या उल्लेखानं ती एवढी विव्हळ होत चूरचूर झाली होती की, तिनं डोळे मिटून घेतले. आपले अश्रू दिसू नयेत म्हणून...

''नो अनन्या... इट वोंट डू... यू हॅव टू शेड ऑफ दोज एक्स्ट्रा किलोज ऑफ फ्लॅब. पुढल्या महिन्यात माझा वाढदिवस आहे, तोवर तू 'दोस्ताना'मधल्या

प्रियांका चोप्राप्रमाणे बिकिनीत स्लीम-ट्रीम आणि सेक्सी दिसली पाहिजेस; तरच आपलं डेटिंग पुढे कंटिन्यू राहील...!''

पाण्यात बुडी मारून नाहीसं व्हावं, असं अनन्याला मनोमन वाटत होतं. इंद्रनील एवढ्या स्पष्ट शब्दांत आपली किंचितच वाढलेली जाडी एवढ्या रूडली काढेल, असं वाटलं नव्हतं. पुन्हा डेटिंग पुढे चालू न ठेवण्याची उघड धमकी... म्हणजे पुन्हा काही काळ बॉयफ्रेंडविना राहायचं? तोवर मित्र-मैत्रिणी काय काय टाँटिंग करतील? नो, आय मस्ट नॉट लूज नील... माय डिअर बॉयफ्रेंड...

पण तो खोटं काय बोलला? मला जाडी म्हणला? ममा 'हेल्दी' म्हणते, पण खरं तर जाडीच झालेय मी. आमच्या फॅशन व ब्युटी कॉन्शस हाय सोसायटीत स्त्रीची फिगर करिनाप्रमाणे एकदम झीरो नसली तरी कॅटरिना, दीपिका, प्रियांकाप्रमाणे हवीच हवी... पूर्वीच्या बॉयफ्रेंडशी ब्रेकअप झाल्यानंतर इंद्रनील भेटेपर्यंत जरा उदास मनोवस्थेत 'डाएट चीटिंग' केलं. जंकफूड, चॉकलेट्स व रस्त्यावरचे वडापाव पण खाल्ले बेसुमार... सारं फ्रस्ट्रेशन अन्नावर ताव मारत काढलं आणि स्लीम फिगरची अनन्या हेल्दी कशी व केव्हा झाली, हे कळलंच नाही.

पण इंद्रनील भेटला आणि पुन्हा जीम जॉईन केलं, तरीही खादाडीची सवय जात नव्हती. कमी करीत आणली होती जाडी बरीचशी, पण अजूनही आपण बिकिनी फिट नाहीत.

त्याच्या आग्रहाला बळी पडून ती गोल्डन बिकिनी आपण घालून त्याच्यासमोर आपण खरंच आज यायला नको होतं!

आता मी काय करू, तो मला सोडून गेला तर?

तसा इंद्रनील चवथा बॉयफ्रेंड, पण सर्वांत जास्त आवडलेला. काय बॉडी आहे त्याची- डिट्टो जॉन अब्राहम...! तो किती फिटनेस फ्रीक आहे. जिभेवर केवढा ताबा आहे. त्याच्या जगण्याचा मंत्रच आहे- हाय सोसायटीत वावरायचं म्हणजे फ्रेश चेहरा आणि फिट ॲथलिटबॉडी हवी...

त्याला आपला चेहरा बेहद्द खूबसुरत वाटलो. माधुरीसारखं माझं हसणं त्याला इलेक्ट्रिफाइंग करणारं वाटतं... त्यामुळे आपली हेल्दी फिगर चालवून घेतली, पण आज बिकिनीत त्याची मी एकदम निराशा केली. त्याचा उघड्या तगड्या बॉडीबरोबर स्लीम व ट्रीम गर्लच हवी. तशी आज मी नाही, पण एके काळी होते तशी मी. पुन्हा होऊ शकते. येस... आय ॲम सेंटपरसेंट कॉन्फिडंट!

''नील, आय प्रॉमिस यू. मी एका महिन्यात तुझा बर्थ डेपर्यंत बिकिनी फिट होईन!'' अनन्या आत्मविश्वासानं बोलती झाली. ''आपण आता तेव्हाच भेटू. तुझ्या बर्थ डेला... तोवर नाही भेटणार मी तुला... येईन तुझ्यासमोर ती प्रियांका चोप्रा बनून तुझं स्टोनलेस हार्ट बंद पाडायला... डन?''

''डन... डन माय डार्लिंग...''

आणि गेले तीस दिवस डॅडींच्या वॉलेटचं वजन कमी करीत पाच आकडी फी देऊन मुंबईचा सर्वांत फेमस शैलेश नामक पर्सनल जीम इन्स्ट्रक्टर अनन्यानं लावला आहे. दिवसभर त्याच्या नजरेसमोर वर्कआउट व दर दोन तासाला त्याच्या सूचनेप्रमाणे हाय प्रोटिन- लो कॅलरी-लो फॅट खाणं... एक दिवसही फूड चीटिंग तो करू देत नव्हता.

आठच दिवसांत तिला आपण हलकं होत शेपमध्ये येतोय, असं जाणवू लागलं. शैलेश सर- इन्स्ट्रक्टर म्हणून सर म्हणायचं, तसा तो तरणाबांड गडीच आहे. केव्हा आपण दोघे एकेरीवर आलो, ते कळलंच नाही. त्याच्या नजरेतली आसक्ती हळूहळू असर करू लागली होती.

अनन्याला शैलेश म्हणजे बॉयफ्रेंड पलीकडचा- अधिक निकटचा वाटू लागला होता.

दररोज प्रत्येक वर्कआऊटनंतर व रात्री झोपण्यापूर्वी बिकिनीवर ती सेल्फी काढून कॉम्प्युटरवर ट्रान्सफर करत स्टोअर करायची व आपल्यातला बदल निरखायची.

पण तिसरा आठवडा संपता-संपता तिला सेल्फीकडे पाहायची- जरी रोज काढत असली, तरी गरज वाटेनाशी झाली होती. तिला तिच्यातला बदल शैलेशच्या नजरेतून व लाघट बोलण्यातून कळत होता.

त्याला तिचं बिकिनीफिट होण्याचं ध्येय माहीत होतं. म्हणून तीन आठवडे संपताच त्यानं सूचना केली की, सायंकाळचं वर्कआऊट झाल्यावर स्विमिंग पूलमध्ये पोहत जा व त्यासाठी ती बिकिनी घालत जा... तिला क्षणभर त्याच्या सूचनेमागचा अर्थ कळला नाही.

''अनू, अगं, आता तू चांगलीच शेपमध्ये आली आहेस. बिकिनी घातल्यावर तुला व इन्स्ट्रक्टर म्हणून मला तुझ्या देहावर कुठे फ्लॅब्स् आहे का; असेल तर कुठे व किती आहे, हे कळेल... त्या भागावर जास्त मेहनत घेता येईल आणि दुसरी

बाब म्हणजे, बिकिनीत डौलदारपणे वावरायचा सराव होईल. तुझ्या बॉयफ्रेंडला तुला जिंकायचं आहे ना?''

शैलेशनं बोलता-बोलता इंद्रनीलची आठवण करून दिली आणि ती काहीशी भांबावली. त्याची आठवण दिवसेंदिवस कशी व किती पुसट होत चालली होती, तिला कळलंच नव्हतं आणि आताही त्याच्या आठवणीनं मन मोहरलं नाही की त्याची पोहतानाची उघडी-तगडी देहयष्टी नजरेसमोर आली नाही. उलट, तिच्याबरोबर पोहताना दिसणारी शैलेशची पीळदार बॉडीच पुन्हा मन:पटलावर छायांकित होत होती.

पण हा होणारा बदल त्रासदायक व प्रतारणा करणारा वाटत नाहीय, उलट सुखद वाटतोय.

आणि कालच्या ट्रेनिंगचा शेवटचा दिवस. सायंकाळच्या वर्कआऊटनंतर पाण्यात उतरल्यावर जलक्रीडा करताना तिनं त्याच्या मस्क्युलर पण प्रमाणबद्ध शरीराची तारीफ करताच त्याचं ते आसक्त एकटक पाहणं... आपलं मोहरून जाणं... सहजतेनं त्यानं मिठीत घेत चुंबन घेणं... आपणही तेवढाच आवेगी प्रतिसाद देणं... सारंच किती सुखद... हवंहवंसं.

इंद्रनीलची मिठी व चुंबन तिला आठवू म्हटलं तरी आठवत नव्हतं... त्याऐवजी शैलेशच आठवत होता.

एकदम अनन्याच्या ध्यानात आलं की, आपण काल जलक्रीडा करताना शैलेशबरोबरील चुंबन सेल्फी काढला होता. एका गोड धुंदीत, तो धुंद क्षण कायमचा कॅप्चर करून ठेवण्यासाठी...

तिनं गोड अधिरतेनं तो सेल्फी स्मार्टफोनवर पाहिला आणि तिला काही तरी उष्ण-गोड वाटू लागलं. हातात स्मार्टफोन तसाच होता आणि ती स्वत:च्याच एका अबोध हव्याहव्याशा विश्वात हरवून गेली होती. अचानक मेसेज आल्याचा आवाज आला. बहुतेक इंद्रनीलचा मेसेज आला असणार.

ती आपल्या भान हरपून गेलेल्या अबोध विश्वातून खाड्‌कन बाहेर आली. क्षणभर तंद्री भंगल्यामुळे खट्टू वाटलं, पण मग तो मेसेज ओपन केला. इंद्रनीलनं एक मिनिटाचा व्हिडिओ 'सी हाऊ आय लुक फिट वुईथ ॲथलिट बॉडी! विल यू बी कॉम्पिटेबल टू मी फॉर टूमारोज डेट इन स्विमिंग पूल?' असा कॅप्शनसह पाठवला होता. त्या व्हिडिओत त्याची केवळ निकरवरची पोहतानाची व पूलमधून

बाहेर येताना पाण्यानं निथळणारी शरीराकृती त्याच्या कुणा तरी मित्रानं शूट केली असावी आणि ती त्यानं तिला डिवचण्यासाठी पाठवली असावी, असं तिला क्षणभर वाटलं.

मग ती आपले दररोज काढलेले असंख्य सेल्फीज् पाहू लागली आणि कॉम्प्युटरवर तिनं आपली बिकिनीतला सेल्फी व त्याचा लेटेस्ट केवळ निकरवरचा सेल्फी बाजूबाजूला लावत एकत्र पाहिला आणि समाधानानं नि:शंक होत स्वत:शी पुटपुटली,

'येस, नाऊ आय ॲम मोअर कॉम्पिटेबल टू यू नील!'

त्या आवेगानं तिनं व्हॉट्सॲपवर मेसेज टाईप केला, 'तशी मी आताही माझी बिकिनी फिट सेल्फी पाठवू शकते, पण नाही पाठवत. उद्या तुझ्या आधी मी तिथं येऊन स्विमिंग पूलमध्ये पाण्यात बिकिनीवर असेन. तू आलास की उसळी घेऊन पाण्यावर येऊन एक फूट खोली असलेल्या पुलाच्या भागात येईन... अँड आय नो– व्हॉट विल बी युवर रिॲक्शन!'

पण तो मेसेज तिला पाठवावासा वाटला नाही. मनात कसले कसले विचार दाटले होते. नीलच्या जोडीनं मन:पटलावर शैलेशची प्रतिमा दृश्यांकित होत होती.

पुन्हा पिसाटल्याप्रमाणे तिनं शैलेश व इंद्रनीलचे पोहण्याच्या पोषाखातले सेल्फी बाजूबाजूला कॉम्प्युटरवर कॉपी–पेस्ट करून आणले आणि अनन्या चिकित्सक नजरेनं दोघांची देहाकृती न्याहाळू लागली.

आणि मनानं ठाम व नि:संदिग्ध कौल दिला की, शैलेशची बॉडी इज मच मच फिटर ॲण्ड मॅनली. सेक्सी. डिझायरेबल.

कालची पुलातली त्याची जलक्रीडा करतानाची मिठी व चुंबन आठवलं. पुन्हा देहाचा कण न् कण मोहरून आला. अनन्या तो चुंबनाचा सेल्फी अनिमिष नेत्रांनी पाहू लागली. ती गोल्डन बिकिनीत मोस्ट डिझायरेबल वुमन वाटत होती आणि तोही तेवढाच– इंद्रनीलहून जास्त तगडा व कुणाही स्त्रीला हवासा वाटेल असा वाटत होता. चुंबनासाठी आपले ओठ देताना आपले अर्धोन्मीलित डोळे किती धुंद वाटत होते. गाल गर्द गुलाबी झाले होते आणि तोही तेवढाच धुंदावला होता. एक परफेक्ट कपल– जणू मेड फॉर इच अदर– फिजिकली कॉम्पिटेबल. सेक्शुअली टू!

अनन्यानं तो टाईप केलेला व्हॉट्सॲपवरचा मघाचा मेसेज डिलिट केला

व नवा मजकूर लिहून तो त्यांच्या चुंबनाच्या सेल्फीसह इंद्रनीलला पाठवला.

'सॉरी नील, उद्या मी तुझ्याबरोबर डेटिंगला येत नाही. मला नवा, तुझ्यापेक्षाही तगडा, हाय सोसायटीत सोबत घेऊन हिंडताना शंभर मैत्रिणी जळतील असा ही मॅन - मर्द गडी बॉयफ्रेंड मिळाला आहे. त्याच्याबरोबर डेटिंगला जातेय. तुझ्याऐवजी मीच तुझ्याबरोबरचं डेटिंग डिसकंटिन्यू करतेय... बाय!'

'सेल्फी' पोर्ट्रेट - तीन
विखुरल्या जाणाऱ्या कुटुंबाची सेल्फी

'काय सांगावं महाराजा, चिटणीस कुटुंब म्हणजे एकदम आदर्श कुटुंब! सुशील, सद्‌गुणी आणि गृहस्थ धर्माचं नेटकं पालन करणारं... विठ्ठलऽ विठ्ठलऽऽ!'

एखाद्या हरिदासी कीर्तनकार बुवास चिटणीस कुटुंबाचं वर्णन करायला सांगितलं तर तो असं खचितच करेल. या कुटुंबाला जाणणारे शहरातील शंभरपैकी नव्व्याण्णव व्यक्ती या विधानाशी सहमत होतील.

चिटणीस दांपत्य हे उच्चशिक्षित. श्रीमान सागर चिटणीस मुख्य अभियंता म्हणून नुकतेच सेवानिवृत्त झालेले. श्रीमती प्रमिला चिटणीस शिक्षणाधिकारी. अजूनही कार्यरत. चिटणीसांचा उच्चभ्रू कॉलनीतला अभिरुचिसंपन्न बंगला. चिरंजीव राजेशचा स्पेअर पार्टचा चांगला चालणारा धंदा. सूनबाई तरंग देखण्या व खानदानी घराण्यातून आलेल्या. दोन-अडीच वर्षांची लाघवी, गोंडस बाहुलीसारखी दिसणारी नात स्पार्कल. मोठा मुलगा प्रथमेश अमेरिकेच्या सिलिकॉन व्हॅलीत स्थायिक. बंगल्याच्या पोर्चमध्ये दोन कार. प्रत्येकाला स्वतंत्र टू व्हीलर. ड्रायव्हर, स्वयंपाकीण आणि बाहेरच्या कामासाठी गावाकडचा एक हरकाम्या स्वरूपाचा मुलगा. श्रीमती चिटणीस कवयित्री, सूनबाई होम सायन्स. या कुटुंबाचं सारं काही चारचौघांनी हेवा करावं असं. हरिदासी कीर्तनकाराचं वर्णन चपखल बसणारं!

'पण म्हटलंच आहे ना महाराजा- दिसतं तसं नसतं म्हणूनच जग फसतं! तशातलीच गत आहे श्रोते हो, या कुटुंबाची! जवळून पाहिलं तर, त्या प्रसिद्ध जाहिरातीत म्हटल्याप्रमाणे- घराला घरपण देणाऱ्या माणसांनीच आता घराला

नुसत्याच उरल्या भिंती असं रूप आणलं आहे. विठ्ठलऽ विठ्ठलऽऽ'

असं वर्णन हेच हरिदासी बुवा जर त्या घरात एक-दोन दिवस पाहुणे म्हणून राहिले तर करतील, हे नक्की. किंवा घरात सुरक्षेसाठी सी.सी.टीव्ही लावले आहेत, त्यांचं एक दिवसाचं फुटेज जर एखाद्या लेखकानं पाहिलं तर 'उब हरवून बसलेलं घर' अशी कथा तो जरूर लिहू शकेल.

चिटणीस कुटुंबाचा हा एक दिवसाचा लेखकाच्या प्रतिभानामक कॅमेऱ्यातून टिपलेला ग्रुपी- म्हणजे फॅमिली सेल्फी!

* * *

दिवाणखान्यात सागर अस्वस्थपणे टीव्ही पाहत आहे. तो रिमोट कंट्रोलनं चॅनल्स सारखे बदलतो आहे. पण बातम्या घ्या आणि गाणी म्हणा किंवा डेलीसोपचा रतीब पाहा- त्यात त्याचं मन क्षणभरही नाहीय. हातात वर्तमानपत्र दुपारपासून धरवत नाहीय. त्यातील अक्षरं धुरकटल्यासारखी चष्म्याचा नंबर बदलल्यामुळे वाटताहेत की डोळ्यांत चुकार पाणी साकाळलंय त्यामुळे, हेच कळेनासं झालं आहे.

प्रमिला देवघरात किती वेळापासून तरी देवापुढे हात जोडून डोळे मिटून बसली आहे. सागर दोन-तीनदा तिथे जाऊन आला, पण तिचं लक्ष नाहीय. त्याची चाहूल लागली असली तरी ती डोळे उघडत नाहीय. तिच्या हातातल्या जपमाळेचे मणी पण सरकत नाहीत, म्हणजे तिच्यानं नामस्मरणही होत नाहीय. फक्त सागरबरोबर दिवाणखान्यात बसून सायंकाळबाबत बोलायचा धीर होत नाही, रुद्ध कंठानं शब्द फुटणार नाहीत म्हणून त्यापासून काही वेळ तरी सुटका करून देण्याचा तिचा प्रयास आहे; हे सागरला कळत होतं. पण त्याचा देवाधर्मावर फारसा विश्वास नसल्यामुळे त्याच्यासाठी मन:शांतीचा तो मार्गही खुला नव्हता. अर्थात प्रमिलालाही देवाजीची करुणा भाकताना ती कितपत मिळतेय, हा प्रश्नच आहे म्हणा!

मघाशीच राजेश कंपनीतून परतला आहे अन् तरंगही स्पार्कलबरोबर बागेत न जाता घरीच थांबली आहे. आल्या-आल्या राजेशनं दिवाणखान्यात बसलेल्या सागरला सांगितलं की, आज रात्री साडेआठला प्रथमेश बोस्टनहून 'स्काईप'द्वारे त्याच्या प्रस्तावाबाबत चर्चा करणार आहे. आणि एवढंच कोरडेपणानं सांगून तो आपल्या बेडरूममध्ये निघून गेला.

जेमतेम पाऊण तास उरला आहे साडेआठ वाजायला. आतापासूनच सागरच्या छातीत धडधडल्यासारखं होतंय... त्याला व प्रमिलेला राजेशनं मागच्या आठवड्यात अल्टिमेटम दिला आहे व तो प्रथमेशशी दोन-तीनदा बोलला पण आहे. सागरला प्रथमेश आपल्या बाजूनं राहील असा यत्किंचितही भरवसा ठेवावासा वाटला, तरी ठेवता येत नव्हता! कारण बोस्टनला गेल्यानंतर तो आई-वडिलांप्रति एकदम अलिप्त व परका होऊन गेला होता. गेल्या सात वर्षांत तो बायको व दोन गोंडस मुलांना घेऊन भारतात एकदाही आला नव्हता, की त्यांना तिकडं महिना-दोन महिन्यांसाठी एकदाही बोलावून घ्यावंसं वाटलं नव्हतं. अपवाद फक्त मुलाच्या वेळी सुनेचं बाळंतपण करण्यासाठी प्रथमेशनं हक्कानं प्रमिलेला एकटीला बोलावून घेतलं होतं. चार महिन्यांनी प्रमिला परतली ती गंभीर व उदास चेहरा घेऊन. रात्री एकांती सागरच्या गळी पडून हमसून-हमसून रडत ती म्हणाली होती, 'मला त्यानं बोलावलं तेव्हा मी केवढी हरखून गेले होते, आजी होणार! या आनंदात तुम्हाला माझ्याबरोबर या का म्हटलं नाही हेही मनाचा खट्टूपणा विसरून उत्साहानं गेले होते. सागर, त्याला आई नको होती, एक कामवाली बाई हवी होती... चार महिने तो रोल मी केला व परतले... परत तो मला व तुम्हाला बोलवेल प्रेमानं, हे मला शक्य वाटत नाही. आपण थोरल्या मुलाला मनानं गमावून बसलो आहोत याची लख्ख जाणीव मला तिथं असतानाच झाली आहे...!''

प्रमिला देवघरातून बाहेर आली. तिच्या चेहऱ्यावरची साशंकता अन् लवकरच काही तरी अनमोल असं गमावणार आहोत याची भीती सागरला जाणवत होती. देवापुढे बसून ती संभाव्य आघाताला तोंड देण्यासाठी जणू शक्ती मागत होती.

पण देव नाही, मलाच ती शक्ती व आधार प्रमिलेला दिला पाहिजे. सागरच्या मनात विचारतरंग उमटला होता. पण आपल्यात तरी ते बळं आहे का?

चिटणीसांच्या घरातल्या अँटिक असणाऱ्या पेंड्युलमच्या जुन्या पण अचूक चालणाऱ्या घड्याळात साडेआठचा एक अर्धा टोल दिला आणि सागर दचकून भानावर आला. बाजूला बसलेल्या प्रमिलेचा हात त्यानं नि:शब्दपणे हलकेच दाबला. ती विमनस्क हसली. त्यानं मग रिमोट कंट्रोलनं टीव्ही बंद केला

आणि समोर चंदनाचा हार घातलेल्या आपल्या वडिलांच्या तसबिरीकडे पाहत मनोमन कामना केली, 'बाप्पा, मला धीर द्या. मोठ्यातल्या मोठ्या संकटात पण विचलित न होणारं तुमचं सिंहाचं काळीज द्या... त्याची मला फार गरज आहे. कारण प्रमिलेला माझ्याविना कोणी असणार नाही हो आजच्यानंतर आधार द्यायला...!''

त्याच वेळी हातात लॅपटॉप घेऊन राजेश तरंगसह त्यांच्या बेडरूमधून बाहेर आला. ''बाबा, स्काईपवर प्रथमेश व चंचलावहिनी आले आहोत...'' आणि त्यानं समोरच्या रायटिंग टेबलावर लॅपटॉप ठेवला. सागर व प्रमिला समोर स्क्रीनकडे पाहू लागले.

किती दिवसांनी प्रथमेश-चंचलेचा चेहरा नजरेस पडला होता. प्रमिलेनं मनात हिशोब लावला- साडेपाच महिने! तिनं मग एकदम उचंबळून येत स्पीकरवर प्रथमेशला म्हटलं,

''चर्चा सुरू होण्यापूर्वी जरा दोन्ही नातवांना आण ना... त्यांना क्षणभर तरी पाहू दे, आम्हा दोघां म्हाताऱ्यांना!''

''आई, अगं, आज सुटी नाहीय. मी खास रजा घेऊन घरी थांबलोय आणि इकडं आता दिवस सुरू झालाय. दोघेही स्कूलला गेलेत.''

''असं म्हणतोस... ठीक आहे पोरा. पण एकदा त्यांना भेटव ना...''

''एक अडचण आहे आई... त्यांना मराठी अजिबात येत नाही आणि तुला त्यांचं अमेरिकन ॲक्सेंटचं इंग्रजी तितकंसं कळत नाही.''

''न कळू दे प्रथमेश. त्यांना पाहता तरी येईल डोळे भरून आणि त्यांचं थोडं-थोडं कळणारं इंग्रजी पण कानात साठवून ठेवीन...!''

सागर स्काईपकडे न पाहता प्रमिलेकडे पाहत आहे... तिच्या चेहऱ्यावरची नातवंडं नजरेस पडणार नाहीत म्हणून होणारी दारुण निराशा त्याला पाहवत नाहीय. तो शांतपणे काही न बोलता तिचा हात दाबून 'पुरे' असा इशारा करतो.

राजेश पण अस्वस्थ आहे, त्यापेक्षा अधिक अधीर झाला आहे. तो मधेच म्हणतो, ''आई, दादाला सुट्टी असली तरी कुठे तरी अर्जंट जायचं आहे. तेव्हा कामाचं बोलू या...''

समोर स्काईपमधून प्रथमेशच्या चेहऱ्यावरचं मंद हास्य पाहताच सागरला कळून चुकलं होतं की, दोन्ही भावांनी आधीच आपसांत बोलून निर्णय घेतला

आहे; फक्त तो जाहीर करत त्याच्या व प्रमिलाकडून त्यावर शिक्कामोर्तब करून घ्यायचं आहे.

आता सारं संपलंच आहे, तर आपणच का नाही आपला निर्णय सांगावा?

''तुम्ही दोघे बोलण्यापूर्वीच मी माझा निर्णय सांगतो-'' सागर क्षणभर विचार करत, आत दाटून आलेले कढ आवरीत आवाजावर नियंत्रण मिळवीत म्हणाला.

''तुमच्या आईला अजूनही वेडी आशा वाटतेय, पण खुळी-भाबडी आहे ती. तिच्या रुदनाकडे किंवा मुक्त आक्रंदनाकडे लक्ष देऊ नका. तेवढे तुम्ही कठोर... सॉरी, मला प्रॅक्टिकल म्हणायचं होतं- तसे प्रॅक्टिकल आहात. जस्ट इग्नोर हर... अँड डोंट थिंक अबाऊट अस... आमचं आता असं किती आयुष्य उरलं आहे... नाही का तरंग, चंचला?''

सागरच्या स्वरात त्याच्या नकळत उपहास आणि अपरिहार्य असहायतेची छटा मिसळत गेली होती. त्याची धग राजेशला जाणवली आणि त्याच्या मस्तकात संतापाची धग धुमसू लागली. पण त्यानं स्वत:ला सावरलं. आपला बाप आपण काही न बोलता निर्णय घेतोय तर थोडं नमतं घ्यावं, असा विचार करून तो चूप होता. मात्र तरंगला ते चांगलंच झोंबलं होतं. ती एकदम आक्रमक सुरात म्हणाली,

''तुम्ही बाबा, आम्हा सुनांना मध्ये घेऊ नका. जे काय ठरवायचं आहे ते तुम्ही व तुमची दोन पोरं मिळून ठरवा...''

सागरला तिच्या प्रतिक्रियेचं नवल नाही वाटलं. कारण सारं करून-सवरून नामानिराळं राहण्याची तिची जुनी सवय होती आणि तिचा मोहरा होता राजेश. तो तिचं आक्रमक सौंदर्य आणि धोरणी स्वभावाच्या पूर्ण आहारी गेला आहे, असं सागरचं मत झालं होतं आणि प्रमिलाही त्याच्याशी सहमत होती.

आजच्या प्रथमेशसह घडवून आणलेल्या मीटिंगमागे तरंग असणार, हे सागरला कोणी सांगायची गरज नव्हती. इतर वेळी ती व चंचला एकमेकींचा दु:स्वास करतात, पण आज त्या दोघी आपापल्या नवऱ्यांना काहीएक निर्णय घेण्यासाठी जाणून एकदिलानं साह्य करीत होत्या...

''तुझं बरोबर आहे सूनबाई. ज्यांना आम्ही जन्म दिला, त्या सुपुत्रांना मी शेवटचा सवाल विचारायला हवा होता... थोडं चुकलंच माझं. पण जाऊ दे, त्या

प्रश्नाचं उत्तर मला आता या क्षणी नकोय.'' सागर म्हणाला, ''त्यावर उगीच चर्चा नको., कटुता नको. मी सरळ निर्णयच सांगतो...!''

''आमचं ऐकून न घेता?'' राजेशनं विचारलं तसं मधे पडत प्रमिला उद्वेगानं म्हणाली, ''ते का माहीत नाही? मागच्या महिन्यात तुम्ही दोघांनी ह्यांच्याशी घातलेला वाद मी विसरले नाही... त्यामुळे तुमचं वागणं माहीत आहे राजेश.'' मग ती नवऱ्याकडे वळत म्हणाली, ''तुम्ही बोला, तुम्ही जो निर्णय घ्याल त्याला मी ना नाही म्हणणार... पण एकच सांगते- ताट द्या, पण बसलेला पाट देऊ नका...''

''एवढे काही आम्ही कद्रू व हलके नाहीत आईऽ'' पुन्हा तरंग फणकाऱ्यानं म्हणाली. तिकडून स्काईपद्वारे चंचलाची पण त्याला पुष्टी आली.

''ठीक, ठीक.'' सागर म्हणाला. ''माझा निर्णय ऐका आता. गावाकडची बारा एकर जमीन व पडीक वाडा ही वडिलोपार्जित इस्टेट आहे चिटणीसांची. माझ्या वडिलांनी- बाप्पांनी शपथ घातलीय म्हणून तिची तुम्ही मागितलेली वाटणी मला मंजूर नाही. माझ्या माघारी तुम्हांला काय करायचं ते करा...'

''म्हणजे... म्हणजे...''

''थांब राजेश, माझं बोलणं संपलं नाहीय आणि पूर्ण निर्णयही सांगून झालेला नाहीय.'' सागर त्याला हातानं इशारा करत म्हणाला.

''मी नोकरीत सचोटीनं वागून आणि काटकसरीनं पैसा वाचवून दूरदृष्टीनं बरीच इस्टेट बनवली आहे. हा राहता बंगला आम्ही गेल्यावर तुम्हा दोघांच्या नावे केला आहे, तर मुंबईचे दोन फ्लॅट्स तुम्हा दोघांना प्रत्येकी एक देत आहोत. विमा, म्युच्युअल फंड, रोख रक्कम व दागिने साऱ्यांची दोघांत समान वाटणी करून ती मी आजच तुम्हाला देतोय... आणि राजेश, तुला इथं वेगळं राहायचं आहे म्हणून हा बंगला बँकेला रिव्हर्स मॉर्डगेज करून देऊन दरमहा मिळणाऱ्या रकमेच्या हप्त्यातून तुम्ही तुम्हाला हवा असलेला बंगला घ्या आणि सुखात रहा!''

राजेश व तरंगचा आपल्या कानांवर विश्वास बसत नव्हता. त्यांनी अपेक्षिलं होतं त्यापेक्षा त्यांना सागरनं जास्त देऊ केलं होतं. प्रथमेश व चंचला पण त्यांच्या निर्णयानं चकित झाले होते.

''बाबा... तुम्ही खरंच ग्रेट आहात. आय ॲम सो प्राऊड ऑफ यू...!''

राजेश आपल्या मनातला अपराधी भाव लपवत काहीसा भावनावश होत म्हणाला. त्यावर सागर उदास हसला.

तरंगला सागरच्या निर्णयानं झालेला आनंद लपवता येत नव्हता. फार दिवसांपासून ते तिचं राजा-राणीच्या संसाराचं स्वप्न आज साकार होत होतं. पण तिच्या वडिलांनी तिला लग्नाच्या वेळी बजावलं होतं, 'चिटणीस म्हणजे देवमाणसं आहेत. खबरदार, जर वेगळं होण्याची गोष्ट केलीस तर... मी ते होऊ देणार नाही.''

तसं तिला या घरी कसलंही बंधन नव्हतं. पुन्हा प्रमिला बाहेर कामाला जाणारी होती. तरंगला जसा व्यवसाय-नोकरीचा तिटकारा होता, तसाच घरकामाचा पण. आरामात उठावं, फिगर राखण्यासाठी जीम-स्पा करावा... मग दुपारी मैत्रिणींबरोबर किटी पार्टी किंवा गॉसिपिंग करावं... सायंकाळी छान सजून, नट्टापट्टा करून नवऱ्याबरोबर, कधी क्लबला, कधी पार्टीला तर कधी नाटक-सिनेमाला जावं, आठवड्यातून दोनदा तरी उंची हॉटेलात डिनर... वीकएंडला न चुकता शॉपिंग. दर चार-सहा महिन्यांनी देशात वा बाहेर प्रवास... तृप्त, ताणरहित सुखासीन आयुष्य तिला हवं होतं, ते चिटणीसांच्या घरी तिला मिळालं होतं.

तरीही एका छताखाली सासू-सासऱ्यांबरोबर राहणं तरंगला पसंत नव्हतं. प्रमिलाच्या साध्या चौकश्या, बोलणं किंवा घराचे कुळाचार पाळण्याबाबत सांगणं म्हणजेही सासुरवास वाटत होता. तिला आपल्याभोवती केंद्रित होणारं घर हवं होतं. ते मात्र इथं सासरी नव्हतं. कारण घरात सागर कुटुंबप्रमुख होता, तर प्रमिला कर्तीधर्ती होती.

तिच्यासमोर तरंगला आपलं काहीच काम न करणं खुपायचं. कमीपणा आणतंय असं वाटायचं. प्रमिलेनं तिला 'तुझ्या शिक्षणाचा उपयोग करून काही कर' असं प्रेमळपणानं सुचवलं होतं. पण तिला मुळातच कामाची नावड. मौजमजा हाच तिचा स्थायिभाव होता. ते काही दिवसांतच प्रमिलेच्या लक्षात आलं होतं. पण स्वत:ची समजूत घालत ती म्हणायची, 'जाऊ दे, असतो एकेकाचा स्वभाव घरातच रमण्याचा. मग राजेशला सुखात ठेवते ना, बस्स...!'

प्रमिलेनं घराच्या साऱ्या किल्ल्या तरंगच्या हवाली केल्या होत्या. सागरची पेन्शन, व सेवानिवृत्तीच्या गुंतवलेल्या रकमेचं व्याज व तिचा पगार एकत्र ठेवला जायचा. त्याचेही सारे अधिकार दोघांनी तरंगला दिले होते. गौरीपूजनाच्या वेळी

प्रमिलानं आपले सारे दागिने दिले ते तरंगने परत दिले नाहीत, की प्रमिलेनं परत मागितले नाहीत.

त्यामुळे तरंगचा वेगळं राहण्याचा आग्रह राजेशला कळत नव्हता. तो म्हणायचा, ''काय गरज आहे वेगळं राहण्याची? दोन मजली बंगला आहे. वरचा मजला पूर्णपणे आपला आहे. पुन्हा आई तुला सासुरवास करायला घरी असतेच कुठे? तुला तर पूर्ण स्वातंत्र्य आहे!''

पण वेगळं राहायचं तरंगच्या मनात खोलवर रुतलेलं होतं. त्यासाठी तिला तिच्या आईची साथ व प्रोत्साहन होतं. पुन्हा तिच्या बहुतेक मैत्रिणी स्वतंत्र राहणाऱ्या... मग आपणच का सासू-सासऱ्यांबरोबर राहायचं?

राजेशला पटवण्यासाठी तिनं आपलं आक्रमक सौंदर्य आणि अबोल अस्त्राचा प्रयोग करत त्याला पुरता नामोहरम करत आपल्या अंकित केलं. आईच्या मदतीनं एक रो हाऊस बुक केलं आणि राजेशच्या मागे लागून त्याच्या मनात वाटणी मागण्याचं ठसवलं. स्काईपवर चंचलाशी बोलून तिचीही संमती मिळवली. प्रथमेशला ते मान्यच होतं.

आणि आज सासरे रो हाऊससाठी एकरकमी पैसे देत होते अन् वेगळं राहायला त्याद्वारे संमती देत होते. ते वाटणी व वेगळं होण्याला विरोध करतील, हा तिचा अंदाज चुकला होता.

त्यामुळे ती पुढे होत, स्वरात मार्दव आणत म्हणाली, ''बाबा, तुम्हाला दुखवून मला-राजेशला वेगळं व्हायचं नाहीय. तेव्हा...''

''नको पोरी. मला तुझं स्वतंत्र राजा-राणीच्या संसाराचं स्वप्न माहीत आहे!'' सागर परखडपणे म्हणाला.'मी विचार करूनच निर्णय घेतला आहे. तो घेणं सोपं नव्हतं. अजूनही छाती धडधडतेय... पण जुलमाच्या रामरामाला काय अर्थ आहे? घरी राहून नात- स्पार्कल आमच्या वाट्याला येत नसेल, तर एकत्र राहण्याला काय अर्थ आहे?''

''आम्हां दोघांचं एक स्वप्न होतं... म्हणजे अजूनही आहे-'' प्रमिला एकदम भावनाविवश होत स्वप्नाळू स्वरात म्हणाली, ''हे घर भरलेलं असावं. दोन्ही मुलं, दोन्ही सुना व नातवंडं एकत्र राहावीत म्हणून ह्यांनी हा बंगला आपलं इंजिनिअरिंगचं कौशल्य पणाला लावून किती छान व मोठा-प्रशस्त बांधला. पण प्रथमेश भुर्रकन उडून परदेशी गेला लग्नानंतर एका वर्षानी... आता तुम्ही जाणार

आहात! तुम्हाला रोखण्याचं सामर्थ्य या दुबळ्या आईच्या ममतेत नाहीय... तुम्ही गेल्यावर हे घर आम्हाला खायला उठणार, हे नक्की... बस्स, देवाला एकच मागणं आहे, आता फार आयुष्य नको...''

सारं वातावरण गंभीर झालं होतं. स्तब्ध झालं होतं.

स्काईपवरून प्रथमेशचा आवाज आला, ''बाबा, तुमचा निर्णय आम्हाला मान्य आहे. माझ्या वाट्याचा फ्लॅट राजेशनं विकून त्याचे व माझ्या वाटणीचे रोख पैसे मला लवकर पाठवा. मलाही स्विमिंग पूलसह दोन एकराचा एक बंगला विकत घ्यायचा आहे....''

''मी मनापासून तथास्तु म्हणतो. तुझ्या बंगल्यासाठी व राजेशच्या रो हाऊससाठी-'' सागर.

''ठीक आहे बाबा. आता स्काईप बंद करतो. मला गेलं पाहिजे. एक अर्जंट काम आहे...'' प्रथमेश किंचित उठत म्हणाला.

''काही वेळ थांब... प्लीजऽ'' सागर म्हणाला. तसा प्रथमेश काहीशी चुळबुळ करत थांबला.

''आता शेवटचं एक सांगतो. तुम्ही दोघे भाऊ एकमेकांच्या संपर्कात राहा. प्रथमेश, आम्हाला जरी नाही, तरी भाऊ-भावजयीला तिकडं चार-दोन वर्षांनी बोलवत जा. राजेश, तूही त्याला आग्रहाने भारतात बोलव. काही झालं तरी तुमचं रक्ताचं नातं आहे, ते विसरू नका. आणि मुख्य म्हणजे आमची काळजी, चिंता करू नका. आम्ही शांतपणे, एकाकी-एकमेकांना साथ देत जोवर प्राण आहेत तोवर जगू... आणि एके दिवशी जगाचा निरोप घेऊ. आम्ही देहदानाचा संकल्प केला आहे, त्यामुळे तुमच्यावर अंत्यसंस्काराची व त्यासाठी वेळ खर्चायची वेळ येणार नाही. प्रथमेश, राजेश- देव तुमचं भलं करो.''

प्रमिलेला पुन्हा हुंदका फुटला. तिचे खांदे थोपटीत सागर म्हणाला, ''आता प्लीज रडू नकोस. त्यासाठी रात्र आहे.'' मग तो राजेशकडे वळत म्हणाला,

''राजेश, आपला एक ग्रुप सेल्फी-ग्रुफी काढ ना. आपल्यामध्ये स्पाईपवरून प्रथमेश-चंचला दिसतील याची दक्षता घे. प्रथमेश, नातवंडांचा फोटो हातात धर आणि तरंग, स्पार्कल झोपली असली तरी उठवून आण... पूर्ण चिटणीस कुटुंबाचा ग्रुपी सेल्फी मला हवा आहे, आमच्या उर्वरित आयुष्यासाठी...!''

*

'काय महाराजा, काय हे भलतंच? असं म्हणू नका. आणि आश्चर्य काय करताय? बदलते भारत की नयी उभरती तसबीर- अशी सरकारी जाहिरात आठवते ना? तिचं एक प्रतीक आहे ही चिटणीस फॅमिलीची ग्रुफी... ग्रुप सेल्फी... विठ्ठलऽ विठ्ठलऽऽ...!''

'सेल्फी' पोर्ट्रेट - चार
मृत मातेबरोबरचा प्रौढ मुलाची सेल्फी

प्रभाकर हा शहरातला प्रसिद्ध 'ई.एन.टी.' डॉक्टर आहे, पण त्याची त्याहीपेक्षा जास्त ठळक प्रतिमा आहे- समाजसेवकाची, कार्यकर्त्याची. शहर सुधारणा समिती म्हणू नका, आरोग्यसेना म्हणून नका, आठमाही पाणी वाटप परिषद, बेटी बचाव व बचपन बचाव अभियान... साऱ्याच ठिकाणी प्रभाकर सक्रिय आहे. थोडीथोडकी नाही, तब्बल तीस वर्षे- तीन दशके.

त्याचं स्वप्न आहे, मिशन आहे - माणूस घडवण्याचे. संस्कारित करण्याचे. हा समाज आपल्यापरीनं थोडा अधिक समान, थोडा अधिक उदार, संस्कारित करण्याचे.

पण हल्ली त्याला एक नैराश्य जाणवत आहे. आपण आजवर जे थोडंफार समाजपरिवर्तनाचं काम केलं नेकीनं, नि:स्वार्थपणे, प्रसंगी पदराला खार लावून; ते पालथ्या घागरीवर ओतलं जाणारं पाणीच ठरलं. घागर काकणभरही भरली नाही. ज्यांचे विचार प्रभाकर आदर्श मानायचा, त्या कुरुंदकर गुरुजींच्या 'हा भारतीय समाज अजगरासारखा सुस्त व चलनहीन आहे. प्रत्येक काळात, प्रत्येक शतकात समाजसुधारकांनी, क्रांतदर्शी नेत्यांनी सुधारणेचा डोस द्यायचा प्रयत्न केला; तेव्हा या समाजरूपी पुरुषानं थोडीबहुत हालचाल केली, पण मग त्यांनाही फस्त करून, पचवून पुन्हा तो कुंभकर्णी झोपेत रममाण झाला...' या त्याला तरुणपणी न पटणाऱ्या मताशी सहमत व्हावं लागत होतं. त्यामुळेच त्याला नैराश्यानं ग्रासलं होतं!

कारण एक नव्हतं. प्रसंग एक नव्हता. अनेक कारणांनी व नानाविध पाहिलेल्या प्रसंगांनी प्रभाकरला तसं हळूहळू वाटायला पण लागलं होतं. त्याच्या कामात आता थोडी शिथिलता येऊ लागली होती. प्रॅक्टीस सुरू केल्याच्या

दिवसापासून दर शनिवार-रविवारी तो दौरे, भाषणं, मीटिंगा व चर्चासत्रांसाठी द्यायचा. तर दररोज रात्री दवाखान्यात सात वाजता अपॉइंटमेंट दिलेला शेवटचा पेशंट तपासून झाला की, त्याच्या दवाखान्याचं 'परिवर्तन' संस्थेच्या कार्यालयात रूपांतर व्हायचं. त्याचे सहकारी, संघटनेचे कार्यकर्ते जमा व्हायचे. चर्चा, वादविवाद, नव्या कामाची आखणी असं मध्यरात्रीपर्यंत चालू राहायचं.

पण मागील सहा महिन्यांपूर्वी एका शनिवार-रविवारी त्याला एवढं नैराश्य दाटून आलं की, 'बरं नाही, बाहेर जातोय' असा निरोप ठेवून एका मित्राच्या शेतातील कृषी पर्यटन केंद्रात एकटाच जाऊन राहिला होता. काही न करता शांत, पण अस्वस्थ असा तो दोनही दिवस व रात्री कॉटेजमध्ये एकटा पडून होता. मग हे अनेकदा घडू लागलं होतं.

त्यामुळे एकदा त्याच्या सहकारी मित्रानं न राहवून काळजीपोटी विचारलं, तेव्हा त्यालाही सांगितल्यावाचून राहवलं नाही. प्रभाकर म्हणाला होता,

''मित्रा, काय व कसं सांगू, हेच कळत नाही. पण तुझ्याविना सांगणार तरी कुणाला? मी हल्ली नैराश्यानं मधूनमधून पछाडला जातोय, हे तुम्हाला एव्हाना ठाऊक झालं आहेच. पण त्याचं एक असं कारण सांगता येणार नाही. पण उंटाच्या शेपटीवर शेवटची काडी पडावी तसा तो प्रसंग मी अनुभवला आणि त्या दिवशी मी निराश मूडमध्ये गेलो. मग तो शनिवार-रविवार सगळ्या जगापासून व मित्रांपासून दूर कृषी पर्यंटन केंद्रावर जाऊन राहिलो. तो प्रसंग असा होता.

आपण गेली तीन वर्षे वृद्धाश्रम चालवतो. तिथे गेल्यावर्षी एक बडा क्लास वन अधिकारी आपल्या आईला भरती करून गेला. तेही तिच्या माहेरच्या आडनावानं. अधीक्षकाला सांगितलं की- ही माझी आई आहे, हे कुणाला सांगायचं नाही. नंतर मला जेव्हा हे कळलं, तेव्हा मी चकित तर झालोच, पण त्यापेक्षा जास्त हादरून गेलो होतो.

हा अधिकारी अत्यंत गरिबीतून वर आलेला. बहात्तरच्या दुष्काळात रोजगार हमीवर काम करत, कॉलेजच्या फीचे पैसे जमवून शिक्षण घेतलं आणि जिद्दीनं, रात्रंदिवस अभ्यास करून स्पर्धा परीक्षा दिली. राखीव जागेतून त्याला थेट क्लास वनचं पद मिळालं. पण जेव्हा त्याला पदोन्नती मिळाली आणि विभागीय सर्वोच्च पद मिळालं, तोवर त्याचं जग बदललं होतं. उच्चभ्रू हाय सोसायटीला साजेसं झालं होतं. कारण चिक्कार पैसा कमालीच्या भ्रष्टाचारामुळे हाती

खुळखुळत होता. एका निवडणुकीत एका नेत्यानं भाषण करताना उच्चारलेलं वाक्य त्याच्यासाठी तत्त्वज्ञान बनलं होतं. 'माना की पैसा भगवान नहीं है, लेकिन भगवान से कम भी तो नहीं...' या लक्ष्मीदेवतेच्या उबेत त्याला त्याच्या हायफाय वातावरणात ग्रामीण मागास जातीची मातृदेवता खुपू लागली आणि तिची आपल्या वृद्धाश्रमात रवानगी झाली.

पुन्हा इथेच हा अधिकारी कार्यरत असून, चुकूनही आईला भेटायला येत नसे. ती माऊली दररोज चातकासारखी 'आज येईल-उद्या येईल, सोबत नातवाला आणेल' या प्रतीक्षेत तडफडायची. रात्रभर न झोपता टिपं गाळायचं. काही महिन्यांनी त्याची दुसऱ्या ठिकाणी बदली झाली अन् वृद्धाश्रमात आईच्या राहण्या-जेवण्याचे व शुश्रूषेचे मासिक शुल्कही पाठवणं त्यानं बंद केलं.

मी त्याला अनेकवार फोन केला, पण प्रत्येक वेळी त्याचा पीए उत्तर द्यायचा, 'साहेब मीटिंगमध्ये आहेत. मी त्यांना निरोप देतो. ते फोन करतील मोकळे झाले की.' पण परत त्यांचा जबाबी फोन यायचा नाही. ते माझा मोबाईल कट करायचे. इतरांच्या फोनवरून बोलताना, 'हॅलो, मी प्रभाकर' असं म्हणताच फोन कट केला जायचा. पुन्हा एक तर तो स्विचऑफ मिळायचा किंवा 'इस वक्त वो कोई भी कॉल नहीं लेते है' असा रेकॉर्डेड मेसेज यायचा. मग मी नाद सोडून दिला.

त्याचमुळे की काय, माझ्या प्रत्येक साप्ताहिक भेटीत मी त्या माऊलीजवळ दहा-पंधरा मिनिटे बसून बोलायचो. तिला बरं वाटायचं. ती आपल्या खरखरीत हातांनी माझ्या गालावरून हात फिरवत बोटे मोडत मनापासून दुवा द्यायची. तिच्यात मला दिवंगत झालेली माझी आई दिसायची.

काही महिन्यांनी ही माऊली आजारी पडली. मी तिला उत्तम दवाखान्यात भरती करून होईल तेवढी ट्रीटमेंट दिली. तिच्या त्या अधिकारी मुलाला मी एसएमएस करून तिच्या प्रकृतीबद्दल दररोज कळवत होतो. पण मित्रा, काय सांगू... त्याचा एकदाही त्या तीन आठवड्यांत- जेव्हा ती माऊली दवाखान्यात मरणाशी झुंजत होती, तेव्हा- फोन आला नाही की साधा एसएमएसही. अखेरीस एके दिवशी पहाटे-पहाटे तिनं मुला-नातवंडाच्या प्रतीक्षेत निराश होत अखेरचा श्वास घेतला.

हा मेसेज मिळताच चार तासांत तो वृद्धाश्रमात आला अन् मृत मातेचं त्यानं माझ्यासमक्ष टाहो फोडत, अश्रू पुसत दर्शन घेतलं. नंतर कार्यालयात

आल्यावर म्हणाला, ''आईच्या हातात अंगठी व चार पाटल्या होत्या, त्या प्रेतावर दिसल्या नाहीत?''

''त्या आमच्या कर्मचाऱ्यांनी काढून ठेवल्या असतील. मी चौकशी करतो.'' असं म्हणत मी अधिक्षकाला बोलावलं. तिनं उत्तर दिलं की, त्या माऊलीच्या पाटल्या व बांगड्या लॉकरमध्ये सुरक्षित ठेवल्या आहेत. तो मग आमच्याबरोबर बँकेत आला व लॉकर उघडून पाहिलं. त्या पाटल्या-बांगड्यांबरोबर नोटराईज केलेलं तिचं एक पानी मृत्युपत्र होतं. त्यात तिनं लिहिलं होतं की, 'हे माझं स्त्रीधन आहे, ते माझ्या माघारी वृद्धाश्रमाला मिळावं. ते दागिने मोडून आलेल्या पैशातून निराधार वृद्धांना विनामूल्य प्रवेश द्यावा.'

त्या अधिकाऱ्यानं त्याच्या आईच्या मृत्यूचं काय आकांडतांडव केलं म्हणून सांगू मित्रा... ते मृत्युपत्र अधिकृत होतं व त्यावर अधीक्षकेबरोबर शहरातील नामवंत समाजसेवक अप्पासाहेबांची स्वाक्षरी होती. त्यामुळे त्याला अखेरीस माघार घ्यावी लागली.

तो आमच्याबरोबर परत वृद्धाश्रमात आला. आम्ही त्याला विचारलं, ''तुम्ही पार्थिव घेऊन जाणार का अंत्यसंस्कारासाठी?'' तेव्हा तो म्हणाला, ''नाही. इथेच करा तुम्ही शेवटचे विधी. नाही तरी दहा तोळे सोनं वृद्धाश्रमाला मिळालं आहेच, त्यामुळे हा खर्चही तुम्हीच करा...!''

त्याचं ते थंड स्वरातलं उघडंवागडं प्रॅक्टिकल बोलणं मला समूळ हादरवून गेलं होतं. पण मी गप्प राहिलो, कारण काही बोलून फायदा नव्हता मित्रा!

जाताना तो माऊलीच्या पार्थिवाजवळ गेला. चेहऱ्यावरचं वस्त्र बाजूला सारलं. तिला वाकून मिठी मारल्यासारखं करत, डोळ्यांत हुकमी पाणी आणलं. मग त्यानं आपले केस विस्कटले आणि खिशातून मोबाईल काढून मृत मातेबरोबर आपली सेल्फी घेतली. वर निर्लज्जासारखं मला दाखवत म्हणाला, ''पहा डॉक्टर, माझ्या आईचा चेहरा मरतेवेळी किती प्रसन्नचित्त होता!''

मला त्या माऊलीच्या निर्जीव चेहऱ्यावर निराशा व मुलाची शेवटपर्यंत पाहिलेली अखंड प्रतीक्षा जाणवत होती. कारण पहाटे मरताना मी तिच्याजवळ होतो. प्राण सोडण्यापूर्वी काही क्षण माझा हात तिनं घट्ट धरून ठेवला होता. डोळ्यांतून घळघळा पाणी वाहत होतं. ''डागदरा, मला नातवाला एकवार पाहायचं होतं रे! आणि नालायक असला तरी जनम दिला असल्यानं आसं वंगाळ वागून

बी माया सरत नाय म्हनून पोराला बी... पन जाऊ दे... तू जवळ हायसा. म्या आता सुकानं प्राण सोडते!''

त्यानं ई-मेलनं मला पाठवलेली ती सेल्फी मी अजूनही डिलिट केली नाहीय. ती सेल्फी पाहिली की नैराश्याचा झटका येतो आणि मी मरगळून जातो...

प्रभाकरचं ते खोल शोकसंतप्त आवाजातलं कथन संपलं होतं. त्याचा हात हाती घेत त्याचा मित्र तो शांतपणे कुरवाळत राहिला. नि:शब्द दिलासा देण्याचा निष्फळ प्रयत्न होता तो. मग तो धीर देत प्रभाकरला म्हणाला,

''आपण हे लष्कराच्या भाकऱ्या भाजण्याचं- म्हणजे समाजसेवेचं व्रत घेताना काय विचार केला होता? आठवतंय?''

''होय. मी तेव्हा म्हणालो होतो की- घेतले व्रत न हे अंधतेने....!''

''त्या कवनात पुढे एक ओळ अशीही आहे - बुद्ध्याची धरले वाण हे सतीचे....!'' मित्र म्हणाला, ''गीतेच्या कर्मयोगाचं आचरण हेच आपण हाडाच्या अस्सल कार्यकर्त्याचं लक्षण असतं. माणसं अशी का वागतात, हा प्रश्न दुय्यम आहे. अशा माणसासह समाज व देश आपणास बदलायचा आहे, घडवायचा आहे. भले तो काय आपल्या जीवनकाळात मुंगीभरही पुढे जाणार नाही, त्याला अनेक पिढ्या लागतील. पण कुणी तरी सुरुवात केली पाहिजे, कुणी तरी ते काम पुढे नेलं पाहिजे... तेच आपल्या हाती असतं- बस्स...!''

''खरंय मित्रा, त्या स्वार्थी माणसाचा विचार करून का निराश होऊ मी? मला त्या माऊलीसारख्या, आधाराची गरज असणाऱ्या माणसांकडे पाहून त्यांच्यासाठी काम केलं पाहिजे.'' प्रभाकर मंद हसत म्हणाला. तो नैराश्यातून बाहेर आल्याचं ते शुभचिन्ह होतं!

''लोकमान्यांप्रमाणे 'पुनश्च हरिओम्!' करत कामामध्ये स्वत:ला झोकून दिलं पाहिजे. आय प्रॉमिस यू मित्रा, या शनिवार-रविवारी कामाचं मी चुकवणार नाही.''

उपसंहार

लेखकाला सकाळीच निर्मात्याचा फोन आला.

''सर, तुमची ट्रीटमेंट रात्रभर तीन-चारदा तरी वाचली. काय भयंकर पण निघृण लिहिलंय... पण सॉरी... मी ही तुमची फिल्म नाही करू शकणार...''

''पण बजेट फार कमी लागणार आहे. डिजिटल कॅमेऱ्यावरून मी शूट करणार आहे.''

''प्रश्न पैशांचा नाहीय सर...''

''मग?''

''कसं सांगू सर तुम्हाला... पण सांगतोच. यातला पहिला व तिसरा 'सेल्फी' पोर्ट्रेट माझ्या घरातच- माझ्या जीवनात घडलेला आहे.... मला ते भोगलेलं पुन्हा पडद्यावर आणायचं नाही. म्हणून पुन्हा एकदा सॉरी...''

–०–०–०–

२.

अडनिड्या वयातलं पिसाटपण

''असं का केलंस तू हनी?''

हिमानीचं कॉन्व्हेंट स्कूल ते घर हे अंतर कारनं जेमतेम वीसेक मिनिटांचं, पण आज वाटेवरचा एक अपघात अन् दुरुस्तीसाठी एका चौकात रस्ता खोदला असल्यामुळे त्याच्या दुप्पट वेळ लागत होता. त्यामुळे हिमानीच्या शाळेमधील वर्तनानं स्तंभित व त्याहीपेक्षा जास्त अपमानित झालेल्या शिवानीला कार ड्राइव्ह करताना एक-एक क्षण प्रदीर्घ व असह्य वाटत होता. आणि हुप्प चेहरा करून बसलेली हिमानी तिनं कळवळून विचारलेल्या त्या प्रश्नाचं काही उत्तर देत नव्हती. शिवानी वेगवेगळ्या मार्गानं तोच प्रश्न तिला अस्वस्थ करीत कार चालवताना पुनः पुन्हा विचारत होती.

''बेटा, मी खरंच नाही ग रागावले. पण तू पाहिलंस ना, त्या हेड मिस्ट्रेस कसं खोचक-खवचट विचारत होत्या! तू असं काही करशील, हे माझ्या स्वप्नातही आलं नव्हतं, त्यामुळे मी भांबावले होते आणि तूही काही बोलत नव्हतीस. कांट यू थिंग दॅट यू नो ॲन एक्स्प्लनेशन युवर ममा? प्लीज टेल मी हनी... तू असा ॲप्लिकेशन केलासच कसा? उद्या-परवा आपल्याला तुझ्या स्कूलला खुलासा करावा लागेलच, म्हणून विचारतेय. प्लीज टेल मी. युवर सायलेन्स इज इनसल्टिंग मी...!''

इतका वेळ तिची नजर टाळणारी व मख्ख चेहरा करून बसलेली हिमानी ताड्कन उतरली,

''माय कमिंग टु धिस वर्ल्ड इज इटसेल्फ इनसल्ट टु मी ममा इनफ्लिक्टेड बाय दॅट मर्सीलेस गॉड... तुझ्या इनसल्टचं काय घेऊन बसलीस ममा?''

...आणि समोर एक कुत्रं आल्यामुळे शिवानीनं करकचून ब्रेक मारला; पण सुदैवानं दोघींनी सीटबेल्ट लावला असल्यामुळे त्या समोर आदळल्या नाहीत. मात्र, मागची एक कार त्यांना तिचा पुरेसा ब्रेक न लागल्यामुळे किंचित धडकली होती. तेव्हा शिवानीनं घाईनं पुन्हा कार सुरू केली आणि पुढच्या चौकात मुख्य रस्त्यावरून तिच्या घरी जाणाऱ्या शांत रस्त्यावर आली, तेव्हा तिला हायसं वाटलं! त्या वेळी तिनं हिमानीचा "मी ड्राइव्ह करू का?" हा प्रश्न टाळला होता. त्यामुळे घराजवळ येण्यापूर्वी हिमानी म्हणाली, "आता हा माझा इनसल्ट नाही?" शिवानी समोर रस्त्यावर पाहत काळजीपूर्वक कार चालवीत म्हणाली, "अजून तू लहान आहेस, लर्निंग लायसेन्स मिळायला. ते- ते इल्लीगल झालं असतं!"

"विराज भय्या पण लायसेन्स नसताना मॅट्रिक होण्यापूर्वी ड्रायव्हिंग शिकला, ते कसं? त्याला कशी सूट तुम्ही दोघांनी दिली?"

हिमानी असं का विचारते याची शिवानीला कल्पना होती, तरीही तिला पुन्हा उत्तर देणं भाग होतं. नाही तर तिला याचाही इनसल्ट वाटला असता. आता तिला चांगलाच मानसिक शिणवटा वाटत होता. तरीही ती आपली हताशता लपवत म्हणाली, "हनी, तो आमच्या अपरोक्ष तुझ्या पपाच्या ड्रायव्हरकडून शिकला. जेव्हा मला हे कळलं, तेव्हा मी त्याला चांगली शिक्षा केली होती, एक दिवस उपाशी ठेवून..."

"मग, मला का नाही अशी शिक्षा केलीस- जेव्हा चोरून कार चालवायचा प्रयत्न केला तेव्हा?"

हिमानीचे सारेच प्रश्न असेच बोचरे व एकाच बाबीकडे प्रत्येक वेळी अंगुलीनिर्देश करणारे असायचे. हाही प्रश्न काही वेगळा नव्हता. त्यामुळे शिवानीनं या प्रश्नाचं उत्तर न देणं पसंत केलं. आता कार प्रशस्त 'हिमानी' नावाच्या बंगल्याच्या पोर्चमध्ये येऊन थांबली होती. कार बंद करून दार लावीत शिवानी हिमानीचा हात धरून दिवाणखान्यात शिरली. हिमानीनं आपलं दप्तर एका कोपऱ्यात फेकून दिलं, पायांतले बूटही कोपऱ्यात शू स्टॅंडकडे भिरकावले अन् सॉक्स न काढता ती कोचावर आडवी झाली. शिवानीनं दप्तर व बूट नीट जागच्या जागी काही न बोलता शांतपणे ठेवले. मग हिमानीच्या जवळ जात तिचा मलूल झालेला चेहरा कुरवाळीत म्हणाली, "भूक लागली असेल ना माझ्या हनीला?

चल, आज आपण मिळून जेवूया. संडे नसतानाही दुपारी तुझ्यासोबत लंच घेण्याचा मला आज लाभ मिळतोय... चल, हात-पाय धुऊन ये. मी जेवण लावते...''

आणि एकदम लाडात येत तिच्या गळ्यात हात टाकत हिमानी म्हणाली, ''तू किती चांगली आहेस ममा. आय लव्ह यू सो मच. बट-बट...'' ती एकदम आपला हात काढीत बाथरूमकडे पळाली. शिवानी एक दीर्घ सुस्कारा सोडीत तिच्याकडे पाहत राहिली, मग हलकेच उठली. किचनमध्ये गेली व स्वयंपाकीण-काकू विमलबाईंना अन्न गरम करून दोघींचे ताट लावायला सांगितले.

जेवताना हिमानी म्हणाली, ''ममा, मला मरणाची भूक लागली होती... पण दुपारचा स्वयंपाक आम्ही तिघे घरी नसल्यामुळे तू करत नाहीस... रात्रीचा फक्त करतेस... त्याची मला वाईट सवय झालीय. उद्या माझं कसं व्हायचं?''

''मी नाही समजले हनी?'' शिवानीनं न कळून विचारलं. ''मला तुम्हा तिघांना स्वयंपाक करून जेवायला घालताना आनंदच आहे बेटा... तुला भूक लागलीय, नाही तर अर्ध्या तासात मीच काही तरी झटपट बनवलं असतं...''

''एवढं का करतेस माझ्यासाठी ममा?'' पुन्हा हिमानीचा नेहमीचा प्रश्न. ''विराज भय्यासाठी नाही एवढं करत तू...!''

''कारण तू माझ्यासाठी खास-स्पेशल आहेस हनी!'' शिवानी सहज बोलून गेली आणि एकदम त्यातून हिमानीला ध्वनित होणारं अर्थभान लक्षात येताच पटकन जीभ चावली. ''आय मीन... तू माझी मुलगी आहेस. आणि मुलगी आईच्या जास्त जवळ असते.''

''चूक ममा.'' हिमानी म्हणाली, ''पपाच्या लायब्ररीत असलेलं फ्रॉईडचं मानसशास्त्र मी थोडंसं वाचलं आहे. ते न कळल्यामुळे त्यांच्याशी चर्चा करून समजून पण घेतलंय काहीसं... त्याच्या मते, आईला मुलगा व वडिलांना मुलगी जास्त प्रिय असते...''

''चुलीत घाल ते मानसशास्त्र!'' एकदम चिडून तीव्र आवाजात शिवानी म्हणाली, ''मला एवढंच माहित आहे- तू माझी सर्वस्व आहेस... तू माझा बहीश्वर प्राण आहेस...''

''तुझी ही रिॲक्शन मला जरा अवाजवी व अननॅचरल वाटते ममा...'' हिमानी तिच्याकडे धारदार नजरेनं रोखून पाहत रोखठोक सूरात म्हणाली, ''यु नो... व्हॉट आय मीन...''

''बेटा- हनी...'' आता शिवानीचे डोळे भरून आले होते. पण स्वत:ला सावरत गदगदलेल्या स्वरात ती म्हणाली, ''असं का करतेस हल्ली बेटा? माझं काही चुकलंय का?''

अजूनही हिमानी तिच्याकडे धारदार नजरेनं रोखून पाहत होती. आत कुठे तरी खोलवर तिला आपल्या आईचा उतरलेला चेहरा व गळलेले डोळे हेलावत मऊ करीत होते, पण हटवादी व संत्रस्त मन तिला मवाळ होण्यापासून परावृत्त करीत होतं.

''सांग बेटा, असं का वागतेस? माझं-पपाचं काही चुकलं का?''

''होय ममा. मला अनाथ आश्रमातून आणलंस, हे चुकलं तुमचं... मी तुम्हा तिघांपासून वेगळी-अलग आहे, हे मला नाही सहन होत!''

त्या रविवारच्या दुपारी व त्यानंतर मध्यरात्रीपर्यंत दत्तक कायद्याच्या 'कारा' मार्गदर्शक सूचनांप्रमाणे शिवराजनं शिवानी व विराजच्या साक्षीनं हिमानीला ती अवघ्या आठ दिवसाची असतांना अनाथ आश्रमातून आणलं होतं याचा गौप्यस्फोट केला होता. ''पण बेटा, प्लीज तू स्वत:ला वेगळं समजू नकोस. बायलॉजिकली आम्ही तुझे विराजप्रमाणे माता-पिता नाही आहोत हे सत्य; पण त्याहून हे सत्य आहे की, आम्ही तुझं संगोपन करून, तुझ्यासाठी रात्र-रात्र जागवून, तुझ्या दोन वेळच्या दुर्धर दुखण्यात शुश्रूषा करून तुझे ममा-पपा झालो आहोत... हेच सत्य आहे... तू बरी व्हावीस म्हणून तुझ्या ममानं गोड पदार्थ खायचे साईबाबाच्या साक्षीनं कायमचे सोडून दिले आहेत, हे तू जाणतेस. आपण सारे मिळून तर शिर्डीला गेलो होतो...''

त्या वेळी शिवानीनं तिला ममतेनं जवळ कुशीत घेण्याचा व थोपटण्याचा प्रयत्न केला, पण तिला झिडकारून टाकत दूर होत ती एवढंच म्हणाली, ''मला-मला नेहमी वाटायचं की, मी- मी तुम्हा तिघांपेक्षा वेगळी आहे.. पण त्यामागे हे एवढं हादरवून सोडणारं कारण असेल, असं वाटलं नव्हतं... आज- आज तुम्ही मला रूटलेस केलंय... ओऽ माय गॉड! ओऽ माय गॉड!- का- ऽका माझ्यावर अशी मला ओशाळवाणं करणारी दया केलीत? तिथंच मला सडू द्यायचं होतं- मरू द्यायचं होतं...'' आणि हुंदके देत ती आपल्या बेडरूमकडे पळाली. तिनं आतून दार लावून घेतलं. शिवानी कितीतरी वेळ 'दार उघड' असं स्फुंदत म्हणत होती, पण हिमानी तोंडावर उशी घेऊन आपलं रडणं जिरवायचा प्रयत्न करीत

होती. शिवानीचे रुद्ध स्वर तिच्या कानी पडत होते. तिला आतून कुठे तरी वाटलंही होतं की, उठून दार उघडावं आणि तिच्या गळी पडून रडावं. पण काहीएक अतार्किक विचार तिला रोखत होते. पण सकाळ झाली तरी शिवानीची ''हनी, दार उघड... प्लीज...नाही तर मी मरून जाईन-'' ही विनवणी चालूच होती. तेव्हा हिमानीला राहवलं नाही. ती उठली, तिनं दार उघडलं आणि तिथं बसकण मारून स्फुंदत असलेल्या शिवानीला मिठी मारली. तीही इतका वेळ दाबून ठेवलेले कढ व आक्रंदनाला मुक्त वाट देत रडू लागली. रडत-रडत म्हणाली, ''नो ममा- तू नाही मरायचं. विराजला ममा व पपांना त्यांची वाईफ हवी आहे... मरायचंच असेल तर मी आहे ना... त्या देवाला मरून जाब तरी विचारता येईल की, का हे माझ्या नशिबी असे भोग दिलेस? तुम्हा तिघांचं मायेचं छत्र असूनही मी आता अगदी एकाकी अनाथ झाले...!'' आणि ती पुन्हा उठली. शिवानीला अलग केली अन् बेडरूमकडे पळत पुन्हा दार बंद करून घेतलं!

दुपारी केव्हा तरी तिला भुकेची जाणीव झाली. तिचं वाढतं किशोर वय होतं. तिला भूक जराही सहन व्हायची नाही. आताही ती सहन होत नव्हती. पण असंच न जेवता मरून गेलं तर किती बरं होईल, असाही मनात विचार येऊन गेला होता. तिनं बिसलेरीची अख्खी एक लिटरची बाटली गटागटा प्यायली. पाण्यानं पोट तट्ट फुगलं. पण पुन्हा काही वेळातच भुकेचा वणवा पोट जाळू लागला. ती उठली व बाहेर आली. अजूनही दाराशी शिवानी रडत बसलेली होती. शिवराज इकडून तिकडं येरझाऱ्या घालीत होते, तर विराज आईच्या पाठीवरून हात फिरवीत होता. दार उघडल्याचा आवाज येताच ते तिघे एकदम दाराकडे पाहू लागले आणि तिथं उभ्या असलेल्या हिमानीला पाहून चरकले. तिची नेहमीची सावळी-सतेज चर्या उतरली होती, केसं विस्कटले होते. रडून आणि झोप न लागल्यामुळे डोळे लाल झाले होते.

''ममा, मला मरणाची भूक लागलीय... जेवायला दे...''

आणि ते शब्द ऐकताच शिवानीच्या अश्रूंनी सुकलेल्या चेहऱ्यावर एकाएकी तरतरी आली. निस्त्राण झालेल्या तन-मनाच्या कुडीत पुन्हा प्राण आला. ती ताड्कन उठली अन् हिमानीला मिठीत घेत म्हणाली, ''आय ॲम सॉरी बेटा, मी-मी काही स्वयंपाक केला नाही. पण दहा मिनिटांत तुझ्या आवडीचं भात-पिठलं करते...चल, तोवर तुला ॲपल व कॉर्नचा चिवडा देते... चालेल?''

डायनिंग टेबलच्या खुर्चीत बसून शिवानीच्या हातानं हिमानी भरवून घेत पोटभर जेवली. शिवराज तिच्या खुर्चीमागे तिचे खांदे मधून-मधून प्रेमानं दाबत होता. तिच्या बाजूच्या खुर्चीवर बसलेला विराजही तिच्याकडे प्रेमानं पाहत आपले डोळे पुसत होता. तिघांनाही हायसं वाटत होतं. हिमानी भानावर आली, असं वाटत होतं!

जेवण झाल्यावर वॉश बेसिनवर हात धुऊन ती परत फिरली, तेव्हा विराज सुगंधी बडीशेपचा बॉक्स उघडून उभा होता. त्यानं चमच्यानं तिला बडीशेप दिली, ती तोंडात टाकत म्हणाली,

''मघाशी म्हणाले खरी की, मला मरून जायचंय... पण नाही... मला जगायचंय... पण- पण ते असह्य पोरकं असणार आहे ममा-पपा... कारण-कारण ते अनाथपणच यापुढे असणार आहे...''

''वेडेपणा पुरे हनी.'' शिवराज कडक आवाजात म्हणाला, ''खबरदार पुन्हा असं स्वत:ला अनाथ म्हणवून घेतलंस तर... मी तुझा बाप जिवंत आहे. तुझी ममा आहे, विराज भय्या आहे... तू आम्हाला खूप खूप हवी आहेस...''

''बरोबर आहे. ममाला पुन्हा मूल होणं शक्य नव्हतं आणि तुम्हा दोघांना मुलगी तर हवी होती, म्हणून तुमच्या गरजेपोटी मला दत्तक घेतलंत...'' हिमानी म्हणाली, ''विराज तुम्हाला हवा असणं व मी हवी असणं यात- यात जमीन-अस्मानाचा फरक आहे... निदान माझ्या लेखी तरी... सॉरी, पण आता आपल्यात अंतराय निर्माण झालाय... तो मिटणं कदापि-कदापि शक्य नाही...''

आणि ती परत आपल्या बेडरूमकडे स्वत:ला कोंडून घेण्यासाठी जाऊ लागली, तशी शिवानी म्हणाली, ''मी तुला अडवत नाही या वेळी हनी... पण रात्री आठ वाजता तुझ्यासाठी पिझ्झा करून मी वाट पाहते... ते विसरू नकोस...''

रात्री आठला न बोलवता हिमानी आली, तिनं पिझ्झा खाल्ला अन् शिवानीला कोरडेपणानं 'थँक्स' म्हणून परत निघून गेली. ती गेल्यावर शिवराज जरा घुश्शात म्हणाला, ''हे जरा अती होतंय हनीचं...''

''तिची मन:स्थिती मी समजू शकते राज...'' शिवानी म्हणाली, ''पण एवढं होऊनही तिला माझ्या हातचं जेवण हवं आहे, हे पाहिलंस ना? तिचं प्रेम मी पोटात शिरून परत मिळवेन... मला खात्री आहे. मी सांभाळून घेईन तिला. तू व विराज नका काळजी करून राज...''

''तसं झालं तर सोन्याहून पिवळं होईल शिवानी.'' शिवराज म्हणाला, ''पण मी साशंक आहे. सायकॉलॉजीचा प्रोफेसर आहे ना... तिचं मन मी समजू शकतो... म्हणूनच...''

''पण आपण शासनाला या 'कारा'च्या गाईडलाइन्स बदलायला सांगितलं पाहिजे राज... अशा अडनिड्या वयात हे सांगणं त्यांचं भावविश्व बदलून टाकणारं ठरतं...''

''यू आर राईट शिवानी. मी माझ्या एखाद्या विद्यार्थ्याला हा विषय देतो एम. फिल.साठी.. पाहू या काय निष्कर्ष निघतो ते. पण हिमानीप्रमाणेच जर बहुसंख्य रिॲक्शन असतील, तर नक्कीच तसं शासनाला कळवता येईल...'' शिवराज विचार करीत उत्तरला.

पण त्यानं व्यक्त केलेली शंका खरी होती, हे शिवानीला हिमानीच्या त्या दिवसापासूनच्या बदललेल्या वर्तनावरून जाणवत होतं. काय केलं म्हणजे तिचं बिथरलेलं मन ताळ्यावर येईल, हे समजत नव्हतं. तिच्या अंत:करणात त्या क्षणापासून रुजलेली पोरकेपणाची व अनाथत्वाची भावना कशी काढून तिला नॉर्मल किशोरवयीन मुलीप्रमाणे पूर्ववत् करावं, हेच कळत नव्हतं. अगदी शिवराजचे मानसशास्त्रीय प्रयोगही हिमानी विफल ठरवत होती... त्याचा शिवानीला घोर लागून होता.

हिमानी तिघांशी तुटक वागत होती. कामापुरतं बोलत होती. आणि जास्तीत जास्त वेळ आपल्या वेगळ्या बेडरूममध्ये दूर कुठे तरी शून्यात नजर लावून आडवी अस्वस्थ पडून राहायची. पहिले काही दिवस शिवानीनं डोळ्यांत पाणी काढलं की, ती जरा विरघळायची. पण त्यानंतर ती चक्क तिथून निघून जायची.

एकदा तिनं सरळ सांगून टाकलं- ''तू आता माझ्यासाठी अशी उठसूट टिपं गाळत जाऊ नकोस, त्याचा काही परिणाम होणार नाही. उलट तुझाच बी.पी. वाढेल व पपांना त्रास होईल.''

''तुला नाही होणार, तसं काही झालं तर?''

काही क्षण हिमानी स्तब्ध होती, मग शिवानीकडे पाहत म्हणाली, ''मला का इमोशनल ब्लॅकमेल करायचा प्रयत्न करतेस? तसं असेल तर माझं उत्तर एकच... नो... मला काही वाटणार नाही... कारण मीच माझ्या तब्येतीची पर्वा

करीत नाही...''

शिवानी तिच्याकडे भयचकित होऊन पाहत होती.

''मला परवा रक्तस्राव झाला... नो, इट इज नॅचरल.. प्युबर्टी- मी-मी ऋतुमती झाले... पण नाही सांगितलं तुला.''

शिवानीचा आपल्या कानांवर विश्वास बसत नव्हता. ती वयात आली होती आणि आई असून आपणांस ते माहीत नव्हतं. ''अगं पोरी, अशा नाजुक वेळी आई म्हणून मला विश्वासात घ्यायला हवं होतंस...''

''मला- मला तुझा राग आहे विलक्षण. तुला शिक्षा म्हणून मी हे नाही सांगितलं.'' हिमानीचा स्वर शिवानीला अनैसर्गिक चिरका वाटत होता. ती कळवळून म्हणाली, ''मला तू दिलेली प्रत्येक शिक्षा मान्य आहे हनी... पण ही मला नाही, स्वत:ला शिक्षा करून मला शिक्षा करण्याची...''

''हो, मला माहीत आहे. पण त्यामुळे तुला त्रास होतो ना... मला ते हवंय.'' आणि ती रडल्यासारखं विद्रूप चिरकं हसली... आणि असहाय शिवानी मूकपणे टिपं गाळीत राहिली. खरं तिला पोरीला जवळ कुशीत घ्यायचं होतं, स्त्री झाल्याबद्दल तिचे लाड करायचे होते. तिला नवा ड्रेस आणून द्यायचा होता व तिच्यासमवेत शिवराज-विराजला न सांगता याचं सेलिब्रेशन करायचं होतं... पण समोर हातभर अंतरावर असलेली हिमानी मनानं किती तरी कोस दूर होती... आणि ते अंतर शिवानीला भोवळ आणत होतं. तिला वाटलं, आपल्याला चक्कर येतेय. ती ओरडली, ''आई गंऽऽ'' आणि तोल सावरण्यासाठी तिनं भिंतीचा आसरा घेतला.

तेव्हा हिमानी पुढे झाली नाही. ती फक्त मोठ्यानं ओरडली, ''पपा, लवकर इकडे या..!'' शिवराज त्याच्या बेडरूममधून घाईघाईनं आला. तेव्हा आईकडे बोट दाखवीत हिमानी म्हणाली, ''तुमच्या बायकोला बहुतेक घेरी आली असावी...''

''यू-यू मॅनरलेस-हार्ट्लेस... आपली आई न म्हणता माझी बायको असं हिला संबोधतेस? तुला नाही तिला सावरता येत?'' शिवराज शिवानीच्या पाठीवरून हात फिरवत तिला धीर देताना हिमानीकडे पाहत संतापानं थरथरत म्हणाला.

''ती- ती माझी खरी आई नाहीय... हो ना? आणि तुम्ही पण पपा...'' बेडर पण क्रूरपणे हिमानी टिपेच्या सूरात ओरडली. ''मला परत तिथं नेऊन टाका,

जिथून उचलून आणलंत... मला इथं नाही राहायचं.'' आणि पाय आपटीत ती जाऊ लागली. आपल्या बेडरूममध्ये शिरण्यापूर्वी वळून तिनं शिवराजवर आणखी एक घाव घातला, ह्या बंगल्याचं नावं 'हिमानी' बदला... तो माझा नाही. तुम्ही त्याला 'विराज' असं नाव द्या-''

शिवराज अजूनही संतापानं थरथरत होता. त्या अवस्थेत हिमानीवर धावून जाण्यासाठी उठला, तेव्हा कुत्सित पण विकट हसत तिनं धाड्कन आपल्या बेडरूमचा दरवाजा बंद केला... आणि अंगातलं अवघ बळ गेल्यामुळे बंद दाराला गलितगात्र होत शिवराज चिकटला. मग स्वतःला सावरत शिवानीजवळ येत म्हणाला, ''काय करायचं या पोरीचं, खरंच कळत नाही... इतकी-इतकी बिथरलीय की, परत आपल्याजवळ येईल की नाही शंका वाटते...''

''तुम्ही शांत राहा राज...'' स्वतःला सावरीत शिवानी कणखर स्वरात म्हणाली, ''मी तिला परत माझ्या प्रेमानं जिंकेन... आपली ममता वाया नाही जाणार.''

''लेट अस होप सो...'' शिवराज दीर्घ श्वास सोडत म्हणाला, ''हे भोग आहेत, भोगूनच संपवले पाहिजेत.''

''तुमच्या परिभाषेत सांगायचं झालं तर, हा टिपीकल टीनएज प्रॉब्लेम आहे.'' शिवानी काहीसं प्रगट आत्मचिंतन करीत म्हणाली, ''बालपण सरत आलेलं असतं अन् तारुण्य खुणावतं असतं. अशी ही अडनिडी कच्ची उमर आहे हिमानीची... अशा ही वेळी मन पिसाटतं... उधाणतं... नॉर्मल मुलीपण अशा वेळी वेगळं-विचित्र वागू लागतात. हिमानी तर गौप्यस्फोटानं किती अवाक् झालीय... तिचं बिथरणं व असं वागणं... आपणाला लागेल असं बोलणं अन् वर्तन आपण समजून घेतलं पाहिजे. तिला आपण वेळ दिला पाहिजे... आणि तिची तिलाच भानावर येण्यासाठी मदत केली पाहिजे... आय ॲम शुअर, ती-ती लवकर ताळ्यावर येईल...''

शिवानीचा हा आशावाद फोल ठरत होता. तिघांना लाघट बोलून व विचित्र वागून मानसिक घाव घालण्याच्या तिच्या मानसिकतेमध्ये काही फरक पडत नव्हता. तिघे- खासकरून शिवानी शांतपणे, समजुतीनं घेत होती. तिच्या अवतीभवती, फार जास्त समोर-समोर न जाता वावरत होती. तिचा खाण्याचा वीक पॉइंट होता, त्यामुळे शिवानी तिला नाना पदार्थ सांज-सकाळी खाऊ

घालीत होती. त्यासाठी कुकिंग क्लासेस लावून ती इटालियन, चायनीज व कॉंटिनेंटल पदार्थ पण करायला शिकली होती. हिमानी न बोलता त्यांवर ताव मारायची, वर परत तक्रार करायची, ''तू मला असं खाऊ घालून लठ्ठ करीत आहेस... माझं वजन वाढतंय...''

''मग बंद केलली जिम पुन्हा सुरू कर ना...''

शाळेत व मित्र-मैत्रिणींत वावरताना कदाचित तिला टोमणे बसल्यामुळे हिमानी परत जिमला जाऊ लागली. तिला साथ देण्यासाठी शिवानीनं पण जिम जॉईन केली. तेव्हा हिमानी कडवटपणे म्हणाली, ''माझ्यावर का तुला सतत पाळत ठेवायची आहे?''

''नो. तुला तसं वाटत असेल तर ठीक आहे- उद्यापासून मी दुपारी जाईन.''

दुसऱ्या दिवशी सकाळी ट्रॅक सूट घालून हिमानी दिवाणखान्यात आली व घुटमळू लागली, तेव्हा शिवानी स्वत:शीच हसत तयार होऊन बाहेर आली. हिमानी काही न बोलता गॅरेजमध्ये गेली. तिच्यापाठोपाठ शिवानी आली आणि कारची चावी तिला देत म्हणाली, ''आजपासून तू ड्रायव्हिंग करायचंस... तुझं लर्निंग लायसेन्स पपांनी परत बरीच खटपट करून मिळवलंय...'' हिमानी काही बोलली नाही, पण चावी घेऊन स्टिअरिंग व्हीलवर बसतानाची तिची अधीरता पाहून ती खूष झालीय हे शिवानीला जाणवलं.

कार मध्यम गतीनं जिमकडे जात होती. शिवानी डोळे मिटून बसली होती. ''किती घाबरतेस ममा? प्रॅक्टीस नाही म्हणून थोडं रफ चालवतेय, पण डोंट वरी. तुला जिमला नेतेय, 'वर' नाही...''

''या क्षणी मला वर जावं लागलं तरी काही भीती वाटणार नाही.'' शिवानी म्हणाली, ''फक्त तुला काही होऊ नये अन् तू मला त्या वेळी मांडी द्यावीस, एवढीच अपेक्षा आहे...''

मुख्य रस्त्यावर येताना कार चालवायची प्रॅक्टीस नसल्यामुळे हिमानीनं एका वेगानं येणाऱ्या ट्रकला धडक दिली आणि जीवाच्या आकांतानं ओरडली, ''आई गंऽऽ मी मेले...'' पण कारनं एक पलटी खाऊनही खरचटण्यापलीकडे हिमानीला सुदैवानं काही झालं नव्हतं. मात्र शिवानीचा डावा पाय व डावा हात फ्रॅक्चर झाला होता. तीन आठवडे फ्रॅक्चर घालावं लागलं होतं. तेव्हा तिच्याजवळ शाळेचा वेळ वगळता काही न बोलता किंवा डोळ्यांसमोर पुस्तक घेऊन ती बसून

राहायची. पण डाफरत बजावयाची, ''मी तुझी सेवा करतेय, असं समजू नकोस. माझ्या चुकीमुळे तुझा हात-पाय मोडला, म्हणून कर्तव्यबुद्धीनं साथ देतेय...'' शिवानी त्यावर हसून म्हणायची, ''ठीक आहे हनी... मला एवढंपण पुरेसं आहे.''

असंच एकदा हसताना फाड्‌कन हिमानी म्हणाली, ''हसू नकोस, मला तुझा भारी राग येतोय. आतून मी संतापानं उफाळून निघतेय...''

तेव्हा शिवानीचं ओठावरचं हसू विरलं, पण डोळ्यांतून काळजी वाहू लागली. तेव्हा तिचे डोळे पुसत हिमानी म्हणाली, ''फार दुष्ट आहेस. असं पाणी काढून माझ्या मनाला टोचणी देतेस...''

शिवानीला वाटलं, आहे- आशेला जागा आहे. आपली पोर लवकरच परत पूर्ववत् होईल...

त्या अपघाताचा पंचनामा झाला होता. त्यामुळे तिचं टेंपररी लायसेन्स रद्द झालं होतं.

आज घरी येताना हिमानीला त्यामुळे ड्रायव्हिंगला नाही म्हणावं लागलं होतं. पण त्यावरूनही ती विराजचा संदर्भ देत लागट बोलली होती.

हेडमिस्ट्रेसनं हिमानीला शाळा सोडून आईसोबत जायला सांगितलं होतं आणि उद्या येताना तिनं केलेल्या अर्जाच्या संदर्भात खुलासेवार तिचं व पालकांचं पत्र घेऊन ये, असं बजावलं होतं!

जेवणानंतर हिमानी तिच्या बेडरूममध्ये गेली व आतून दार लावून घेतलं. शिवानीला तिच्यासमोर पाणी काढायचं नव्हतं, म्हणून रोखलेले अश्रू ती दृष्टिआड होताच पुन्हा वाहू लागल्यामुळे दुपट्ट्यानं कोरडे केले. डायनिंग टेबलवर विकल होत डोकं टेकलं आणि काही वेळातच तिला निद्रेची गुंगी चढली.

हिमानी काही वेळानं बेडरूममधून एक कागद घेऊन बाहेर आली, तेव्हा टेबलावर डोकं ठेवून निपचित पडलेल्या शिवानीला पाहिलं. ती क्षणभर चरकली व तिच्या जवळ आली. तिच्या गालावर व कपाळावर हात ठेवले. ते उष्ण झाले होते.

हिमानीच्या त्या स्पर्शाने शिवानी जागी झाली. ते तिचे हात जवळ ओढीत त्यावर ओठ ठेवले आणि तिच्याकडे पाहत आर्तपणे म्हणाली, ''ये हनी, माझ्या मिठीत ये- कुशीत ये. किती दिवस झाले- तुझा प्रेमानं मुका पण घेतला नाही, एवढाही ममाचा तुझ्यावर अधिकार उरला नाही?''

हिमानी तिच्या बाजूला बसली. शिवानीनं तिला जवळ ओढत तिच्या गालावर आपले ओठ ठेवत मुका घेत म्हणालं, ''माझी गुणाची पोर...''

''अवगुणाची म्हण ममा...'' हिमानी आपले गाल पुसत तिच्या अलीकडच्या आक्रमक झालेल्या स्वभावाप्रमाणे लागट उत्तरली.

''अंहं- कांही झालं तरी तू माझी गुणाची लेक आहेस हनी...'' शिवानी शांतपणे म्हणाली, ''तू स्वत:ला जेवढी ओळखत नसशील, तेवढी मी ओळखते बेटा... पुन्हा ठासून सांगते- तू माझी लाडकी लेक आहेस... तू काहीपण म्हण!''

''यावर मी काय म्हणणार?'' हिमानी म्हणाली, ''मला तुझ्या या प्रेमाचा त्रास होतो... छळ होतो... पण तो तुला करावासा वाटतो? साहजिक आहे. हे म्हणजे टिट फॉर टॅट आहे तुझं. मी छळते तुला रागानं, म्हणून मला तुपकट ममतेनं छळायचं!''

शिवानीनं शक्तिपात झाल्याप्रमाणे आपलं डोकं पुन्हा डायनिंग टेबलावर ठेवलं व डोळे घट्ट मिटून घेतले. काहीशी शरमून हिमानी म्हणाली, ''ममा...काही होतंय तुला?''

चौकशीच्या त्या दोन शब्दांनी शिवानी तरतरीत होत मान वर करून हिमानीकडे पाहू लागली. तिच्या हातात एक कागद होता. तो पुढे करीत ती म्हणाली, ''मी हेडमिस्ट्रेसला अपॉलॉजी लेटर लिहून देत आहे...''

शिवानी तिच्याकडे अवाक् होऊन क्षणभर पाहत राहिली. मग एका ट्रान्समध्ये म्हणाली, ''मघाशी डोळा लागला होता तेव्हा माझे बाबा- तुझे ग्रँडफादर कॉम्रेड शिवाजीराव माईणकर स्वप्नात आले होते आणि म्हणत होते- ''माझे पुरोगामी संस्कार विसरलीस? लग्नानंतर जात-पोटजातही स्विकारलीस?''

''मी त्यांच्याबद्दल तुझ्याकडून ऐकल्यावर इंटरनेटवर सर्च केला होता.'' हिमानी म्हणाली, ''ते धर्म, जात-पात व देव मानत नव्हते. मग तू अशी कशी कट्टर धार्मिक झालीस?''

''तुझ्या पपाशी प्रेमविवाह करून या कोकणस्थ ब्राह्मणाच्या कुटुंबात आले ना!'' शिवानी सांगू लागली. ''तुझी आजी- पपाची आई फार धार्मिक होती. देव-धर्म-व्रत-वैकल्यं ती काटेकोरपणे पाळायची. त्यामुळे मला ते सारे कुळाचार आत्मसात करावे लागले.''

"पण त्याचा तुला फार त्रास झाला असेल?"

"नाही हनी. आपलं प्रेमाचं माणूस साथीला असलं की, त्याच्यासाठी स्त्री सारं काही करते. मी काही विशेष नाही केलं."

"ते तर मी सांगत होते बेटा." शिवानी पुढे म्हणाली, "त्यांनी मला आठवण करून दिली की, मला जेव्हा शाळेत त्यांनी घातलं तेव्हा जातीपुढे 'मानवता' लिहिण्याचा आग्रह धरला होता... पण तसं लिहिता येत नसल्यामुळे जातीचा कॉलम त्यांनी कोरा ठेवायला सांगितला होता... आज मला त्याची त्यांनी आठवण करून दिली आणि माझे डोळे खाड्कन उघडले बघ..."

हिमानीला ती याद्वारे काय सूचित करतेय याचा अंदाज बांधता येत नव्हता. मघाशी लॅपटॉपवर माफी पत्र टाईप करताना तिला हेडमिस्ट्रेसचा विलक्षण राग येत होता. 'का म्हणून मी माझ्या पपाची जात मी दत्तक असल्यामुळे ब्राह्मण अशी शाळेच्या नोंदीत लिहायची?' या तिच्या प्रश्नाला त्यांनी उत्तर न देता आज ममाला बोलवून घेतलं होतं! तिचे उपरोधिक शब्द हिमानीच्या चांगलेच लक्षात राहिले होते.

"पाहिला मिसेस शिवानी पटवर्धन, तुमच्या कन्येचा प्रताप? तिनं मला पत्र दिलंय की, ती तुमची दत्तक घेतलेली मुलगी आहे. त्यामुळे तुमची जात तिची जात ठरू शकत नाही. म्हणून तिच्या स्कूल रेकॉर्डमधून 'ब्राह्मण' जातीच्या उल्लेख काढा. ही तिची जगावेगळी विनंती वाचून मी गोंधळात पडले. म्हणून तुम्हाला आज बोलवलं. मला तुम्हा दोघांच्या सहीचं खुलासेवार पत्र हवंय."

शिवानी अवाक् झाली होती. काय प्रतिक्रिया द्यावी, हेच तिला कळत नव्हतं!

"हिमानी, पण तू ब्राह्मण सोडून कोणती जात लिहावी, हे नाही सांगितलंस?" हेडमिस्ट्रेसचा छद्मी स्वर शिवानीला पण खटकला होता.

"मला कुठे ती माहीत आहे?" क्षणभर विचार करीत हिमानी म्हणाली, "ख्रिश्चन व मुस्लीम धर्मात जात नसते... माझ्या नावांपुढे रिलिजनचा कॉलमच बदलायला हरकत नाही..."

"ते तेव्हाच बदलेल, जेव्हा तू मोठी होऊन इंटररिलिजन मॅरेज करशील... त्याला बराच वेळ आहे हिमानी." हेडमिस्ट्रेस म्हणाल्या. "बरं मिसेस पटवर्धन, तुम्ही विचार करा आणि उद्या हिमानीसोबत एक्स्प्लेनेटरी पत्र पाठवून द्या... आता

तिला घरी घेऊन जा...''

हिमानी माफीपत्र शिवानीला देत म्हणाली, ''तुला हेडमिस्ट्रेस पुढे चांगलं एम्ब्रेस झालं असणार. आय ॲम सॉरी. हे माफीपत्र मी लिहिलंय. तूही सही कर. उद्या त्यांच्या तोंडावर फेकून प्रकरण बंद करते...''

''नो बेटा- मी वेगळा विचार करतेय.'' शिवानी पुन्हा ट्रान्समध्ये गेल्यासारखं बोलू लागली. ''माझ्या बाबांनी स्वप्नात येऊन माझी कानउघाडणी केली... मी विचार करतेय. बाबांप्रमाणे हेडमिस्ट्रेसला जात/धर्मापुढे 'मानवता' असं लिही, अशी विनंती पत्रानं करू या... तुझे पपा पण 'हो' म्हणतील. तसे ते मन व विचारानं पुरोगामीच आहेत. केवळ आईचं मन राखावं म्हणून देव-धर्म पाळायचे. पण आता तिच्या माघारी कधी चुकूनही देवघरात जात नाहीत. मी सासूबाईंचं वळण व त्यांना दिलेला शब्द म्हणून रोज पूजा करते, एवढंच... पण मी माझ्या पुरोगामी बाबांची कन्या आहे, त्यामुळे तू लिहिलेलं माफीपत्र फाडून टाक आणि आता मी सांगितल्याप्रमाणे नव पत्र तयार कर. मी सही करेन, पपाही करतील.''

''हे- हे तू केवळ माझं मन राखावं म्हणून करत असशील, तर मला मान्य नाही...''

''मी मघाशी म्हणाले होते, पपांच्या प्रेमाखातर मान्य नसताना सासूबाईंची व्रत-वैकल्यांची दीक्षा घेतली. आज तुझ्यासाठी हे मी का करू नये? तू मानत नाहीस, नको मानूस. त्यामुळे माझ्या विचारात व भावनेत थोडाच फरक पडतो? तू माझी प्रेमाची आहेस... तुझ्यासाठी आणि स्वप्नात येऊन बाबांनी माझे डोळे उघडल्यामुळे हे सुचवतेय...''

''मला आवडलं ममा हे...'' हलकेच हिमानी म्हणाली. ''पण मला दाट संशय आहे, हे तू माझं मन राखण्यासाठी केवळ करते आहेस; तत्त्व म्हणून नाही.''

''तसं नाही हनी... पण क्षणभर मानलं तसं आहे, तर विश्वास ठेव- मी माझ्या प्रेमाच्या लेकीसाठी ते करतेय, माझ्या मनानं... तू मला थोडंच काही बोलली होतीस?'' शिवानी हसून तिच्या गालावरून हात फिरवत म्हणाली. तसं हिमानीनं अंग चोरून घेतलं आणि गालावरून खसाखसा हात फिरवला- आईचा स्पर्श पुसून टाकण्यासाठी. तिच्या त्या कृतीनं शिवानी पुन्हा मनस्वी घायाळ झाली. हिमानीला त्याचं अघोरी समाधान वाटलं. पण मनाला एक अबोध सल

टोचते आहे, असंही वाटलं. पण त्याकडे दुर्लक्ष करीत, ममा अधिक घायाळ व्हावी म्हणून विचारपूर्वक म्हणाली,

''मला सारखं हनी-हनी करू नकोस. मी मुळीच गोड वागत नाहीय, मी काटेरी आहे. तसंच मला बेटा म्हटलेलंही खटकतं. मी- मी तुझ्या पोटात नऊ महिने कुठे वाढले आहे? तेव्हा सरळ नावानं पुकारत जा...''

आणि ती तिच्या बेडरूमकडे पुन्हा निघून गेली. शिवानी पुन्हा विकल होत डायनिंग टेबलवर डोकं टेकवून डोळ्यांतून टिपं काढू लागली. असा किती वेळ गेला कुणास ठाऊक! हिमानी भानावर आली ती मोबईलच्या आवाजानं. हिमानीनं वॉट्सॲपवर तिला म्हटलं होतं-

''तुला मला खूप दुखवावंसं वाटतं. पण दुखवताना मलाही त्रास होतो तेवढाच ममा. का? मला कळत नाही. मला पुन्हा तू 'हनी', 'बेटा' म्हणू शकतेस... माझ्या कानांना ते गोड वाटतं, हे कबूल केलंच पाहिजे. पण अजूनही मला माझ्या अज्ञात आईचं भूत छळतं... तू व पपा असतानाही पोरकं-अनाथ वाटतं. कितीही मनाला समजावलं तरी पटत नाही. काय करू मी? तुझ्याप्रमाणे मीही असहाय झाले आहे.''

शिवानीच्या डोळ्यांत चमक आली आणि मनात एक खूण दाटून आली अन् ती मोबाईलचा इंटरनेट उघडून एका आवेगासरशी ई-मेल टाईप करू लागली.

''हिमानी बेटा... आज हा ई-मेल एकाच घरात आपण दोघी असूनही लिहीत आहे, कारण समक्ष बोलताना तू काही तरी लागट बोलतेस आणि माझ्यातली आई घायाळ होऊन जाते आणि मनातलं मनात राहून जातं. पण आज मी जरा काही बाबी स्पष्ट लिहिणार आहे. आय होप- तू पूर्ण ई-मेल वाचशील... आणि त्याचं उत्तरही देशील. देशील ना? मला लवकरच कळेल.

'तर बेटा, हे सत्य तुला स्वीकारावंच लागेल. तू त्या गौप्यस्फोटानं किती हादरली असशील, तुझं भावविश्व कसं उद्ध्वस्थ झालं असेल... याची आम्ही केवळ कल्पनाच करू शकतो. भोगले आहेस तू बेटा. पण उदरात नाही वाढवलं तरी हाता-खांद्यावर आठव्या दिवसापासून तुला वाढवलं आहे. त्यासाठी आनंदानं मी खस्ताही खाल्ल्या आहेत. तुझ्या संगोपनासाठी मी माझी बँकेची नोकरी पण क्षणार्धात सोडली. पुन्हा तू म्हणशील... तुला मी इमोशनली ब्लॅकमेल करतेय. नाही हनी, मी फक्त वस्तुस्थिती सांगतेय. त्यात मी फार मोठा त्यागबिग केलाय,

असं मला वाटत नाही. विराजप्रमाणे तुझं आईपण मी या क्षणापर्यंत एन्जॉय करीत आले आहे. तू मला कितीही लागट बोललीस तरी स्वत:ला मी तुझी आई समजते... तू त्या गौप्यस्फोटानंतर मला जरी समजत नसलीस तरी. पण माझ्यासाठी माझं तुझ्याबाबतचं आईपण ही कालत्रयी न बदलणारी स्थिती आहे, असो.

'तू हुशार आहेस. तुझं वाचन चांगलं आहे. जरा विचार कर. कारणं कोणतीही असोत, पण आज अनाथ बालकांची संख्या वाढते आहे. त्यांना दत्तक घेऊन घर देणं हे चांगलं काम नाही? तुझ्यासारखाच प्रत्येक दत्तक गेलेल्या मुलानं विचार केला, तर कुणाही अनाथ बालकाला उबदार घर मिळणार नाही. त्यांना आयुष्यभर अनाथ पोरकेपणाचा शिक्का कपाळी घेऊन जगावं लागेल. ते जीवन तुझ्या आजच्या जीवनाइतकं–दत्तकपणाची जाणीव झाल्यानंतरच्या जीवनापेक्षा अधिक चांगल असेल? खचितच नाही बेटा. पुन्हा तुला दत्तक घेऊन आम्ही तुझ्यावर उपकार नाही केले. तो आमच्या वात्सल्याचा, आनंदाचा भाग होता... आमच्यावर कोणी काही त्यासाठी सक्ती केली नव्हती. एक आई म्हणून वाटतं की, मुलगी ही तिची सर्वांत जवळची असते. वयात आली की खास मैत्रीण होते. मलाही तुझी आता मैत्रीण व्हायचं आहे. अशी मैत्रीण– जिच्यापुढे सारं काही नि:संकोच व दिलखुलास बोलता आलं पाहिजे... तुझ्यात मी अशी मैत्रीण पाहते आहे. पण हे जरा विषयांतर होतंय. त्यावरच पुन्हा कधी बोलू. किंवा मी मनातलं लिहून तुला कधी तरी सांगेन.

'पण आज मला एवढंच सांगायचं आहे. जरा भानावर ये. आम्हाला गेले सहा महिने वर्तनानं व लागट बोलण्यानं दुखावलंस, ती शिक्षा अजून पुरी नाही झाली? तसं असेल, तर मी स्वत:ला तुझ्याकडून आणखी घायाळ करून घ्यायला तयार आहे. पण तू स्वत:ला सावर. एक कालातीत सत्य सांगते. प्रत्येक माणूस हा एकाकी बेट असतो. पण हो, एकटेपणा असह्य झाला म्हणून आदमनंतर इव्ह जन्मली आणि हा मानवी संसार सुरू झाला. प्रत्येकाच्या जीवनात आई–वडिलांचं स्थान एका मर्यादेपर्यंत असतं. नेमकं सांगायचं तर तरुणपण येईपर्यंत खास असतं. नंतर मित्र–मैत्रीण, प्रेमी, मग नवरा–बायको ही नाती महत्त्वाची ठरतात. त्या वेळी मागे वळून आई–बापाकडे पाहायला वेळ नसतो. ते स्वाभाविक आहे. गंगा पुढेच जात असते, ती उलटी वाहत नाही... समजा, तू माझ्या पोटातून जन्मली असतीस, तरी आणखी चार–दोन वर्षांनी तारुण्यात तू पाऊल ठेवणार.

मग तुझी स्वतंत्र, वेगळी दुनिया असणार आहे. त्यामुळे अनाथ-सनाथपणाचा फार बागुलबुवा करू नकोस. समजा- उद्या आम्ही दोघे अपघातात पट्दिशी वारलो, तर विराजप्रमाणे तूही अनाथ होणार ना... तुम्हा दोघांच्या अनाथपणात काही गुणात्मक फरक का पडणार आहे? तुला त्याच्यापेक्षा का दु:ख कमी होईल? तसं असेल तर मला वाटतं, या क्षणी माझे प्राण जातील... पण मला पक्कं माहीत आहे. तुझं माझ्यावर तेवढंच प्रेम आहे, जेवढं माझं तुझ्यावर आहे... एकदा हे मनाशी कबूल करून टाक आणि मनात साचलेली ती सारी जळमटं झाडून टाक... मग स्वच्छ मनानं माझ्याकडे, पपाकडे पाहा... आम्हाला पाहूनही जर उद्या तुझ्या मनात पोरकेपणाची भावना उमटली, तर तू आपली मनासारखं वागायला मोकळी असशील. तो आमचा- आमच्या वात्सल्याचा पराभव असेल. पण तो आम्ही सहन करू. कारण तुझ्यासाठी आम्हाला जगायचं आहे. तू समोर असलीस किंवा नसतील तरी...

'अनेकदा तू मला पाचगणीला बोर्डिंग स्कूलमध्ये पाठवा, असं रागारागात या नाजुक अवस्थेतून जाताना म्हणाली होतीस. तुला एकटं राहून स्वत:चा शोध घ्यायचा असेल, नव्यानं स्वतंत्र आयुष्य सुरू करायचं असेल आमच्याविना; तर मला ते मंजूर असेल. तू विचार करून मला सांग. तुझ्या पपांची मी समजूत काढेन व तुला बोर्डिंग स्कूलला पाठवेन.

'पण मला विचारशील तर बेटा, तू मला माझ्या नजरेसमोर या घरात 'हिमानी' बंगल्यात बागडताना व चिवचिवताना हवी आहेस. पण इथं तू आमच्या अस्तित्वामुळे क्षुब्ध होणार असशील, यापुढेही शून्यात अशीच नजर लावून काही न करता पडून राहणार असशील; तर त्यापेक्षा काळजावर धोंडा ठेवून तुला स्वत:ला शोधण्यासाठी बोर्डिंग स्कूलला पाठवणं मी पसंत करेन. निर्णय तुला घ्यायचा आहे.

'हे ई-मेलद्वारे तुला पाठवलेलं एक पत्र वाच. शांतपणे विचार कर. आज तू रात्री बेडरूममधून जेवायला बाहेर येऊ नकोस. मी विमलबाईबरोबर ताट पाठवून देईन. तू भरपूर वेळ घे विचार करायला, स्वत:चं मन तपासायला.

'उद्या सकाळी मी ब्रेकफास्टच्या टेबलावर नऊ वाजता तुझा आवडता मसाला डोसा करून वाट पाहीन... आता माझं काळीज धडधडतंय... तू माझ्यासमोर कशी येणार, या विचारानं... पण हनी बेटा, तुझा निर्णय जो काही असेल, तो एक

शब्दानंही न विचारता मी विनातक्रार मान्य करीन. तुला दत्तक घेऊन जर खरंच मी काही चूक केली असेल, तर मला शिक्षा भोगायला हवीच...

'मी पुन्हा सांगते- तुला मला इमोशनल ब्लॅकमेल करायचा नाहीय. तुला या पत्राद्वारे तसं सूचित होणार असेल, तर त्याकडे दुर्लक्ष कर... पण एक आग्रह जरूर करेन. स्वत:शी प्रामाणिकपणे- प्रसंगी ब्रुटल होऊन तटस्थपणे विचार कर आणि काय तो एक निर्णय घे... त्याची मला उद्या सकाळी नऊ वाजता ब्रेकफास्टच्या टेबलावर प्रतिक्षा असेल... तुझी पण...''

शिवानीला रात्रभर झोप लागली नाही. ती दोन-तीन वेळा हिमानीच्या बंद बेडरूमचा कानोसाही धडधडत्या मनानं घेऊन आली. मग वेळ जावा म्हणून चॅनेल सर्फिंग, जुनी गाणी, मग पुस्तक- शेवटी ज्ञानेश्वरी... त्यात सकाळपर्यंतचा न संपणारा प्रदीर्घ वेळ तिनं कसाबसा 'किल' करीत काढला. मग बाथरूममध्ये शिरून कडकडीत गरम पाण्याचा अर्धा तास शॉवर घेतला. देवघरात जाऊन सासुबाईचं मनोभावे स्मरण करीत पूजा केली. मग किचनमध्ये जाऊन हिमानीला आवडणारा कुरकुरीत मसाला डोसा केला अन् थर्मोस्टॅटमध्ये बंद करून ठेवला. गरम व कुरकुरीत राहावा म्हणून डायनिंग टेबलच्या बाजूला मंद हीटरवर ठेवून दिला.

तिनं घड्याळ्यात पाहिलं. सव्वाआठच झाले होते. अजून पाऊण तासाची जीवघेणी प्रतीक्षा... तिनं मोबाईलवर यू-ट्युबवर मनाला धीर यावा म्हणून आवडतं प्रार्थनागीत लावलं. ''इतनी शक्ती हमे देना दाता... मनका विश्वास कमजोर हो ना...'' त्यानंतर साहिरचं 'अल्ला तेरो नाम' व 'तोरा मन दर्पण कहलाए...' शैलेंद्रचं 'तू प्यार का सागर है' व शेवटी भरत व्यासचं 'ऐ मालिक तेरे बंदे हम..' ऐकत राहिली. रात्रभर झोप नसल्यामुळे किंचित कणकण वाटत होती. पण शिवराज व विराजला ती बोलवेपर्यंत ब्रेकफास्टला यायचं नाही, असं तिनं बजावलं होतं. त्यामुळे त्या प्रशस्त डायनिंग हॉलमध्ये ती या वेळी एकटी होती. मनानं असहाय, विकल आणि तेवढीच अधीर- अंगात चढणारा ज्वर घेऊन...

तिला ग्लानी चढली होती. बंद डोळ्यांपुढे अंधारलेल्या विश्वात तिला कसले कसले भास होत होते. कधी ती मंद हंसत होती, तर कधी कण्हत, विव्हळत होती.

बरोबर नऊ वाजता डायनिंग हॉलमध्ये हिमानी आली आणि ममाला कालच्याप्रमाणे डायनिंग टेबलवर डोकं ठेवून पडलेलं पाहिलं. ती काहीशी भेदरून तिच्याजवळ गेली. ती विव्हळत होती...

हिमानी पुढे झुकली. ममाच्या कपाळावर आलेले केस मागे सारले आणि तिच्या गालावर ओठ ठेवले. पण त्या वेळी आपल्या डोळ्यांतले कढत अश्रू तिच्या गालावर पडताहेत याचं तिला भान नव्हतं.

शिवानीनं भानावर येत डोळे उघडले. तिच्या मुखावर झुकलेल्या हिमानीचे ओठ होते व कढत आसवांनी गाल भिजले होते...

''हनी... बेटा...'' तिनं तिचा चेहरा हातात धरत तिच्या आत- आरपार पाहत म्हणाली. तिच्या चेहऱ्यावरच्या नितळ भावानं तिला तिचं उत्तर मिळालं होतं.

''ममा - ममा... मी- मी...प्लीज...'' हिमानीच्या ओठातून अर्धवट घोगरे शब्द फुटत होते, पण शिवानीच्या काळजापर्यंत तिनं न बोललेले पण बोलायचे असलेले- प्रकट करायचे असलेले भाव पोहोचत होते.

तिचे डोळे शिवानीने पुसले आणि तिच्या ओठावर बोट ठेवत म्हणाली, ''शू... काही बोलू नकोस. फार त्रास दिलास... आता शब्दानं आणखी माफी मागून छळू नकोस...''

''ममाऽऽ ममा...'' तिनं शिवानीच्या गळ्याला घट्ट मिठी घालत इतके दिवस मनात साचलेल्या घुसमटीला वाट करून देण्यासाठी मोठ्यानं हंबरडा फोडला. आणि ती धाय मोकलून रडू लागली. शिवानी तिची पाठ शांतपणे थोपटत राहिली.

हिमानीचा हंबरडा ऐकून शिवराज व विराज काळजीनं धावत आले आणि मायलेकीची गळाभेट पाहून स्तिमित झाले. शिवानीनं त्यांना बोटानं 'व्ही' करीत अबोलपणे सारं काही सांगून टाकलं.

काही क्षणानं हिमानी शांत होत अलग झाली अन् आपले डोळे कोरडे केले.

शिवानीनं ते पाहिलं व ती समाधानानं मंद हसली.

तिला तिची पूर्वीची हिमानी गवसली होती!

–०–०–०–

३.

माफी

दिवाणखान्याच्या कोपऱ्यात मंद जळणारा दिवा, वाऱ्यानं विझू नये म्हणून त्याभोवती कंदिलाची ठेवलेली काच आणि दिव्यामागे त्याच्या प्रकाशानं उजळणारा प्रणितीचा फ्रेम केलेल्या तसबिरीतला हसरा-प्रसन्न चेहरा!

अदिती सुन्न होऊन थिजल्या नजरेनं प्रणितीकडे एकटक पाहत अंग मोडून बसलेली. गेले तीन दिवस पुनः पुन्हा दाटून येणारे कढ आता आटलेले. डोळे कोरडे झालेले, ताठरलेले व क्षणभरही झोप नसल्यामुळे लालजर्द.

आप्त-परिचित माणसं येत-जात होती. त्या छोट्याशा ड्रॉइंगरूममध्ये प्रणितीच्या तसबिरीला नमस्कार करून काही काळ दाटीवाटीनं गंभीर चेहऱ्यानं बसत होती. प्रणितीची पाठची बहीण- ज्योती- कुणी काही विचारलं, पाठीवर हात फिरवत धीराचे शब्द ऐकवले; तर फिकट प्रतिसाद मान हलवत देत होती आणि जाताना नि:शब्द नमस्कार करत निरोप देत होती.

बाहेर पार्किंग लॉटमध्ये एका खुर्चीत सिगरेटी ओढत ज्योतीचा बाप राघव बसलेला. येणाऱ्या-जाणाऱ्यांशी त्यांचे सांत्वनाचे बोल स्वीकारत काही तरी बोलावं म्हणून निरर्थक काही पुटपुटत होता. आत बसली असली तरी नजरेच्या एका कडेतून ज्योतीचं बापाकडे बारीक लक्ष होतं. अशा वेळी त्याचं येणं अपरिहार्य व आवश्यक असलं तरी तो आला नसता तर बरं झालं असतं, असं आई अदितीकडे कटाक्ष टाकला की वाटायचं! तरी एक बरं होतं- हा ताजा आघात एवढा मोठा होता की, अदितीचं भान पूर्ण हरवलेलं आणि नजर निर्जीव वाटावी एवढी थिजलेली. पूर्वी राघव चार-सहा महिन्यांनी भेटायला जेव्हा यायचा, तेव्हाचा दिसणारा तप्त संतापाचा अंगार सोडा- पण त्याला ओळखल्याचा भावही

त्या सुन्न नजरेत जाणवत नव्हता.

ड्रॉइंगरूमला लागूनच छोट्या बेडरूममध्ये पलंगावर पॅरालिसिसनं अंथरुणाला खिळलेली, जीर्ण-जीर्ण झालेली आजी अखंड रडत, कुलस्वामिनी तुळजाभवानीचं नाव घेत तळमळत होती.

आजी, आई आणि आपण- तीन पिढ्यांचे प्रतिनिधी. कुणाही पुरुषाच्या आधाराविना तसे मजेत जगत होतो कालपर्यंत! ज्योतीच्या मनात पुनः पुन्हा एकच विचार, कितीही दाबायचा प्रयत्न केला तरी उफाळून वर येत होता. 'आपणा तिघांना बांधून ठेवणारी, उत्फुल्ल फुलाप्रमाणे स्मितहास्याचा सुगंध घरभर सांडणारी आणि समज वाढली तशी घराचा कर्तेपणा सहजतेनं घेणारी आपली थोरली बहीण प्रणिती आज नाही... कसं होणार आपलं?'

ज्योतीच्या त्या विकल करणाऱ्या विचारांना अश्रूंद्वारे आजही वाट मिळाली ती, रुबलच्या खांद्यावर डोकं ठेवलं तेव्हा. रुबल व तिची आई आजही त्या तिघींसाठी पोळी-भाजी घेऊन आल्या होत्या. अदितीनं तर जेवण तर सोडा, साधा पाण्याचा थेंबही घेतला नव्हता परवापासून! काल रात्री ज्योतीच्या सांगण्यावरून तिची शाळकरी मैत्रिण रुबल कॉलनीतल्या डॉक्टरांना घेऊन आली होती. त्यांनी अदितीचं 'डीहायड्रेशन' होऊ नये म्हणून तासभर स्वत: थांबून सलाईन लावलं होतं, त्याचंही तिला भान नव्हतं. कुठेही बसली असली, तरी प्रणितीच्या दिव्यामागे ठेवलेल्या तसबिरीवरच नजर खिळलेली असायची... अपवाद फक्त जेव्हा तिची नजर ड्रॉइंगरूमच्या मध्यभागी असणाऱ्या सिलिंग फॅनकडे गेली की, शहारून यायची आणि ती मान व नजर वळवायची. परवा अखंड आसवं ढाळल्यानंतर ती कोरडी, सुन्न आणि चेतनाहीन अशी होऊन गेली होती.

काही क्षण ज्योतीचं मस्तक रुबलच्या खांद्यावर विकलपणे विसावलं होतं आणि मनात दाटून आलेली असहायता आसवांच्या वाटे वाहून गेली होती. मग ती भानावर आली होती. नव्हे, तिला येणं भाग होतं. ''आता दीदी नाहीय या जगात. आई-आजीला आपणच सावरलं पाहिजे- धीर दिला पाहिजे. तो... तो आपला नतद्रष्ट बाप राघव उद्या परत जाईल... गेलेलाच बरा! मुख्य म्हणजे, आता मलाच दीदीप्रमाणे कर्तेपणा धरला पाहिजे.'' रुबलकडे ज्योती मनातलं बोलत होती. ''मला... मला हे पेलेल ना रुबल? मी कुणापुढे दाखवत नाही, पण माझाही

धीर आतून सुटलाय गं...''

''तू... तू ब्रेव्ह गर्ल आहेस डिअर!'' ज्योतीच्या पाठीवर हात फिरवत रुबल तिला धीर देत होती. ''काल संडेला मी चर्चमध्ये ममीबरोबर जाऊन लॉर्ड जीझसपुढे तुझ्यासाठी- अदिती आंटीसाठी आणि ग्रँडमासाठी स्पेशल प्रेअर केली. तुम्हाला मानसिक बळ मिळावं, हा आघात सहन करण्याचं म्हणून!''

''ते... ते मानसिक बळ तर मला फार फार हवंय रुबल. आजचा तिसरा दिवस संपला की, उद्यापासून आम्ही तिघीच. त्या दोघींकडे मलाच पाहिलं पाहिजे. त्यासाठी मी स्वत:लाच बजावतेय... धीरानं घेण्याचं. पण... पण फार कठीण आहे गं हे सारं... आय कान्ट इमॅजिन माय लाईफ विदाऊट दीदी... शी इज द रिअल बाइंडिंग फोर्स फॉर वुई थ्री वुमन...!''

''वुमन?...'' रुबलच्या ममानं किंचित आश्चर्यानं विचारलं, ''तू तर यंदा अकरावीला आहेस... फार तर सतरा वर्षांची आणि स्वत:साठी वुमन- स्त्री म्हणवून घेतेस?''

''या तीन दिवसांत मी किती तरी प्रौढ झालेय आंटी'' ज्योती मंद सुस्कारा टाकत म्हणाली. ''आता एकच निर्धार- प्रणितीला न्याय- जस्टीस मिळाला पाहिजे. तो... तो नराधम सुटता कामा नये.''

''पण बेटा, त्याला आज ना उद्या बेल मिळणारच... असो. तू थोडं खाऊन घे...''

''आधी आजीला भरवते... तिला या वयात डायबेटिसमुळे भूक सहन होत नाही'' रुबलनं आणलेला जेवणाचा डबा घेऊन ज्योती बाजूच्या बेडरूममध्ये आली. तिला पाहताच आजी बोळक्या तोंडातून केवळ मंदसा आवाज करीत पुन्हा रडू लागली. डोळे तर अखंड बरसत होते. ज्योतीनं तिचे डोळे तिच्याच पदरानं पुसले आणि भिंतीला लोड लावून रुबलच्या मदतीनं तिला बसवलं. डबा उघडला. ''आजी, नाही म्हणायचं नाही, माझी शपथ आहे. अर्धी पोळी तरी खाल्लीच पाहिजे'' असं म्हणत पोळीचा एक तुकडा तिच्या तोंडाजवळ नेला, तसा तिचा हात बाजूला सारीत आजी म्हणाली, ''नको मला पोरी.. अन्नावरची वासनाच मेलीय...!''

''नाही खाल्लीस तर फट्‌दिशी जाशील...!''

''जाऊ दे ना. किती जगू? काय काय पाहू या अधू डोळ्यांनी? लेकीचा

मोडलेला संसार पाहिला आणि आता प्रणिती... बेटा का गेलीस आम्हाला सोडून?''

आजीची जीर्ण, तोळामासा झालेली अन् सर्व बाजूंनी आक्रसलेली कुडी असहाय पण नि:शब्द थरथरू लागली.

''आता दिदी नाहीय आजी, अशा वेळी तू पण जायचं म्हणतेस जगातून? माझं सोड, तुझ्या लेकीचा- माझ्या आईचा तरी विचार कर. तिनं कसं सहन करायचं?''

ही मात्रा चांगलीच लागू पडली होती. आजी काही क्षणांनी शांत झाली आणि ज्योतीच्या हातून चार घास खाल्ले. मात्र, पुनः पुन्हा एकच पुटपुटत होती, ''हे खाणं पण पाप वाटतं... नकोसं वाटतं पोरी!'' ज्योतीनं त्याकडे लक्ष दिलं नाही. आपल्यासाठी- आपल्या आईसाठी आणखी काही महिने- जमलं तर वर्ष-दोन वर्षं तिची जीर्ण कुडी तगवली पाहिजे, जगवली पाहिजे. त्यासाठी तिला खाऊ घातलं पाहिजे. पॅरॅलिसिस होऊन अंथरुणाला खिळण्यापूर्वी ती मला, दीदीला प्रेम द्यायची-माया करायची आणि धीर द्यायची. ठणकावून बजावायची, ''त्या नालायक बापाची आठवणही नाही काढायची. बाईला पुरुषाच्या आधाराविना जगता आलं पाहिजे. मी जगलेच की ह्यांच्या माघारी आणि अदितीला मोठं केलं... चांगली मास्तरीण केलं. लग्न लावलं... पण तो राघव असा नालायक असेल, घाणेरडा वागेल; हे कुठे माहीत होतं? तुमची आई तुम्हा दोन लहान पोरींसकट घरी आली. मी एकटीनं सांभाळलंच की! कशाला हवाय बापरूपी पुरुष? अदिती व मीच तुमचे आई-बाप आणि आजी-आजोबा समजा!'' आता ती आजारानं आपला जन्मजात खंबीरपणा गमावून बसलीय. आता मलाच तिची आई झालं पाहिजे- सांभाळण्यासाठी. कदाचित आईची आईपण.

''तो... तो... र... राघव आला ना?'' आजीनं तिला काहीसं आठवल्यासारखं करत विचारलं, तशी उद्वेगानं तिनं होकारार्थी मान हलवली.

''तो राहणार आहे की जाणार?''

''मला माहीत नाही आजी. मी त्याच्याशी एक शब्दही बोलले नाही... बोलणार नाही...''

''असं नको बेटा म्हणूस. त्याला 'थांब' म्हण... कदाचित थांबेलही-'' आजी एक-एक शब्द सावकाश म्हणत होती. जणू काही त्यासाठी आपल्या इच्छेविरुद्ध जात धीर गोळा करत होती. ''त्याची या... या घराला आता गरज

आहे. माझ्या लेकीला... तुला... मला...''

''ओह् नो... नोऽ!'' असं स्वत:शीच पुटपुटत ज्योतीनं आजीकडे पाठ फिरवत चेहरा ओंजळीत झाकला. आपला नकार का दुबळा वाटतोय? आपल्यालाही बापानं थांबावं-राहावं वाटतंय का? आईसाठी? तिनं सावरावं म्हणून? दीदीच्या माघारी आपल्यालाही निराधार वाटतंय म्हणून?''

ज्योतीच्या मनात उठलेले ते प्रश्न तिला सहन होत नव्हते. त्यामुळे क्रुद्ध होत ती आजीजवळ गेली अन् चिरक्या स्वरात म्हणाली, ''नाहीऽऽ या घराला त्याची गरज नाही... मी खंबीर आहे! आणि आजी, तुझी लेक पण काही एवढी लेचीपेची नाहीय. आणि तूच म्हणायचीस ना की, बायकांना जगण्यासाठी पुरुषांची गरज का असावी?''

''मला का ते माहीत नाही बेटा? पण प्रणितीचा हा असा शेवट... आता... आता परिस्थिती बदललीय म्हणून...''

''तरीही नाही. दीदीनं त्याला कधीच माफ केलं नसतं, म्हणून मीही करणार नाही. तो आमच्यासाठी अस्तित्वातच नाही. तेव्हापासून दीदीनं तिच्या व माझ्या नावापुढे अर्ज करून आईचं नाव लावलं... आजी, पुन्हा तो विचार मनातही आणू नकोस... प्लीजऽ!''

ती व रुबल पुन्हा बाहेर ड्रॉइंगरूममध्ये आल्या. रुबलची ममा अदितीजवळ तिचा हात हाती घेऊन बसली होती. दोघीही स्थानिक चर्चप्रणीत शाळेतल्या सहकारी शिक्षिका. पण अदिती तिच्याकडेही अनोळखी नजरेनं पाहत होती. ममाच्या हाताची उबही जाणवत नव्हती, की त्यामागची सहानुभूती जाणवत नव्हती.

काही वेळानं राघव आत आला. त्याच्याबरोबर त्याची बहीण- ज्योतीची बेबीआत्या आली होती. राघव-अदितीचा घटस्फोट तिच्यामुळे समाजात तमाशा न होता परस्परसहमतीनं झाला होता. तो जरी अलग झाला आणि दुसऱ्या गावात बदली करून निघून गेला असला, तरी बेबी इथंच राहायची. तिनं नवरा-बायकोचं नातं तुटलं असलं तरी त्या घराशी संबंध कायम ठेवले होते. अदितीला अवघडलंसं वाटू नये म्हणून ती ठणकावून सांगायची, ''आपण नणंद-वहिनी कमी आणि मैत्रिणी जास्त आहोत म्हटलं... आणि नात्यापलीकडचं हे नातं आहे.''

प्रणिती-ज्योती दोघींनाही बेबीआत्या आवडायची. तीही त्यांच्यावर स्निग्ध माया करायची. परवा प्रणितीच्या आत्महत्येचं कळताच धावून आली होती. व

खंबीरपणे तिनंच चार जागी फोन करीत अंत्यविधीची व्यवस्था केली होती आणि राघव येण्याची वाट न पाहता ज्योतीच्या हातानं अंत्यसंस्कार केला होता. अदितीलाही ती स्मशानात घेऊन आली होती. ''अगं आत्या, तिला नको न्यायला स्मशानात. तिला नाही सहन होणार?'' असं म्हणत ज्योतीनं केलेला विरोध मोडून काढत तर्कशुद्धपणे काहीशा रोखठोक सुरात बेबी म्हणाली होती, ''पोरी, आता प्रणिती जगात नाहीय, ही वस्तुस्थिती आहे. पण अदितीचं मन अजून ते स्वीकारत नाही. स्मशानभूमीत नजरेसमोर अग्निदाह पाहून ती ही अटळ वस्तुस्थिती स्वीकारेल... ती तिनं स्वीकारलीच पाहिजे.''

राघवबरोबर येणाऱ्या बेबीकडे ज्योतीचं लक्ष जाताच ती उठली आणि जवळ जात तिच्या गळी पडली. परवा स्मशानातून आल्यावर निग्रहानं स्वत:ला बजावीत ज्योती डोळ्यांतून पाण्याचा एक टिपूसही काढीत नव्हती. पण बेबीला पाहताच ते ओढून-ताणून आणलेलं चंद्रबळ ओसरलं आणि डोळे पाझरू लागले. तिची पाठ थोपटत बेबी तिला दिलासा देऊ लागली. ज्योतीचे मस्तक डोळे मिटलेल्या अवस्थेत तिच्या खांद्यावर विसावले गेले होते.

अचानक ''बंद करा तो पंखाऽऽ'' असा अदितीचा क्रुद्ध व कापरा आवाज ज्योतीच्या कानी पडला. तिनं भानावर येत बेबीपासून अलग होत पाहिलं. अदिती दिवाणखान्यात गरगरणाऱ्या पंख्याकडे पाहत ओरडली होती! सिलिंग फॅनच्या स्विच ऑन-ऑफ बटणाजवळ राघव उभा होता. त्यानंच उकाडा वाटतोय म्हणून पंखा सुरू केला असणार!

याच पंख्याच्या पात्यांना आपल्या दुपट्ट्याचा गळफास लावून स्वत:ला लटकावून घेत प्रणितीनं परवा पहाटे केव्हा तरी जीव दिला होता. प्रणितीला पहाटे उठून अभ्यास करायची सवय असल्यामुळे ज्योती आत झोपायची आणि आजीसाठी अदिती- कारण रात्रीतून आजीला दोन-तीन वेळा तरी बेडपॅन द्यावा लागायचा.

सकाळी सहा वाजता उठून अदिती बाहेर आली आणि पंख्याला लटकलेली निर्जीव पडलेली प्रणिती पाहून ती भेसूर ओरडली. ज्योती जागी होत त्वरेने बाहेर आली आणि तिला मिठीत घेत प्रणितीचा पंख्याला लटकलेला देह दाखवीत अदिती धाय मोकलून रडत शिव्यांची लाखोली वाहू लागली.

''त्या... त्या दुष्टाचं... समीरचं तळपट तळपट होईल! त्याच्या साऱ्या घराला वाळवी लागेल...''

प्रणितीचे उघडे निर्जीव डोळे पाहताना ज्योतीचा विश्वास बसत नव्हता. ती क्षणभर कमालीची हतबद्ध झाली होती. मग जाणीव झाली की, आपल्या दीदीनं गळफास लावून घेत आत्महत्या केली आहे. तीही मग उन्मळून गेली आणि आईच्या सुरात सूर मिसळत बेभान रडू लागली.

''काय झालं अदिती-ज्योती? का... का रडताहात तुम्ही? मला कुणी काही सांगाल का?'' असं आतून आजी पुनः पुन्हा विचारत होती. पण दोघींचं भानच जणू हरपलं होतं.

त्यांचं मोठ्यानं होणारं रडणं ऐकून शेजारच्या पाटीलकाकू आल्या... मग सारे शेजारीपाजारी गोळा झाले. कुणी तरी पोलिसांना फोन केला. दोन बायकांनी आजीला उचलून बाहेर आणून गादीवर बसवलं. पंख्याला लटकलेली नात प्रणिती पाहून ती धाड्कन आडवी पडली आणि गादीत तोंड खुपसून गदगदत मंद आवाजात रडू लागली.

जेव्हा पोलीस इन्स्पेक्टर धायगुडे आले, तेव्हा चवताळून त्यांच्यासमोर जात ज्योती हिस्टेरिक होत ओरडली,

''आता... आता कशाला आलात इथं? तुमच्या... तुमच्यामुळे माझी दीदी गेली. तिच्याबाबत संवेदना दाखवणं सोडाच, उलट आमचंच चारित्र्य काढलं. होय, होती आमची आई घटस्फोटित; म्हणून का आमचंच चारित्र्य सैल? वा! इन्स्पेक्टरसाहेब, काय तर म्हणे दीदी 'मेल इनव्हायटिंग' कपडे घालते! तुमची मुलगी पण जीन-टीशर्ट नाही घालत?''

बेबी आणि रुबलची ममी तिला 'उगी-उगी' करत शांत करायचा प्रयत्न करत होत्या, पण ती शांत होत नव्हती.

ती प्रणितीबरोबर पोलीस स्टेशनला तक्रार करण्यासाठी गेली असताना हा मुर्दाड इन्स्पेक्टर आधी तक्रार नोंदवून घेत नव्हता, मग स्टेट बँकेत ऑफिसर असणाऱ्या बेबीआत्याचं नाव सांगितलं तेव्हा त्यानं तक्रार नोंदवून घेतली. पण जाताना कुत्सित टोमणा मारलाच. ''लग्नसंस्थेचं पावित्र्य न मानता उठसूट घटस्फोट घेणाऱ्या बाईची मुलगी तू... आताही तुझा ड्रेस इनव्हायटिंग आहे... तरुण पोरं चेकाळणार नाहीत तर काय करणार?''

त्यांचा इशारा स्लिव्हलेस टीशर्ट-जीन्स अशा पोशाखात तिथे आलेल्या प्रणितीकडे होता. ती एकदम अपसेट झाली होती. तिचा आरशासारखा स्वच्छपणे

तिचं मन दाखवणारा चेहरा खर्रकन उतरत पांढरा फटक झाला होता. तिनं सहन न होऊन मान वळवली होती.

ज्योती– तिची पाठीला पाठ लावून आलेली दोन वर्षे छोटी असणारी बहीण. ती घरीदारी फटकळ, बोलभांड म्हणून प्रसिद्ध होती. तिला तो टोमणा अशिष्ट वाटला, सहनही झाला नाही. इन्स्पेक्टरसमोरच्या प्रचंड काचेच्या टेबलावर मूठ मारीत तिनं म्हटलं,

''पुन्हा म्हणा साहेब ते वाक्य? अहो, आम्ही पीडित आहोत. तो वासू छाप तिचा कॉलेजचा समीर तिला त्रास देतोय.. तो काय करतोय, हे तक्रारीत आताच दीदीनं नोंदवलंय... त्याचा तुम्हाला संताप येत नाही? उलट दीदीचा ड्रेस काढता? काय वाईट आहे त्यात? आजचा नॉर्मल शहरी पोशाख आहे!''

''हीच ती सो कॉल्ड मॉडर्निटी! मला पटत नाही.''

''तुमचे बुरसटलेले विचार तुमच्याजवळ ठेवा!'' उठत ज्योती म्हणाली. ''खरं सांगू? दोष तुमच्यात आहे, तुम्हां पुरुषमंडळीत आहे. बाई तुम्हाला भोग–वस्तू वाटते. पायातली वहाण वाटते...!''

तिच्या त्या बेडर बोलण्यानं इन्स्पेक्टर अवाक् झाला होता. जेमतेम सोळा–सतरा वर्षांची ज्योती धीटपणे किती परखडपणे त्यांना सुनावत होती!

''दीदी, चल. आपण असेच थेट पोलीस कमिशनरांकडे जाऊ, तसेच प्रेसला सांगू. तुम्ही काही करू नका इन्स्पेक्टरसाहेब... आता काय करायचं ते कमिशनरच करतील– प्रेसवाले करतील!''

तेव्हा त्यांनी दोघींना बसवत त्वरित कारवाई करण्याचं आश्वासन दिलं आणि थेट कॉलेजमध्ये जाऊन समीरला उचललं, लॉकअपमध्ये टाकलं. पण कलमं सौम्य लावली. त्यामुळे बाप वकील असल्यामुळे त्याला चार तासांतच बेलही मिळाला.

आणि पुन्हा समीर चवताळून जात प्रणितीच्या मागावर अधिकच राहू लागला. त्याचं कुत्सित टाँटिंग, सेक्सिस्ट टोमणेबाजी सुरूच राहिली. प्रणितीला ऐकू जाईल असं मित्रांना वारंवार बोलायचा... ''माझं प्रेम आहे तुझ्यावर प्रणिती डार्लिंग! जी–जान दे सकता हूँ और किसी दूसरे के तुम देखो–चाहो, ये मैं हरगीज बरदाश्त नहीं करूँगा!''

प्रणितीचा सायन्स प्रॅक्टिकलचा साथीदार अनमोल तिचा या वर्षी चांगला

मित्र झाला होता. एक-दोनदा कॉलेजच्या कँटीनमध्ये एकत्र चहा पिताना, गप्पा मारताना समीरनं त्यांना पाहिलं होतं. तो आर्ट्सला असल्यामुळे पिरिएड बंक करून कँटीन, जिमखाना आणि कॉलेजच्या प्रांगणात उंडारत असायचा. त्यानं एक दिवस अनमोलला तिच्यासमक्ष ''ती माझी आहे. खबरदार, पुन्हा तिच्याबरोबर हिंडताना दिसलास तर!'' असा दमही दिला होता. पण त्यानं त्याकडे दुर्लक्ष केलं होतं. मग एके सायंकाळी घरी जाताना अंधारात अनमोलला हॉकीस्टिकनं मारहाण केली. ती एवढी जबर होती की, त्याचा डावा पाय फ्रॅक्चर झाला होता. तीन आठवडे तो कॉलेजला येऊ शकला नव्हता त्यामुळे! प्रणिती त्याला पाहायला दवाखान्यात गेली होती, तेव्हा त्यानं हात जोडून ''मला माफ कर. यापुढे भेटू नकोस'' असं डोळ्यांत पाणी आणून सांगितलं होतं. त्या रात्री प्रणिती ज्योतीपुढे मन मोकळं करत किती वेळ तरी रडत होती. ''मला अनमोलची मैत्री संपली याचं तेवढं दु:ख नाही, कारण ती साधी-निष्पाप होती. राग येतो अन् असह्य वाटतं ते... ते समीरचं बेताल वर्तन. तो का मला त्याची मालकी हक्काची वस्तू समजतो? काय तर म्हणे- ''तुम बस मेरी हो... किसी और की नहीं हो सकती...' आज नुसता पाठलाग करतोय, टाँटिंग करतोय... तक्रार केली, पण काय उपयोग झाला? उद्या... उद्या अधिक बेडरपणे त्यानं... त्यानं...'' दाटून आलेल्या उमाळ्यानं प्रणितीला पुढचं बोलता आलं नव्हतं!

ज्योती आग्रहानं प्रणिताला घेऊन इन्स्पेक्टर धायगुडेकडे पुन्हा गेली होती. ''सर, आता तरी काही करा...!'' पण तपासाअंती अनमोलला प्रणिताच्या मैत्रीमुळे कुणी मारलं, हेच पुराव्याअभावी कळत नाही; असा जेव्हा काही दिवसांनी त्यांनी निष्कर्ष सांगितला, तेव्हा प्रणिती हतबद्ध झाली होती, तर ज्योती क्रुद्ध. पण धायगुडे थंड होते. त्यांच्यासाठी ही केस संपली होती.

''पण पुन्हा समीरनं दीदीला त्रास दिला तर?''

''मी आहे ना तक्रार लिहून घ्यायला!'' ते म्हणाले, ''आता ताबडतोब तक्रार लिहून घेईन, त्याला उचलेनही. पण त्याला पुन्हा बेल मिळाला, तर मला दोष देऊ नका...!''

आणि परवा पहाटे केव्हा तरी सारे झोपेत असताना प्रणितानं आत्महत्या केली होती. आदल्या दिवशी संध्याकाळी काय घडलं असेल? प्रणिती आताशी उदास व आपल्याच कोषात स्वत:ला दडवून घेत उदासवाणं वावरायची. मात्र

आईला त्रास होऊ नये म्हणून हा प्रकार अदितीला तिनं आणि ज्योतीनं सांगितला नव्हता. तिच्यापुढे प्रणिताला ज्योती काही विचारायची नाही आणि रात्री प्रणिती जेवण होताच दिवाणखान्यात ''उद्या मला पहाटे चारला अभ्यासाला उठायचंय'' असं म्हणून तोंडावर रजई घेऊन झोपी गेल्यामुळे ज्योतीला आज काय काय घडलं, हे विचारता आलं नव्हतं. आता तर...

''ऐकू येत नाही का कुणाला? तो... तो पंखा बंद कराऽ म्हणतेय ना मीऽऽ'' अदिती पुन्हा दात-ओठ खात ओरडली. तसा राघव दचकला आणि पंख्याचा स्विच ऑफ करण्यासाठी भिंतीकडे वळला, तशी बेबीनं ''थांब दादा'' म्हणत त्याला थांबवलं आणि मग ती अदितीजवळ जात म्हणाली,

''अगं, किती उकडतंय वहिनी?''

''पण... पण... तो पंखा... ती पाती... त्याला... त्याला प्रणूनं...'' आणि अदितीला पुढे बोलवेना. तिला जवळ घेत बेबी शांतपणे म्हणाली,

''मान्य. ती वस्तुस्थिती आहे वहिनी. पण म्हणून का यापुढे पंखा लावायचा नाही? ती... ती तर निर्जीव वस्तू आहे. दोष त्या पिसाटलेल्या पोराचा- समीरचा...''

''होय. मला कळलंय ज्योतीकडून बेबी!'' अदिती कापऱ्या स्वरात म्हणाली, ''तो तर दोषी आहेच, पण हा तुझा भाऊ- तो पण जबाबदार आहे. त्याला सांग बाहेर जा... नाही तर मीच...''

प्रणितीचं कळल्यावर काल राघव आला होता, पण तेव्हापासून अस्वस्थ व बावचळलेला होता. आपण इथं नकोसे-अनवॉंटेड आहोत, असं त्याला क्षणोक्षणी जाणवत होतं. तो येण्यापूर्वीच ज्योतीनं अंत्यसंस्कार केले होते. आज दुपारी तिसऱ्या दिवशी रीतीप्रमाणे राख सावडायला जायचं होतं. ते झालं की घरी परत न येता जावं आपल्या गावी, असं त्याला तीव्रतेनं वाटत होतं आणि आज पंखा लावल्याच्या निमित्तानं प्रणितीनं त्याच्या पात्याला लटकावून स्वत:चा आत्मघात केल्याच्या जाणिवेनं भानावर येत अदिती बोलली होती आणि राघवकडे दृष्टी जाताच त्याला निघून जाण्यासाठी बेबीला ती सांगत होती.

''वहिनी, काहीपण असलं तरी प्रणिती त्याची पण मुलगी आहे. त्यानं माझं ऐकून मुलींच्या कस्टडीचा आग्रह तेव्हा सोडला होता... ते असो. दादा, तू बाहेर जाऊन बस. मी येते थोड्या वेळानं. तुझ्याशी मला थोडं बोलायचं आहे.''

राघव निमूटपणे बाहेर निघून गेला. अदिती पण साडीच्या पदरानं डोळे पुसत थोडी शांत झाली होती.

''ठीक आहे बेबी. मी कधीच तुझ्या शब्दाबाहेर जात नाही. पण राघवला मला माफ करता येणार नाही, कधीच... आणि त्या समीरला शिक्षा ही झालीच पाहिजे.'' अदिती ठाम स्वरात म्हणाली. ''माझी प्रणिती पीएच.डी. करून मोठी सायंटिस्ट होणार होती... ते तिचं स्वप्न आणि ध्यासही होता. का देवानं तिला असं अकाली खुडलं?''

''काय सांगू वहिनी? प्रणिती बदनामीला, होणाऱ्या पुरुषी अत्याचाराला भ्यायली असणार... मला जर हे माहीत असतं तर... तर, जाऊ दे. आता ती नाहीय या जगात, हे सत्य स्वीकारलं पाहिजे, कटू असलं तरी!''

''पण तिच्याविना जगणंच नकोसं वाटतंय... वाटतंय हे आयुष्य ओझं झालंय- जडशीळ- न पेलवणारं!'' अदिती म्हणाली, ''मी... मी पार थकलेय गं या तीन दिवसांत. आधार कुठे व कसा शोधायचा?''

बेबीलाही आता गलबलून आलं होतं. जर अदितीचा आणि राघवचा घटस्फोट झाला नसता तर? पण दोष त्याचाच होता. दारूचं जडलेलं व्यसन आणि संशयी स्वभाव. शाळेतल्या सहकारी पुरुष शिक्षकाबरोबर तिचं बोलणंही सहन व्हायचं नाही त्याला. संशयावरून बोलणी-भांडणं. मग दारू पिऊन मारझोड. कधी विकृत होत उघड्या अंगाला सिगारेटचे चटके देणे... बेबीनंच तिची ही परवड पाहून वेगळं होण्याचा दिला सल्ला. त्या घटस्फोटाच्या कायदेशीर प्रक्रियेतून जाताना बेबी अदितीच्या बाजूने ठामपणे उभी होती- आधारस्तंभ बनून.

वेगळं झाल्यानंतर अदिती कटाक्षाने राघवला मागील बारा-तेरा वर्षांत एकदाही भेटली नव्हती. बेबीनं तिला अनेकदा सांगायचा प्रयत्न केला, ''राघव आता पूर्णपणे बदललाय. त्याला त्याच्या वागण्याचा, केलेल्या छळ-मारहाणीचा मनापासून खरा पश्चात्ताप होतोय. त्याला मुलींची सारखी आठवण येतेय. त्यानं दारू सोडलीय, सिगारेट बंद केलीय. दररोज फोटो कवटाळून रात्र-रात्र रडत असतो. त्याला तुझी भेट घेऊन क्षमा मागायची आहे.'' पण प्रत्येक वेळी तिला थांबवत अदिती म्हणायची,

''बेबी, त्याच्यावर मी विश्वासच ठेवू शकत नाही, इतका त्यानं मला त्रास दिला आहे. मी त्याला माफ करणं केवळ अशक्य आहे.''

आणि प्रणिती व ज्योतीनं बालवयात राघवनं आपल्या आईला मारलेलं अन् दिलेला त्रास अनेकदा पाहिला असल्यामुळे त्यांच्या लेखी राघव राक्षसच होता. आजीकडे त्यांना घेऊन अदिती कायमची आल्यानंतर राघवच्या नावाने बोटं मोडत त्याला कायम ''राक्षस'' संबोधायची. त्यामुळे दोन्ही बहिणींसाठी बापाची मनमानसात तशीच काळी प्रतिमा दृढ झाली होती.

पण कालपासून बाहेर बसलेल्या व स्वत:तच हरवलेल्या राघवला ज्योती दुरूनच पाहत होती. त्याच्या डोळ्यांतली वेदना आणि चेहऱ्यावरची विदीर्णता तिला जाणवत होती. खरंच का एक बाप म्हणून त्याला प्रणिती गेल्याचं दु:ख झालंय?

मात्र आताही त्याला माफ करणं अशक्य आहे, असं बेबीआत्याला आई म्हणत होती. तेच खरं मानलं पाहिजे. तीच आता आपली आईबरोबर बाप आहे. कर्ती स्त्री आहे घरची आणि आपल्यालाही वर्गात मैत्रिणी टोमणे मारत असल्या तरी आपल्या नावापुढे बापाऐवजी तिचं नाव लावण्याचा संकोच किंवा पश्चात्ताप कधीच वाटला नव्हता. त्याला कारण तिचं जसं प्रेम होतं, तशीच कर्तबगारीही. ती किती उत्तम शिक्षिका आहे! आपली अभ्यासातली गती तिच्या शिकवण्यामुळेच तर तेज बनली आहे. तिची माणसाची पारख चुकणार नाही. आपला बाप राक्षसच आहे.

पण ते आज मनाच्या एका कोपऱ्यात कुठे तरी पूर्णपणे का पटत नाहीय? आपलं अबोध- सुप्त मन का वडिलधारं-फादर फिगर शोधतंय? आजच? अं-हं, आधीपासून ती ओढ असावी. फक्त आज कुठे अस्पष्टपणे जाणवतीय. तरीही आईचा नकार असताना त्याला नाही मी आपलं मानणार...

राख सावडण्याचे व इतर धार्मिक विधी प्रणिती कुमारिका असल्यामुळे तिसऱ्याच दिवशी दुपारी पूर्ण झाले. त्यानंतर राघव जायला निघाला. तो अदितीला उद्देशून पण बेबीला सामोरं जात म्हणाला,

''बेबी, 'बूँदसे गई वो हौद से नहीं आती' असं म्हणतात, ते खरंय. मी त्या वेळी फार वाईट वागलो. आता बदललोय, पण काय उपयोग? असो. तिनं अन् ज्योतीनं नीट राहावं, स्वत:ला सावरावं- एवढीच प्रार्थना मी देवापुढे करीन. मी निघतो.''

आणि त्याच वेळी मोबाईलवर आलेला मेसेज वाचून ज्योती मोठ्यानं

ओरडली, ''बेबीआत्या, व्हॉट्सअपवर काय आलंय ते पाहा गं!'' आणि आपला मोबाईल तिनं बेबीला दिला.

बेबी व्हॉट्सॲपवरचा तो मेसेज वाचून आचंबित आणि हतबद्ध झाली. तो मेसेज समीरचा होता.

''ज्योती, तुझी ताई प्रणिती माझ्यामुळे आत्महत्या करेल असं मला खरंच स्वप्नातही वाटलं नव्हतं. मी खरंच तिचा अपराधी आहे. मी तिच्यावर मनस्वी प्रेम करत होतो. तिच्यासाठी अक्षरश: पागल झालो होतो. हिंदी सिनेमाच्या हीरोप्रमाणे माझी पराकोटीची भावना होती- वो सिर्फ मेरी है. तिला अनमोलबरोबर पाहून मी संतप्त झालो. वो किसी और की कैसे हो सकती है? मीच अनमोलच्या टांगा तोडल्या. मी प्रणिताच्या मागावर सतत होतो. पण माझं खरंच तिच्यावर प्रेम होतं. केवळ माझा ॲप्रोच सिनेमाप्रमाणे वासूगिरीचा होता, छेडाछेडीचा होता. पण त्यामुळे घाबरून ती आत्महत्या करेल, असं वाटलं नव्हतं. पण खैर... एकच सांगतो- माझं प्रेम खरं आहे. म्हणून वरही मी तिला सोडणार नाही. मी तिथं जातोय. होय, मी पण- गेस इट!''

आणि त्याखाली दुसरा मेसेज त्याच्या वडिलांच्या नावे होता,

''समीरनं ब्लेडनं मनगटाची शीर कापून आत्महत्या केली आहे. त्याला आता तरी माफ करा.''

बेबीला ज्योती म्हणाली, ''मी... मी समीरच्या घरी जाऊन येते. जाऊ?'' शेवटचा परवानगीचा प्रश्न आईसाठी होता. अदितीनं विमनस्कपण मान हलवीत परवानगी दिली.

ज्योती पायांत चपला सरकवीत बाहेर पडली. तशी बेबी बाहेर येत म्हणाली, ''ड्रायव्हर आहे, माझ्या कारनं जा... आणि राघव तू पण...'' ज्योती आश्चर्य अन् उद्वेगानं तिच्याकडे पाहतच राहिली. तशी 'शूऽ' करत बेबी पुढं म्हणाली, ''आता काही बोलू नकोस. मीच आले असते, पण तुझ्या आईला दोन घास खाऊ घातले पाहिजेत. माझ्याखेरीज कुणाचं ऐकायची नाही ती. पण तू एकटी जाणं योग्य नाही. राक्षस वाटत असला तरी बाप आहे तो- तुला त्याची भीती नको. राघव, तू चुपचाप कारमध्ये पुढे ड्रायव्हरच्या सीटजवळ बस. आणि ज्योती, लवकर परत ये...''

कारमध्ये मागच्या बाजूला ज्योती एकटीच बाहेर खिडकीतून पाहत होती.

दुपारची वेळ असल्यामुळे उन्हाच्या तप्त झळा चेहऱ्याला भाजत होत्या. राघवनं ''एसी लावतो. काच वर घे'' म्हटलं होतं, पण तिनं ऐकून न ऐकल्यासारखं केलं होतं. तेव्हा राघव उदास होत चूप झाला होता.

''आता खरंच त्या घराला माझी गरज आहे. मलाही प्रेमानं आधार द्यायचा आहे...'' राघवच्या मनात विचारांचं तुफान माजलं होतं. ''कसं त्यांना पटेल की, आता मी बदललोय? पश्चात्तापानं एक तप झुरत काढलंय- त्यानं तुम्हा साऱ्यांवरचं अव्यक्त प्रेम शतगुणित झालंय! आणि प्रणितीनंतर हे घर सावरणं माझं कर्तव्य आहे; नव्हे, माझा अधिकारही आहे. तो... तो मला केव्हा वापरता येईल?''

समीरच्या घरातही तिच्या घरासारखं शोकमग्न-उदास वातावरण होतं. इथंही कोपऱ्यात दिवा लावला होता आणि समीरचा एक फोटो त्याच्यामागे होता.

ज्योतीनं काही न बोलता संस्कारानं दिव्यापुढे हात जोडून काही क्षण डोळे मिटून नमस्कार केला. राघवनंही तिचं अनुकरण केलं आणि ते दोघे समीरच्या आई-वडिलांसमोर मांडी घालून सतरंजीवर शांत बसले.

समीरच्या वडिलांचा चेहरा अधोमुख होता. त्यांना ज्योतीच्या नजरेला नजर देण्याचं धैर्य होत नव्हतं. तिचं मग राघवकडे लक्ष गेलं. तोही अधोमुख होता. समीर गमावल्याचं आभाळाएवढं दुःख त्याच्या बापाच्या वडिलांच्या चेहऱ्यावर भरून आलं होतं. राघवच्याही नजरेत तसंच काही आहे का? ज्योतीचं मन तिला निःसंदिग्ध कौल देत होतं- आहे. आहे.

बोलण्यासारखं खूप काही असलं तरी शब्द हरवले होते. ज्योती एक सुस्कारा टाकत उठली. पुन्हा एकदा समीरचा फोटो व फोटोसमोरील दिव्यासमोर उभी राहिली. हात जोडीत मनोमन म्हणाली,

''जा समीर, मी तुला माफ केलंय. मला माहीत नाही, पण वर तुला दीदी भेटली तर तुला तीही माफ करेल!''

परतीचा पण निःशब्द प्रवास. आता ज्योतीच्या मनात विविध स्वैर विचारांचा एकच कोलाज तयार झाला होता. समोर डाव्या बाजूला साईड मिररमध्ये राघवचा चेहरा तिला दिसत होता. त्या पंधरा मिनिटांच्या परतीच्या प्रवासात ती तो चेहरा वारंवार पाहत होती. त्यातून त्याचं अंतरंग जाणण्याचा प्रयत्न करत होती.

घरी आल्यावर मोजक्या शब्दांत समीरच्या घरी काय घडलं ते सांगून

ज्योती म्हणाली, ''आई, मी दीदीच्या आत्महत्येला कारणीभूत असणाऱ्या समीरच्या आत्म्याला माफ करून आलेय!''

''ते ठीकच केलंस बेटा. मेल्यानंतर वैरभाव काय कामाचा? पण काही असलं तरी माझी प्रणू परत येणार नाही, हा सल थोडाच जाणार आहे?'' अदिती शांतपणे म्हणाली. ''पण आता तिच्याविना जगावं लागणार आहे. कसं जमेल? मी... मी फार थकून गेलेय बेटा!''

''आई, मी जे काही आता बोलणार आहे, त्याचा कृपया गैर अर्थ काढू नकोस.'' ज्योती कसला तरी ठाम विचार केल्याप्रमाणे निर्धारानं बोलू लागली. ''अर्थात, तुझा निर्णय अंतिम असेल व तो मला मान्य असेल.''

अदिती तिच्याकडे साशंक-भयभीत नजरेनं नि:शब्द होत पाहत होती.

''आई, समीरच्या वडिलांच्या चेहऱ्यावर जे सर्वस्व गमावल्याचे भाव होते, ते मी आज पाहिले... आणि... आणि तेच भाव मी बाबांच्या नजरेत पाहिले आणि मनोमन मी त्यांना माफ केलं.'' क्षणभर थांबून ज्योती कापऱ्या आवाजात म्हणाली, ''मी जर चुकत असेन तर माफ कर- पण मला सांग काय ते?''

राघवचा आपल्या कानांवर विश्वास बसत नव्हता, पण त्याचा क्षणभरात अर्थबोध होताच मन भरून आलं. पण या माफीसाठी प्रणिताच्या प्राणाचं मोल त्याला व घराला द्यावं लागलं होतं. या दु:खावर काळही खपली धरू शकणार नाही. पण खैर... त्यानं हलकेच अदितीकडे पाहिलं.

तिचा शांत-गंभीर चेहऱ्यामागच्या मनात ज्योतीच्या बोलण्यानं काय काय तुफानं उमटली असतील, याची राघव कल्पना करू शकत होता.

क्षणभर असह्य वाटणारी म्हणून अंगावर येणारी शांतता... मग ती भंग करीत हलकेच उठलेला अदितीचा आवाज- ''बेबी, मी जरा देवापुढे दहा मिनिटं बसून येते, तोवर त्याला थांबायला सांग.''

पेचप्रसंग वा समस्या उद्‌भवल्या की, अदिती देवघरात डोळे मिटून शांतपणे बसून राहायची. त्याबाबत मग कधी तरी सांगायची, ''बेटा, मी देवाशी मनोमन संवाद साधते. प्रश्न विचारते आणि देव समजून उत्तरही स्वत:च स्वत:च्या मनाला देते. मग हळूहळू शांत होत जाते, कारण दिशा स्पष्ट झालेली असते. मार्ग दिसू लागतो...''

अदिती देवघरात गेल्यावर ज्योती थेट राघवला म्हणाली, ''बाबा, मला

माहीत नाही, बाहेर येऊन आई काय सांगते ते. पण मी तुम्हाला मुलगी म्हणून माफ केलंय. पण मी 'ममाज् डॉटर' आहे– सर्वप्रथम व सर्वांत शेवटी, हे नक्की. तरीही अपत्याला– खास करून मुलींना वडील– एक फादर फिगर लागतेच. मलाही ती ओढ होती, हे आज जाणवलंय... आणि तुमची पोळलेली नजर पाहून मी विरघळले. पण आईनं माफ केलं नाही, तर तुम्हाला जावं लागेल... आणि तिच्या संमतीविना मला तुम्हाला भेटता येणार नाही. नव्हे, ते मला 'ममाज् डॉटर' म्हणून मान्य असणार नाही.''

त्याला आतून भरून आलं होतं– गच्चपणे. तिला पोटाशी धरून रडावं, असं वाटत होतं. पण... पण अदितीच्या निर्णयाची प्रतीक्षा करणं भाग होतं.

तो शांतपणे खुर्चीवर नि:त्राण होत बसला आणि ओंजळीत त्यानं आपला चेहरा झाकून घेतला.

त्याच्या बाजूला ज्योती खाली जमिनीवर बसली. मग बेबी पण तिच्याजवळ येऊन बसली. अभावितपणे ज्योतीनं आपलं मस्तक तिच्या मांडीवर ठेवलं अन् ती पहुडली. बेबी तिचं मस्तक थोपटू लागली. पण तिची नजर ओंजळीत चेहरा झाकलेल्या राघवकडे होती. त्याची कृश कुडी व अस्वस्थ देहबोली ती निरखत होती. आपण त्यांना माफ केलं, ते योग्य होतं ना? आईचा काय निर्णय असेल? देव तिला काय मार्ग दाखवेल?

जवळपास अर्ध्या तासानं अदिती बाहेर आली आणि बेबीच्या बाजूला येऊन बसली. ज्योतीला म्हणाली,

''बेटा, तुझं मन खरंच विशालहृदयी आहे. माझं तेवढं नाहीय. कदाचित मागच्या कडवट अनुभवाच्या छायेतून मी मुक्त झाले नाहीय. म्हणून मला जड गेलं हे सारं. पण देवाच्या निमित्ताने स्वत:शीच संवाद साधला... आणि जाणवलं की, मनात राग, कडवटपणा ठेवून विद्रूप भावनेनं आयुष्यभर जगण्यात काय अर्थ आहे? तू किती निरोगीपणानं तुझ्या मनातली 'राक्षस' वडिलांची प्रतिमा बाजूस सारत त्यांना माफ केलंस! मला खात्री आहे की, तुला खूप मोकळं व निरोगी वाटत असेल आता.''

''होय आई, माझ्या मनातलं बोललीस नेमकं!''

''ते मघाशी घरी आल्यावर बोललीस, तेव्हाच तुझ्या चेहऱ्यावरून मला समजलं होतं.'' अदिती म्हणाली, ''त्या समीरला केलेल्या कृत्याचा पश्चात्ताप

होऊन चुकीच्या प्रेमकल्पनेमुळे प्रणूच्या आत्महत्येस आपण कारणीभूत ठरलो हे जाणवताच त्यानं आत्महत्या केली... हे कळलं तसं त्याला मीही माफ केलं... तूही केलंस, हे बरं झालं! मनातलं एक कुसळ निघून गेलं. मी स्वत:ला देवाच्या साक्षीनं हेच विचारत होते, राघवच्या रागाचं कुसळ काढायचं का मनात कायम ते सलवत ठेवायचं?''

आता राघवला राहावलं नाही. तो खुर्ची सोडून अदितीसमोर बसत तिच्याकडे थेट पाहत म्हणाला, ''मलाही माफ कर ना... खरं सांगतो, एक तप मीही दर रात्री जळत होतो. एकच संधी दे परिवर्तनाची. गेली दहा वर्षे दारूला स्पर्श नाही, सिगारेटही बंद. प्लीज...''

''मी... मीही ज्योतीप्रमाणे तुला माफ केलंय राघव!'' अदिती शांतपणे म्हणाली. ''आता तुझं-माझं आयुष्य तरी कितीसं राहिलं असेल? माझ्या ज्योतीला वडिलांचा आधार पाहिजे... तसाच मलाही...''

...आणि राघवला हुंदका फुटला. तशी ज्योती पुढे झाली, पण तिचा हात धरत तो म्हणाला, ''अंहं, तो पाझरू दे बेटा. पुरुषांनाही कधी कोमल, मऊ व्हावंसं वाटतं!''

अदितीला वाटत होतं, व्यसनाधीन होण्यापूर्वीचा राघव पुन्हा सापडतोय!

राघव प्रणितीची तसबीर व दिव्यासमोर हात जोडून बसला आणि गीतेचे श्लोक मंद स्वरात म्हणू लागला...

अदितीनं बेबीला मिठी मारत म्हटलं, ''आज माझी प्रणू असती तर...!''

-o-o-o-

४.

देहधून

अजगरासारख्या लांबलचक पसरलेल्या व आशियातील सर्वांत मोठी झोपडपट्टी म्हणून बदलौकिक असणाऱ्या धारावी झोपटपट्टीमधील नाल्याचं रूप धारण केलेल्या गटारीशेजारचा रखमाचा दहा बाय दहाचा टिनशेडचा खोपा... मुंबईचा आपल्या लौकिकाला जागत पडणारा पाऊस... कधी वादळी वेगानं पत्र्याच्या छतावर कोसळत उरात धडकी भरवणारा, तर कधी लडिवाळपणे मंजुळ नाद करीत बरसणारा... पण सायंकाळपासून संततधार धरलेली. सारा भाग लाल-विटकरी रंगाच्या पाण्यानं बुडाला होता. रस्त्यावरच्या एल.ई.डी. लाइटच्या शुभ्र प्रकाशात त्याचं रौद्रत्व अधिकच जाणवत होतं!

मध्यरात्र उलटून गेलेली. पण दाराशी गुडघे मोडून अस्वस्थ मनानं कसला कसला विचार करीत रखमा बसलेली. मधूनच झोपेत कण्हणाऱ्या तानीचा हलका पिचका आवाज कानी पडला की, ती मागे वळून पाहायची. एकुलत्या एक कॉटवर आत्याबाई- तिची सासू व दोन वर्षांची पोर तानी झोपलेली. तिचं अंथरूण पत्र्याच्या छताच्या पन्हाळीतून व छिद्रातून टपटप पडणाऱ्या पावसानं ओलं झालं होतं. खोप्याची मातीची सारवलेली जमीन पडणाऱ्या पावसाच्या पाण्यानं अधिक भेगाळू नये म्हणून ठिकठिकाणी पातेली, ग्लासेस व प्लॅस्टिकच्या बकेट्स-मग्ज ठेवले होते. ते पुन: पुन्हा भरायचे. तासाभरापूर्वीच तिनं ते सारे रिकामे करून आणून ठेवलेले होते, ते पुन्हा भरायच्या मार्गावर.

चिंब पावसानं जगण्याच्या लढाईची वाढलेली चिंता नजरेसमोर लख्ख दिसत होती. त्याचबरोबर आत्याबाईनं रात्री जेवताना ती आजवर जे काम करीत होती ते रखमानं करावं, असं सुचवलं होतं- त्याची पण काळजी वाटत होती. खरं

तर सहा घरी भांडी व कपडे करून दिवेलागणीला घरी येईपर्यंत रखमाची हाडंन् हाडं चूर होऊन जायची. पण सासू व मुलीसाठी जेवण करणं व वाढणं क्रमप्राप्त होतं. ते करताना केव्हा एकदा पाठ जमिनीवर टेकते, अशी नीज डोळ्यांत भरून यायची.

आज आत्याबाईनं प्रथम तिच्या गात्र-गात्र थकवून सोडणाऱ्या धुण्या-भांड्याच्या कामाबद्दल बोलत ते थोडं कमी करावं अन् ती जे गेली दहा-पंधरा वर्षे काम करतेय ते करावं, असं सुचवलं. रखमाला केवळ ती कुठल्या तरी कॉलेजात साफसफाईचं काम करते व बऱ्यापैकी पगार मिळतो, एवढंच माहीत होतं. पण ती मधे-मधे कामाला न जाता घरीच बसून असायची, त्याचं तिला नवल वाटायचं. पण प्रेमळ असली तरी नात्यानं सासू असल्यामुळे आणि नवरा गर्दच्या धंद्यात पकडला जाऊन सात वर्षांसाठी जेलमध्ये गेल्यानंतर तिनंच रखमाला धीर दिला होता. त्यामुळे तिला त्याबाबत काही विचारायची हिंमत झाली नव्हती. मुख्य म्हणजे, एवढे दिवस संपता तरी न सरणारं मोलमजुरीचं व घरचं कामकाज यामुळे सवड पण नसायची.

त्यामुळे रखमाला तिच्या विचारण्याचं नवल वाटलं. आपलं चेहऱ्यावरून सांडणारं औत्सुक्य न लपवता तिनं विचारलं, ''का तुम्ही परत नाही जाणार कामाला कालीजात?''

''पन... मला आता ते नाय करता येणार.'' बोलताना आत्याबाईचा खांद्यावरचा पदर घसरला होता आणि रखमाला तिची सपाट छाती पाहून कसनुसं वाटलं. आत्याबाई तशा मजबूत हाडापेराच्या. भरदार छातीच्या. पण स्तनाचा कॅन्सर झाला आणि त्यांचे दोन्ही स्तन काढून टाकावे लागले होते. त्यामुळे त्याविना आत्याबाईंच्या बाईपणाची रया गेली, असं रखमाला क्षणभर वाटून गेलं. पण लगेच मनोमन स्वत:लाच कोसत तिनं विचारलं, 'हे म्हणजेच का बाईपण? त्याविना जितं राहताना बाई बाई उरत नाही? पण त्यामुळे कॉलेजमध्ये साफसफाईचं कामही आत्याबाईंकडून त्या लोकांनी काढून घेतलं? आक्रीतच म्हटलं पाहिजे!'

रखमानं त्याबाबत चाचरत पण नेमकेपणानं विचारलं, तशी आत्याबाईची नजर खाली झुकली गेली. मग जड स्वरात ती म्हणाली, ''कसं सांगू रखमा, माझं काम साफसफाईचं नव्हतं; वेगळंच होतं...!''

आणि आत्याबाईंनी तिची नजर चुकवत धाकट्या तानीला कुरवाळत,

अडखळत–अडखळत, सारा धीर गोळा करत आपल्या कामाचं स्वरूप सांगितलं. तशी रखमा हादरलीच. असं कामही कॉलेजमध्ये असतं आणि तेही शिकण्यासाठी, हे तिच्या कल्पनेपलीकडचं होतं.

त्याच वेळी पावसानं जोर धरला होता. दूर कुठे तरी कडाडून वीज लागोपाठ दोनदा पडली. त्या आवाजानं तानी भेदरून रखमाला चिकटली. तिचं मस्तक रखमाच्या छातीला लागत होतं. ‘‘मायऽ दूधऽऽ’’ असा तिचा धोशा सुरू झाला. मघाशी घरी आल्यावर तिला रखमानं पाजलं होतं, त्यामुळे आता दूध येणार नव्हतं. तरीही तिची किरकिर थांबावी म्हणून चोळीची गाठ काढीत आपला एक स्तन तिच्या मुखात दिला. समोर आत्याबाई असल्यानं रखमानं नित्याच्या सवयीनं पदर घेतला नाही.

आत्याबाई तिच्या छातीकडे एकटक पाहत होती, हे रखमाच्या ध्यानात येताच ती दचकली. आत्याबाई आळीपाळीने तिच्या मातृत्वानं भरलेल्या भरदार स्तनांकडे आणि ते कापल्यामुळे सपाट झालेल्या व अद्यापही भरून न आलेल्या, व्रणांनी डागाळलेल्या स्वत:च्या छातीकडे पाहत होती. रखमाच्या अबोध मनाला जाणवत होतं... यामुळेच आत्याबाईला ते काम आता कॉलेजात करता येणार नव्हतं!

‘‘होय रखमा, म्हणून तू माझ्या जागी हे काम कर. महिन्यात वीस दिवस काम हमखास मिळतं. पैका पण चांगला सुटतो.’’आत्याबाई आता शांतपणे कोरड्या सुरात सांगत होती. ‘‘पुन्हा तू जवान आहेस. बाई असूनही म्या सांगते, तू सुंदर आहेस. एवढे कष्ट करूनही तुझा भराव कायम आहे. कालीजला असेच काय शब्द आहे बरं? – हां, आठवलं–लाइफ मॉडेल लागतात. म्हणजे नागडी–उघडी... नाय, विंग्रजीत त्याला शब्द आहे न्यूड– तशा न्यूड मॉडेल लागतात. कालीजला तू एकदम पसंत पडशील...!’’

मघापासून तानीला पाजताना जे अबोधपणे–अस्पष्टपणे जाणवत होतं, ते आत्याबाईनं सरळधोपटपणे खुल्लम् खुल्ला सांगून टाकलं होतं; तरी पुन्हा एकदा त्या गौप्यस्फोटानं हादरा बसायचा तो बसलाच. त्यामुळे रखमा मनानं भेलकांडली गेली होती. त्यामुळे सुन्न, मुकाट झाली.

‘‘छी: मला – मला तुम्ही आसं वंगाळ काम करीत असाल, असं सपनात सुदिक वाटलं नव्हतं आत्याबाई.’’

‘‘वंगाळ म्हणू नकोस माझ्या कामाला पोरी’’ ताड्कन आत्याबाई म्हणाली,

“हे कालीजच वेगळं आहे, चित्र काढायचं. शिकणाऱ्या मुला-मुलींना लाइफ मॉडेल लागतात- कधी कपड्यावर बसवतात तेंच्या पुढे, तर कधी कपडे काढून... पण पोरं निस्त नजरेनं बघतात आन् कागदावर रंगवतात... इक्त्या वर्षांत एकानंबी मला टच नाय केलं बरं पोरी!”

“मला... मला नाही जमणार हे असं उघडं बसायचं वंगाळ काम- ते बी दहा-वीस माणसांपुढे? - मी शाप सांगते, नाहीऽऽ”

“राहिलं. मी थोडीच तुला बळजोरी करणार आहे?” आत्याबाई समजुतीनं घेत म्हणाली.“पण माझ्या कॅन्सरच्या आप्रेशनपायी हे खोपटं गहाण टाकलंस... त्याचे पैसे कसे फेडणार बये, म्हणून सुचवलं. तव्हा तुझे सासरे गेल्यावर मला पण नाविलाजानं हे काम करावं लागलं. अडलेल्या-पैशांची तंगी असलेल्या बायकाच कालीजात जास्त करून येतात. मुलांना फकस्त माणसाच्या शरीराच्या रेषा कागदावर कशा काढायच्या, हे शिकायचं असतं... त्यासाठी त्यांना न्यूड मॉडेल्स लागतात!”

“मी तुम्हाला बोल लावणार नाही यासाठी आत्याबाई...” रखमापण आवाजात मऊपणा आणत म्हणाली. “पण मला हे काम जमणार नाही... झेपणार नाही...”

“अगं, त्यात वंगाळ ते काय हाय पोरी? अगं, तुझा नवरा- माझा ल्योक- त्यानं काय तुझं शरीर कमी तुडवलं? आणि त्यापूर्वी तुझे माय-बाप म्हजी माजा भाऊ-वयनी बस अपघातात मेल्यावर तुझ्या त्या मुडदेफरास मामानं तुला फोरसरोडला विकली... तिथं काय तुझ्या देहाचे कमी लचके तोडले गेले असतील? तुझं चोरून टाकलेलं पत्र गिळालं आणि मी ज्या कॉलिजात नागवी बसत होते, मॉडेल म्हणून- तेंच्या सायबांनी पोलिसाला सांगून तुला सोडवलं... म्याच मग माझी सून केली तुला... तवा काय तुला त्यांनी उघडी नाही केली?” आत्याबाई कापऱ्या स्वरात सांगत होती.

ते ऐकताना रखमाला तो देहविटंबनेचा काळा भूतकाळ स्मरत होता आणि तन-मनावर थरकापणारे शहारे उमटवत होता. तेव्हा पुरुषी विकृत वासना कशी सहन केली आपण? बीभत्स चाळे, देह ओरबाडणे-कुस्करणे... बाहेर बडं श्रीमंत गिऱ्हाईक घेऊन गेल्यावर नागव्यानं वावरायची सक्ती करणं... नवरा म्हणून वाट्याला आलेला पुरुष पण तसाच विकृत छळणारा... हा माझा देहच माझा वैरी आहे- मला कधीच तो आपलासा वाटला नाही.

''ये, जवळ ये पोरी'' आत्याबाईनं तिची पांढरीफेक पडलेली व भेदरलेली चर्या पाहून प्रेमानं जवळ ओढली. रखमा तिच्या कुशीत अलगद शिरली आणि अनावर होत बेभान रडू लागली. 'उगी... उगी' असं काहीसं धीराचं पुटपुटत तिचं मस्तक थोपटलं. तिच्या पाठीवरून आश्वासक मायेचा हात फिरवत आत्याबाई तिला दिलासा द्यायचा प्रयत्न करत राहिली.

काही वेळानं रखमा शांत झाली. आपले डोळे कोरडे करत ती कृतज्ञ-भावानं म्हणाली, ''आत्याबाई, आज मला तुझ्या मिठीत माजी माय आठवली. बरं वाटलं, जीव हलका झाला...''

''मी आता जे सांगते त्याचा शांतपणे विचार करा हवा तितका वेळ घे... आणि मनाला जे नीट वाटेल, तसंच ठरव... माझी काईबी हरकत राहणार नाही!''

रखमाला विचारांच्या गरगरत्या आवर्तामुळे आणि पावसानं अंथरूण ओलं कच्च झाल्यामुळे झोप येत नव्हती. मग काही वेळानं उठून ती दाराशी येऊन बसली.

हातावर पोट असणाऱ्या अन् भाकरीसाठी रात्रंदिवस लढाई लढणाऱ्या माणसांना एवढा आणि असा विचार करायची सवय कुठे असते? रखमालाही फार विचार करत बसण्यापेक्षा हात-पाय हलवत काम करण्याची सवय होती. त्यामुळे नकोसे वाटणारे त्रासदायक विचार मागे सरतात, हा तिचा अनुभव होता.

पण आज काही तरी विपरीत घडत होतं. मध्यरात्र उलटली तरी डोळ्यांत नीज कशी ती येत नव्हती आणि वर मनातले विचारही थांबत नव्हते. तिला देहाचा शिणवटा परिचित होता; पण उत्तर न सापडणाऱ्या व काही ठाम निर्णयापर्यंत न येणाऱ्या उलट-सुलट विचारांच्या वादळामुळे येणारा शिणवटा, अपरिचित होता.

काहीएक निर्णय होत नव्हता.... आणि मन मात्र उदासवाणं झालं होतं. त्यातच दिवसभराच्या कामानं व पावसाच्या कुंद घुसमटीनं शरीरही कावल्यासारखं पिचून निघत होतं!

*

काल दिवसरात्र पडणारा पाऊस आज पहाटे काही वेळ थांबला होता, त्यामुळे रखमाला हायसं वाटलं. पण थोडी उसंत घेऊन तो पुन्हा कालच्यापेक्षा दुप्पट गतीनं बरसू लागला आणि रखमाची झोपडी पुन्हा एकदा चिंब-चिंब होऊन गेली.

पण कामाला तर जाणं भाग होतं. तानीला पाजून व आत्याबाईसाठी स्वयंपाक करून ती घराबाहेर पडली आणि बाहेर पावसाच्या थारोळ्यात उघड्या

पडलेल्या मॅनहोलचा अंदाज न आल्यामुळे त्यात पाय जाताच तिचा तोल गेला. हातातली छत्री वाऱ्यानं उलटीपालटी होत उडून गेली. वाटलं, आपण रप्पकन पडणार... हातापायाचं हाड कदाचित मोडणार...

पण कुणी तरी बळकट हातानं तिला सावरत प्रथम पडण्यापासून वाचवलं, मग तिला सरळ उभी करत मेलहोलमधून खेचून बाहेर काढली.

रखमा क्षणभर त्या अपघातापासून वाचवणाऱ्या तरुणाकडे कृतज्ञभावाने पाहत राहिली. मग ती हलकेच पुटपुटली, ''थँक्यू सर!''

तो तिच्याकडे एकटक पाहत होता, त्याची रखमाला जाणीव झाली. हेही जाणवलं की, ती पावसानं चिंब भिजली आहे आणि साडी-ब्लाऊज अंगप्रत्यंगाला घट्ट चिकटून बसले आहेत. त्याची नजर तिच्या देहावर अनिमिषपणे खिळली आहे!

पण रखमाला त्या नजरेचा राग नाही वाटला, किळस नाही आली. कारण ती विलक्षण निर्मळ व कौतुकभिजली होती. तिनं आजवर फोरसरोडच्या कुंटणखान्यात केवळ वासनांध पुरुषी नजरच पाहिली होती. त्यामुळे आज त्या तरुणाची निर्मळ नजर तिला ओळखू येत होती.

...आणि तिला आतून कुठे तरी जाणवलं की, त्याची नजर आपलं ओलेतं रूप टिपत आहे- तेही निर्मळ प्रसन्नतेनं. तिला तरुणपण आल्यानंतर प्रथमच आपल्या रूपाचा अभिमान वाटला... कारण ती नजर त्या रूपाचा मूक सन्मान करत होती.

''कुठं जायचं आहे साहेब तुम्हाला?'' तिनं विचारताच तो दचकून भानावर आला आणि तिच्या ओलेत्या देहावर खिळलेली आपली नजर काढून घेत म्हणाला, ''मला सीताबाई जगतापांना भेटायचं आहे. त्यांचं कॅन्सरचं ऑपरेशन झाल्याचं कळलं म्हणून...''

''असं होय...'' रखमा आपल्या झोपडीकडे वळत म्हणाली, ''आत या.... हे माझं घर आहे आणिक सीताबाई माझ्या सासूबाई आहेत. मी.... मी त्यांना आत्याबाई म्हणते...!''

त्याला पाहताच आत्याबाई उठून बसली व आनंदानं म्हणाली, ''भैया, तुम्ही? या... या... बसा कॉटवर.'' आणि ती कॉटवरून खाली उतरली.

''तुमच्या तब्येतीची विचारपूस करायला आलोय...''भैया कॉटवर बसत म्हणाला. आत्याबाईनं रखमाला चहा टाकायला सांगितला व त्याच्याशी आपल्या

दुखण्याबाबत बोलू लागली.

रखमानं ओणवी बसत स्टो पेटवला. चहाचं आधण ठेवलं आणि ती स्टोच्या निळ्या-पिवळ्या जाळाकडे पाहत राहिली. पण नकळत ती नजरेच्या कोपऱ्यातून भैयाकडे पाहत होती. आत्याबाईशी भैया बोलत असला तरी तो तिचं बाजूनं दिसणारं ओलेतं रूप, भिजलेले केस व त्यातून नाकाच्या शेंड्यावरून अन् गालावरून ओघळणारे थेंब पाहत होता.

हा... हा नक्कीच आत्याबाई जिथं काम करते- त्या तिथं शिकणारा विद्यार्थी दिसतोय... जणू नजरेनं तिला मनात साठवून घेत चित्र काढतोय...!

त्याच वेळी तानी ''आजी... आजीऽऽ'' करत आत्याबाईला बिलगली. भैया तिच्याकडे पाहून प्रसन्न हसला. तिला जवळ बोलवत तिच्या हाती त्यानं एक चॉकलेट दिलं आणि तिचे केस कुरवाळले. तिच्याकडे तो काही क्षण टक लावून पाहत राहिला.

रखमा ते त्याचं वागणं निरखत होती. आपल्या छोटीवर त्याची खिळलेली नजर पण निर्मळ होती आणि त्यात वात्सल्याचे काही रंग मिसळलेले होते.

कॉलेजात आत्याबाई त्याच्या व इतरांपुढे कपडे काढून चित्रासाठी बसायच्या, तेव्हा त्याची नजर अशीच निर्मळ असणार...

रखमानं मनातल्या विचारांना आवर घालीत त्याला चहा दिला व आत्याबाईला 'मला कामाला गेलं पाहिजे' असं म्हणत भैयाकडे सस्मित पाहिलं. तिला प्रत्युत्तरादाखल त्यानंही प्रतिस्मित केलं. मग ती खोलीच्या बाहेर पडली.

दिवसभर सहा घरी धुणी-भांडी करताना रखमाला भैयाची ती निर्मळ नजर पुन: पुन्हा आठवत होती... आणि मनोमन तिला छान असं काही तरी वाटतं होतं!

शेवटच्या घरी पारशी म्हातारी एकटीच असायची. तिच्या घरी रखमाचा मुक्त संचार असायचा. रोज ती या पारशिणीचं घर शेवटी करायची आणि काम संपल्यावर तिला चहा देत अन् स्वत: घेत थोडं शिळोप्याचं बोलत विसावायची, थकलेल्या हाडांना उभारी द्यायची आणि मग घरी परतायची.

आज तिच्या मनात एक वेगळाच विचार आला. त्याचं तिला खुदूकन हसू आलं आणि संकोचही वाटला. पण धीर करीत तिनं विचारलं, ''मैं आज नहाऊ क्या बाथरूम में?''

पारशिणीची परवानगी घेऊन रखमा तिच्या बाथरूममध्ये शिरली. अंगावरचे

पूर्ण कपडे काढले आणि पुरुषभर उंचीच्या आरशात स्वत:चा नग्न देह ती विलक्षण उत्सुक आसुसलेपणानं पाहू लागली...

'होय.. आत्याबाई काही चुकीचं बोलत नाहीत. माझा देह सुंदर आहे, घाटदार आहे. मी... मी- आत्याबाई म्हणते त्याप्रमाणे न्यूड मॉडेल व्हायला योग्य आहे...'

आणि ती दचकली. आरशात स्वत:चा तो वस्त्रहीन देह पाहताना वाटू लागलं की, तिच्या देहावर आता एक पुरुषी काळी छाया पडलीय. ती तिला वेढून टाकतेय...

''नाहीऽऽ'' ती भेदरत ओरडली. मग परिस्थितीचं भान येताच ती वरमली आणि डोळे मिटून घेतले.

'या... या रखमाचा हा घाटदार देहच आजवर तिचा वैरी साबित झालाय. त्यानंच तिला कुंटणखान्यात विकायला मामाला प्रवृत्त केलं. तिथं या शरीराचे दररोज डझन-दीड डझन वेळा लचके तोडले गेले होते आणि अंगात टोकदार सळई घुसताच जशा वेदना होतात, तसे वासनेनं चेकाळलेल्या पुरुषांचं तुटून पडून घेतले जाणारे वेदनामय संग काही वर्षे वाट्यास आले होते. त्यातून आत्याबाईनं सुटका केली आणि आपला भूतकाळ विसरून आपली सून केली. पण तिचा मुलगा- आपला नवरा त्या वेश्यावस्तीतल्या गिऱ्हाइकापेक्षा वेगळा कुठं होता? इथं तर हक्काचा जबरी संग- तसाच पाशवी, तसाच वेदनाकारी...

'हा माझा देह मलाच नकोसा झालाय.... कारण कपडे असो व नसोत, पुरुषांची ती पेटती नजर आजवर हा देह भाजत-जाळत आली आहे.

त्यामुळे नवरा गर्दप्रकरणात सात वर्षं जेलमध्ये जाताना तानी देऊन गेला, तेव्हा आत्याबाईच्या दु:खानं वाईट वाटलं थोडंसं, पण अधिक हायसं वाटलं होतं.... हे मनोमन कबूल करताना रखमाला संकोच वाटत नव्हता, की शरम.

कधी तरी देवळात प्रवचन ऐकताना कीर्तनकार बाबा म्हणल्याचं रखमाला आजही आठवतं, 'स्त्रीदेह म्हणजे नरकाची खाण...!' रखमाला ते खटकलं होतं. त्या बाबाला तीव्रतेनं म्हणावंसं वाटलं होतं, 'चूक आहे हे. पुरुषाची वासना नरकाची खाण आहे. तीच बाईला उकिरडा बनवते, नरकसमान बनवते.' पण ती चूप राहिली होती.

पण आज हे काही अजबच घडलंय... एखाद्या बापया माणसाची-

गड्याची नजर एवढी निर्मळ-पवित्र असते? पण भैयाची नजर तशी होती. आजवरच्या पुरुषी नजरेनं भोगल्या जाणाऱ्या रखमाला भैयाची नजर खटकत नव्हती.

*

सायंकाळी बाथरूममधली पावडर लावून व अंगावर सुगंधी द्रव्य फवारून ती पारशिणीची तीक्ष्ण नजर चुकवत बाहेर पडली आणि लोकलमधील लेडीज डब्यातील ऑफिसकामावरून घरी परतणाऱ्या बायकांच्या गर्दीत रेटारेटी सहन करत आपलं स्टेशन येताच उतरली अन् अर्धा किलोमीटर चालत घरी पोचली.

पायी चालताना आज तिला हलकं-फुलकं व उत्साही वाटत होतं. रोजच्या कामानंतरचा थकवा जाणवत नव्हता. आज ती नित्याप्रमाणे मरगळून पाय ओढत पण चालत नव्हती.

हे.... हे तिला नवलाचं वाटत होतं. देहाची आणि देहाच्या आतल्या काळजाची कुणी तरी आज मनापासून इज्जत करतंय, असं काहीसं वाटत होतं.

रखमा घरात शिरली आणि कॉटवर भैयाला आत्याबाईंशी बोलताना पाहून ती क्षणभर थबकली. त्याच्या पुन्हा येण्याचं तिला नवल वाटलं. एवढ्या मोठ्या घरचा माणूस आत्याबाईच्या दुखण्याची विचारपूस मायेनं करतो, याचं तिला नवल वाटत होतं व समाधानही. पण आज दुसऱ्यांदा तो पुन्हा का आला? आता त्याचं काय काम आहे? पण तिला त्याच्या येण्याचा आनंद वाटला. आता तो... तो आपल्यासाठी आलाय, असं उगीचच तिला वाटलं. 'काय काम असेल त्याचं माझ्याकडे?'

''रखमा, आज यायला उशीर झाला पोरी? भैया केव्हापासून आलाय!'' आत्याबाई तिला पाहून म्हणाली. ''बघ तरी, काय भेट आणलीय त्यानं?''

रखमानं काही न बोलता आत प्रवेश केला आणि तानीला समोर धरून ती एका बाजूला पत्र्याच्या भिंतीला सावध लटकून उभी राहिली. नजरेत मनातली उत्सुकता दाटून आली होती.

''रखमाबाई...'' भैयानं हातातली छातीशी धरलेली वस्तू तिच्या समोर धरत म्हटलं, ''मी जे.जे.स्कूल ऑफ आर्ट्समध्ये- जिथे सीताबाई काम करतात, तिथे चित्रकला शिकतोय. आज सकाळी तुम्हाला भिजलेलं पाहिलं, त्याचं चित्र काढलं आहे...''

रखमा विस्फारल्या नेत्रानं आपलं भिजलेल्या देहाचं चित्र पाहत होती. बेहद्द

सुंदर, नजर सुखावणारं रंगीत चित्र. हे स्टुडिओत जाऊन कॅमेऱ्यानं काढलेल्या छायाचित्रापेक्षा वेगळंच, पण उच्च दर्जाचं अधिक चांगलं असं काही होतं. त्या चित्रातली रखमा सुंदर दिसत होती आणि प्रसन्नही. हसूही छान होतं.

"ही... ही मीच आहे, भैयासाहेब? एवढी सुंदर?"

"होय रखमाबाई." भैयाच्या ओठांवर नजरेसारखंच निर्मळ हसू होतं. "आम्ही चित्रकार सौंदर्याचे पुजारी असतो. माझी चित्रकाराची नजर सांगतेय की, तुम्ही खरंच देखण्या आहात. हां... हां, मी मोकळं बोलतोय. पण त्याचा गैरअर्थ काढू नका...!"

रखमानं काही उत्तर दिलं नाही. पण त्याच्या बोलण्यात-नजरेत गैर काही नव्हतं. बाईला बाई म्हणून, केवळ शरीर म्हणून पाहणं नव्हतं ते!

अजूनही तिच्या हातात तिचं भिजलेलं, अंगाला साडी चिंब होऊन घट्ट बिलगलेलं अन् तिचा घाटदार देह दाखवणारं चित्र होतं. 'आज सकाळी पावसात मॅनहोलमध्ये पाय जाऊन पडताना त्यानं हात देऊन सावरलं व खेचलं, तेव्हा त्याला मी भिजलेली दिसले.... तेव्हा त्याची नजर माझी सुंदरता नजरेत साठवून घेत होती. किती आरपार... पण हे चित्र केवळ रखमाचा भिजलेल्या देहाचं नाही, त्याहून अधिक काही तरी आहे.'

"रखमाबाई, कदाचित तुम्हाला कळणार नाही, पण एका कवितेच्या दोन ओळी तुम्हाला पाहून चित्र काढताना आठवत होत्या... त्या ऐका- जणू काही कवीनं त्या तुमच्यासाठीच लिहिल्या आहेत...!"

आणि भैया गुणगुणल्यासारखा घोगऱ्या पुरुषी पण कंपनयुक्त आवाजात म्हणाला,

"देह सुकुमार बाई त्याला मायेनं सोलावा
ज्याची पुरती वल्कले तोच शोभतो नागवा...."

रखमाला वाटलं, मन निवून निघत आहे. या देहानं आजवर जे वेदनामयी भोग सहन केले आहेत, ते देहसल दूर होत आहेत आणि एका निर्मळ-सुंदर नजरेनं जणू शरीर न्हाऊन निघत आहे. शुद्ध-स्वच्छ आणि पवित्र होत आहे....

"बाई... बाई! पाहिलंस रखमे, भैया किती अवघड पण कानाला छान वाटेल असं बोलतोय!" आत्याबाई कौतुकानं म्हणाल्या. "कालीजातही चित्र काढताना असंच छान-छान बोलतो, बरं का. मागच्या महिन्याची गोष्ट सांगते- म्हणजे आप्रेशनपूर्वीची हं. तेव्हा माझी हाफ न्यूड पोज होती. म्हणजे

साडी होती, पण छाती उघडी आन् पांढरा, आतलं दिसणारा झिरझिरीत पदर उघड्या थानावरून घेतलेला. एका मुलीनं– म्हणजे रेश्मानं अंबाडा सोडून केस मोकळे केले होते माझे आन् काही पुढे छातीवर घेतले... तेव्हा भैया व रेश्मानं माझं हाफ न्यूड चित्र काढलं होतं. ते पाहून मला बुढ्ढीला पण वाटलं– मी अजून जवान आहे, रूपाची आहे....!''

भैया ते ऐकून रखमाला म्हणाला, ''रखमाबाई, मला तुमच्या आत्याबाईंचं केवळ हाफन्यूड चित्र काढायचं नव्हतं; मला त्या अर्धनग्न देहाच्या आत जायचं होतं चित्रातून– ते न दिसणारं मन व विचार प्रकट करणारं काही एक दाखवायचं होतं!''

''मला आठवलं भैया, तवाबी असंच तू जड-जड बोलला होतास.''आत्याबाई म्हणाली. ''पण माझं ते पेंटिंग बघताना मला बी वाटत होतं, मी म्हणजे केवळ बाईची थानं अन् मांड्या असणारं शरीर नाही, त्यापेक्षा जास्त काही तरी आहे. ते तू चित्रात काढलं होतंस. तवा म्हणलं नाही, पण आज म्हणते – थँक्यू!''आणि ती स्वत:शीच लाजत खुसूखुसू हसू लागली. त्या हास्यात मग भैया आणि रखमापण सामील झाले.

''सीताबाई, केवळ तुमची सूनच नाही, नात तानीपण सुंदर व मोहक आहे.'' भैयानं दुसरी वस्तू उघडीत आत्याबाईसमोर धरली. ते तानीचं एका पेन्सिलस्केच होतं. ''वेळ कमी पडला, पण दोन दिवसांत यावरून मी कलर पेंटिंग करणार आहे.''

रखमा उत्सुकतेनं पुढे येत आत्याबाईच्या बाजूला उभी राहत चेहरा पुढे करीत भैयानं आत्याबाईपुढे धरलेलं तानीचं स्केच पाहू लागली आणि मग काही क्षण आपल्या लेकीचा चेहरा तिनं काळजीपूर्वक निरखला. मग भैयाकड प्रसन्नपणे पाहत म्हणाली, ''आता मी बी म्हणते, तानीच्या चित्रासाठी साहेब थँक्यू...!''

पुन्हा एकदा रखमाला भैयाबद्दल मनोमन विलक्षण आत्मीयता वाटली. हा केवळ बायकांचं घाटदार रूप पाहत नाही, तान्ह्या बाळाचं पण रूप पाहतो अन् त्यांची पण छान-छान चित्रं काढतो... त्याची नजर रूपसौंदर्य हुडकणारी आहे. मघाशी त्यानं दोन ओळी म्हटल्या, त्या पण तेच सांगत नव्हत्या का? रूपाचं-शरीराचं निर्मळतेनं सौंदर्य पाहणारा असा पण पुरुष असू शकतो?

भैया काही वेळानं उठत म्हणाला, ''सीताबाई, तुम्हाला थोडी हुशारी

आली, अंगात पुन्हा ताकद आली की, एक दिवस आर्ट स्कूलला येऊन जा.''

''कशाला बाबा? आता मी बेकार झाले ना...!'' आपल्या स्तन काढल्यामुळे सपाट झालेल्या छातीवरून हात फिरवत काहीशी चिडून आत्याबाई कावत भैयावर करदावली.

''तुमचं असंच चित्र रेश्माला काढायचं आहे...'' भैया म्हणाला, ''एकटीला. तिनंच तर तुम्हाला दवाखान्यात ॲडमिट केलं आणि स्वस्तात- कमी पैशांत ऑपरेशन केलं...!''

''हो भैया, ती पोर माझ्यासाठी साक्षात अंबाबाईसारखी मदतीला धावून आली.''

''ती स्त्री कॅन्सरबाबत- खास करून ब्रेस्ट कॅन्सरबाबत स्त्रियांत जनजागृती करणाऱ्या एका संस्थेचं पण काम करते. तिला तुमचं सपाट छातीचं हाफन्यूड रंगावायचं आहे.'' भैया म्हणाला, ''तुम्ही नाही म्हणू नका सीताबाई. बाईमाणूस म्हणजे केवळ स्तन नाही- त्या पलीकडे तिला जिवंत मन असतं!''

रखमा तिच्या नकळत भैयाचे विचार ऐकून भारावून जात मन:पुत बोलून गेली. ''काल आत्याबाईंची सपाट छाती पाहून पयल्यांदा कसंसंच वाटलं होतं. मग मी स्वत:ला बजावलं- बाई म्हणजे केवळ कुडी नाही, बाई ही मन व शरीर मिळून बनते. थानं कापली तरी बाई बाईच राहते. कारण ते बापयगड्याचं खेळणं नाही, तर जन्म दिलेल्या बाळाला पाजण्यासाठी दुधाच्या घागरी आहेत... आणि बाई मरेपर्यंत आई राहतेच, कदाचित बायको राहणार नाही...!''

''वा! काय लाख मोलाचं बोललात रखमाबाई तुम्ही... मानलं तुम्हाला.'' भैया तिच्या बोलण्याला दाद देत प्रसन्नपणे म्हणाला, ''सीताबाई, तुमची सून खूप हुशार आहे. प्रथमच तिनं चित्र पाहिलंय, पण त्याचं देहापलीकडचं तिला जाणवलं. असो. तुम्ही येणार ना?''

''हो. एकदा शेवटचं येते भैया. रेश्माचं मन कसं मोडायचं? तिचे लई आभाळाएवढे उपकार आहेत मह्यावर बाप्पा!'' आत्याबाई म्हणाली.''रखमा, त्या दिवशी तू निसती माझ्यासंगट कालीजात चल. तिथला माहोल पाहा. रेश्माला भेट, इतरांना भेट. ते कसं काम करतात, कसं वागतात, ते एक डाव पाहा तरी...''

आत्याबाईला काय सूचित करायचं आहे, हे रखमाला जाणवत होतं. तरीही वीस-तीस तरुण मुला-मुलींपुढे कपडे काढून बसायचं तिला अजूनही कसं तरी

वाटत होतं. पण त्याच वेळी स्तन नसलेल्या आत्याबाईंचं रेश्मा हाफन्यूड चित्र कसं काढते, हे पण तिला पाहायचं होतं. त्यामागचा हेतू, तिचा विचार जाणून घ्यायचा होत. भैया पुरुष असून एवढ्या निर्मळ नजरेचा आहे, आपल्या देहाची इज्जत करणारा आहे; तर रेश्मा तर बोलून चालून मुलगी– ती कसं पाहते आत्याबाईंकडे? नाही म्हटलं तरी प्रत्येक बाईला आपल्या स्तनाचा मनोमन कुठे तरी अभिमान असतोच. रेश्मालाही असणार. ती कशी सपाट छातीच्या आत्याबाईंकडे पाहील अन् त्याचं कसं चित्र काढेल? आणि कशासाठी हे काही तरी अजब आक्रितासारखं आहे, पण ते जाणण्याची–समजून घेण्याची मनात उत्सुकता दाटून आली आहे.

''जी आत्याबाई– मी येईन.''

''आता मी म्हणतो, तुम्हा दोघींना थँक्यू!'' हसत भैया म्हणाला आणि जायला कॉटवरून उठला. तानीची प्रेमाने पापी घेतली व खिशातून तिला एक कॅडबरीचं चॉकलेट पुन्हा काढून दिलं. त्यांचा निरोप घेऊन तो झोपडीबाहेर पडला.

*

आर्ट स्कूलच्या परिसरात प्रवेश करताच रखमा सर्वत्र भिरभिरत्या नजरेनं पाहू लागली. कॉलेजचे विद्यार्थी कुठे घोळक्यानं उभे गप्पा–गोष्टी करत होते, तर कुठे लगबगीने जा–ये करत होते. मोकळं तरुण वातावरण. जुनी दगडी इमारत... मग लागलेला प्रशस्त कॉरिडॉर... आत्याबाईला 'हाय–हॅलो' 'कशा आहात आन्टी?' म्हणत तिची चौकशी करणारे विद्यार्थी... तिचाही मंद स्मितानिशी दिला जाणारा प्रतिसाद... पण त्यात एक सुप्त भीती आहे व बरीचशी घालमेल, हे रखमाला जाणवत होतं.

त्या कॉरिडॉरच्या शेवटला असणाऱ्या डाव्या बाजूच्या रूममध्ये भैया व आत्याबाई शिरल्या. त्यापाठोपाठ रखमाही प्रवेश करती झाली.

''वेलकम आन्टी– या!'' असं उत्साही खळाळतं स्वागत कानी पडलं. रखमानं आवाजाच्या दिशेनं पाहिलं. समोरून पांढऱ्याशुभ्र लखनवी सलवार सूटमधली, नाजूक सोनेरी चष्मा घातलेली एक देखणी तरुणी येत होती. ती रेश्माच असणार.

तिनं आत्याबाईंचे हात हाती घेतले व थोपटले.

''बरं वाटलं, तुम्ही इथं आज आलात ते.''

आणि आत्याबाईच्या तोंडातून एक हलका हुंदका फुटला अन् रेश्माच्या गळी पडत ती चक्क स्फुंदू लागली. ''पोरी, तुझ्यामुळे इलाज झाला. जीव वाचला

पण... पण...'' आपल्या सपाट छातीवर हात मारीत रुद्ध कंठानं म्हणाली, ''हे असं झालं. वाचले, पण बाईपणा संपला माझा.... तरीही तुला माझं असंच हाफन्यूड चित्र रंगवायचं आहे?''

''होय आन्टी. मी ब्रेस्ट कॅन्सर जागृती महिला समितीचं पण काम करते. त्यासाठी मला हे पेंटिंग करायचं आहे आणि हे सांगायचं आहे की, याविनाही स्त्री स्त्रीच असते, सुंदरही असते. मला मदत करा त्यासाठी. प्लीज...''

''अशी विनवणी करू नकोस रेश्मा.'' आत्याबाई तिचा हात हाती घेत म्हणाली. ''पण मलाच माझ्या मनाचं कळत नाही. कमीपणा वाटतोय... आपण बाईपणाचं काही तरी हरवलं आहे, असं पण वाटतंय.''

''त्याचं कारण आहे- सामाजिक दृष्टिकोन. ज्यात स्त्री म्हणजे केवळ शरीर- पुन्हा त्यातही भरदार छाती आणि नितंब...'' रेश्मा आवेशानं किंचित टिपेचा आवाज लावत म्हणाली, ''हा पुरुषी वर्चस्वाचा बाईकडे पाहण्याचा दृष्टिकोन झाला. तो मला मान्य नाही, पटत नाही.''

''मी काही तुझ्यासारखी खूप बुकं शिकलेली नाही. तवा हे कळत नाही...'' आत्याबाई म्हणाली. 'पण तुझ्यावर भरोसा आहे. गेली पंधरा-सोळा वर्षं न्यूड-हाफन्यूड मॉडेल म्हणून काम केलं इथं. आज आणखी एक डाव सही... पण अजूनही मला माझी अशी सपाट छाती पाहवत नाही.''

''आणि असं चित्र काढायचं मला बी दुरुस्त वाटत नाही...'' न राहवून रखमा म्हणाली. ''असं तुमच्या कालीजात तुमच्या शिक्षणासाठी उघडं बसावं लागतं हे कळालं, तेव्हा मी हादरले होते. पुन्हा आत्याबाई- माझ्या सासूबाई हे काम करते, हा तर... तर माझ्यासाठी लई मोठा हादरा होता. एक वेळ तेबी समजून घेता येतं, पण अशा अवस्थेत त्यांना उघडं बसवून चित्र काढायचं?''

''होय रखमाताई.'' शांतपणे रेश्मा म्हणाली. ''तुम्ही निवांत बसा आणि मी तासाभरात स्केच करते ते पाहा. मग आपण बोलू.''

''चल, तुझ्या मनासारखं होऊ दे रेश्मा...'' आत्याबाईनं रखमाकडे पाहत म्हटलं आणि त्या तिघांना पाठमोरी होत तिनं आपला ब्लाऊज व ब्रेसिअर काढली आणि रेश्माच्या सूचनेप्रमाणे त्या बिनहाताच्या खुर्चीवर जाऊन बसली.

रखमाची नजर विस्फारली होती. ती अस्वस्थपणे पण काही न बोलता पाहत होती.

रेश्मानं पोझ कशी द्यायची, ते आत्याबाईला समजावून सांगितलं. त्याप्रमाणे आत्याबाई देहाला एक मोहक बाक देत सराईतपणे बसली आणि रेश्मानं सूचना देताच आत्याबाईनं छातीवरचा पदर बाजूला केला.

...आणि रखमानं आत्याबाईची सपाट, व्रण असलेली छाती पाहून क्षणभर डोळे मिटले. मग ते सावकाश उघडले व ती आत्याबाईकडे पाहू लागली.

आत्याबाई स्वत:च्या छातीकडे मान झुकवून काही क्षण पाहत राहिली. तिच्या देहाची सूक्ष्म थरथर– त्यात भीती व किळस होती– रेश्माला ती जाणवली. तिला मनोमन वाटलं, आपण भलतंच काही करत तर नाही? तशा सीताबाई न्यूड मॉडेल म्हणून सरावल्या आहेत. पण स्त्रीमनात घाटदार स्तन म्हणजेच स्त्रीत्व हे शतकानुशतकं घट्ट रुतून बसलेलं असताना सीताबाईच्या मनाची अवस्था काय होत असेल?

काही वेळानं आत्याबाईनं मान वर केली, तेव्हा तिचा चेहरा भावविदीर्ण, आक्रसलेला झाला होता. ''रेश्मा, मला कसं तरीच वाटतंय. पण तुझा इचार पक्का असेल तर काढ चित्र...''

आत्याबाईच्या चेहऱ्याकडे रखमा एकटक पाहत होती. त्यावरचे भाव मनाशी समजून घ्यायचा प्रयत्न करत होती. आत्याबाईचा चेहरा विदीर्ण होता. डोळ्यांत पाणी साकळलं होतं, पण ते अपूर्व अशा निर्धारानं पापण्यांआड ती थोपवून धरत होती. त्यामुळे चर्येवरच्या विदीर्ण रंगात निर्धाराचे आणि जगण्याची लढाई अविरत लढताना आलेल्या परिपक्व स्त्रीसुलभ शहाणपणाचे रंगही अलगदपणे मिसळले होते.

आपली सासू रखमाला या क्षणी एक अस्सल बाई वाटत होती, त्यामुळेच कदाचित आकर्षक. तिला आत्याबाईची सपाट छाती आता खुपेनाशी झाली होती. स्तनविरहित अवस्थेतही ती जातिवंत स्त्री वाटत होती.

रेश्मानं पेन्सिलनं आत्याबाईचं सपाट छातीसह काढलेलं न्यूड चित्र पाहताना आपल्या मनात या तासाभरात जे विचार येत होते अन् आत्याबाईकडे पाहताना जे वाटलं होतं, ते चित्रात किती जिवंतपणे उतरले होते. रखमानं रेश्माकडे कृतज्ञ भावानं पाहत दाद दिली.

भैयानंही मनमोकळी दाद देत रेश्माला मिठीत घेत, तिची पाठ थोपटत म्हणलं, ''तू जिनिअस आहेस हे माहीत होतंच; पण एवढी स्त्रीभावना नेमकी

जाणून ती सहजतेनं साकार करणारी ग्रेटनेसच्च्या पलीकडे जाणारी पेंटर आहेस, हे आज प्रकर्षानं जाणवलं- हॅट्स ऑफ यू!''

आत्याबाईनं ब्लाऊज घालून मग हातात आपलंच सेमी-न्यूड चित्र घेऊन काळजीपूर्वक काही वेळ पाहिलं. मग म्हणाली, ''रेश्मा, तुझ्यावरचा माझा भरोसा चूक नव्हता. आज अशी मी मला पाहताना माझा अभिमान वाटला पोरी... माझ्या मनातलं कसंनुसंपण निघून गेलं आणि नव्यानं जगायला बळ मिळालं बघ! माझा इथला कालीजचा अखेरचा दिस गोड झाला बघ तुझ्यामुळे. म्हणूनशानी थँक्यू...!''

रेश्मा आपले भरून आलेले डोळे पुसत सद्गदित हसली अन् भैयाकडे वळून म्हणाली, ''हेमंत, एक चित्रकार म्हणून आज सीताबाईची मिळालेली ही अनोखी दाद मला आर्ट स्कूलच्या मिळालेल्या सुवर्णपदकापेक्षा मूल्यवान वाटते.''

आत्याबाई आता रखमाजवळ जात म्हणाली. ''आता तरी माझं हे न्यूड मॉडेलचं काम वंगाळ म्हणणार नाहीस ना?''

रखमानं किंचितशी नकारार्थी मान हलवली.

''तेव्हा तूच ठरव- तुला हे काम करायचं की नाही? कालीजात पण न्यूड मॉडेलची शिक्शनासाठी गरज आहे...''

''रखमाबाई...'' भैया म्हणाला. ''आम्ही सारे चौथ्या-पाचव्या वर्षाचे आर्ट स्टुडंट- कला विद्यार्थी आहोत. आम्हाला नग्नता बीभत्स वाटत नाही. त्या अर्थानं चाळवत नाही. देवानं जे स्त्री नामक सुंदर शिल्प घडवलं आहे, त्याचं चित्रण आम्ही करतो- देह आणि मन दोन्ही रंगरेषांत प्रकट करतो!''

रखमाला आत्याबाईचं हाफन्यूड स्केच काढताना रेश्माचं व भैयाचं आताचं बोलणं पटत होतं. पण मनावरचं दडपण पूर्णपणे गळून पडलं नव्हतं. ते तिनं कापऱ्या स्वरात बोलून दाखवलं. तेव्हा रेश्मा म्हणाली,

''आन्टीप्रमाणे रखमाताई तू पण माझ्यावर विश्वास ठेव आणि आजच पोझ दे. हां... हां, आज न्यूड नाही. तू ज्या साडीत आहेस त्याच पेहरावात... चल, हा अनुभव घे अन् मग नंतर हवं तर नाही म्हण- संकोच जात नसेल तर!''

रेश्मा व भैया तिला त्यांच्या वर्गात घेऊन गेले. तिथे त्या वर्गाचे प्राध्यापकही आलेले होते. त्यांच्याजवळ जात रेश्मानं त्यांना इंग्रजीत काही तरी सांगितलं तशी त्यांनी संमतीदर्शक मान हलवली. मग रेश्मा रखमाजवळ आली व तिला म्हणाली,

''आज आम्हाला कष्ट करून दमलेली स्त्री रेखाटायची आहे. मी सांगते

तशी तू पोझ घेऊन बस. तुझ्या या बसण्यातून तुझं सर्वांग कामानं ठणकतंय- एवढं की, विश्रांतीही बोचतीय- असा चेहरा तू तुझे कष्ट आठवून कर आणि तासभर तशीच - शक्यतो हालचाल न करता बसून राहा.''

रेशमानं सांगितल्याप्रमाणे रखमा दोन्ही मांड्या मोडीत पायांना मिठी घालत, दोन्ही जुळलेल्या गुडघ्यांच्या मध्यभागी फटीत हनुवटी रुतवून वर्गातील मुलांसमोर काटकोनात बसली. तिच्या दोन्ही बाजूने निम्मी-निम्मी मुले कॅनव्हास जुळवून बसली.

रखमाला काहीशी गंमत वाटत होती. रोज जे जगणं तिला असह्य वाटायचं, कष्टानं अवघा देह चूर व्हायचा- तेच म्हणे त्यांना कागदावर ब्रशनं काढायचंय...! रेशमाच्या सूचनेप्रमाणे कष्टभरला दिनक्रम नजरेसमोर आणू लागताच रखमाला अंगात थकवा दाटून येत असल्यासारखं वाटलं. त्याला प्रतिसाद म्हणून चेहरा आक्रसला, ताठरला... रेशमानं ''फारच छान! असाच लुक ठेव व अशीच बसून राहा.'' असं म्हणत थम्स-अप केलं. रखमाला अस्फुटसं हसू आलं, पण त्याला एक गंभीर पदर होता. ''येस रखमाताई, हे हाफ स्माईल हां... हां, अस्फुट हसू परिणामकारक आहे. ते कायम ठेव...''

तिला त्या पोझमध्ये चित्र काढण्यात मग्न झालेली मुले-मुली दिसत होती. मधूनच ते तिला एकटक पाहायचे व पुन्हा कॅनव्हासवर ब्रशनं काम करायचे. पण एक दोन मुलांचं तिला भेदक न्याहाळणं अस्वस्थ करून गेलं. वाटलं, त्या नजरा तिच्या वस्त्रांच्या आत शिरत नग्नता न्याहाळत आहेत. हे आपलं वाटणं वेडगळपणाचं आहे, ते तसं काही नाहीय- असंही तिला वाटत होतं!

रखमाचं ते सिटिंग संपल्यावर भैयानं तिला तिचं काढलेलं आपलं पेंटिंग दाखवलं. ते पाहून तिला चकित व्हायला झालं होतं. आपलं कष्टाचं जगणं त्यानं तिच्या थकलेल्या चेहऱ्यावरील अस्फुट गंभीर हास्यानं किती समर्थपणे रंगवलं होतं! मग तिनं ज्यांच्या नजरेनं तिला अस्वस्थ व्हायला झालं होतं, त्यांनी काढलेली तिची चित्रं पाहिली. त्यात किती फरक होता! एकानं त्याच्या चित्रात गुडघ्याच्या बाजूने दिसणारा स्तनाचा फुगवटा रेखाटला होता... तो तिला बुचकळ्यात पाडून गेला.

''रखमाताई, प्रत्येक चित्रकाराची कलात्मक नजर आणि अभ्यास वेगळा असतो. म्हणून तू एकच असलीस, तरी तुझं प्रत्येक चित्र वेगळं येणार. कारण चित्रात केवळ देह-चेहरा नसतो; भाव असतात, अंतरंग असतात. प्रत्येकाला ते

वेगळे जाणवतात. तो त्या भिन्न जाणिवेसह रंगवतो. हीच तर गंमत आहे.''

''पण रेश्मा, मला वाटत नाही– मी आत्याबाईंसारखं कपडे काढून पोझ देत बसू शकेन. मला माफ कर. पण मला माझा हा देह वंगाळ वाटतो. मग त्याचं प्रदर्शन का करायचं? नको– आजचा अनुभव बस् झाला...!''

''अगं पण पोरी...'' आत्याबाई समजावून सांगण्यासाठी बोलताना त्यांना थांबवत रेश्मा म्हणाली, ''तुम्ही थांबा आन्टी, मी तिच्याशी एकट्यानं बोलते.''

आणि ती रखमाकडे वळून म्हणाली, ''असं कर रखमाताई– उद्या एक दिवस कामावर जाऊ नकोस. आज माझ्या घरी राहायला ये. आपण बोलू. उद्या सायंकाळी तू तुझ्या घरी जा.''

''पण मला नाहीच हे काम करायचं तर...''

''नुसत्या मैत्रिणी म्हणून – बहिणीसारखं मानून बोलायला काय हरकत आहे?'' रेश्मा म्हणाली. ''याला तरी प्लीज नाही म्हणू नकोस... न्यूड मॉडेलच्या कामासाठी तू स्वत: सावकाश उद्यानंतर निर्णय घे. मी त्याचा मान राखेन. कबूल?''

तिच्या प्रेमळ आर्जवानं काहीशी विरघळत रखमा म्हणाली, ''मी एकटीच आहे जगात. मला बहीण नाही, तसंच मैतरीण बी. तू मला दोन्ही मानत बोलायचं म्हणलीस... निस्तं ऐकूनच लई भारी वाटतंय मला. एक दिवस तुझी मोठी भन म्हणून– मैतरीण म्हणून तुमचं मोठ्यांचं घर– तुझी दुनिया तरी पाहीन मी...!''

*

रेश्माचा सुंदर चकाकता फ्लॅट रखमा लकलकत्या डोळ्यांनी पाहत होती. तसं ती जिथं काम करायची, त्या पारशिणीचा बंगला पण देखणा होता; पण तो आता जुना झाला होता– देखभालीअभावी गंज चढल्याप्रमाणे जुना.

घरात घेऊन आल्यापासून रेश्मा तिला मोठ्या बहिणीचा मान देत वागवत होती. प्रथम चहा–बिस्किटं दिली, मग रात्रीचं डायनिंग टेबलावर बसून केलेलं सुग्रास जेवण. मग सोफ्यावर विसावत हलक्या–फुलक्या गप्पा.

''रखमाताई, मघाशी कॉलेजात स्वत:चा देह वंगाळ वाटतो म्हणून त्याचं मॉडेल म्हणून प्रदर्शन नको'' असं बोलून गेलीस. –रेश्मानं आस्थेनं विचारलं, ''अगदी कुरूपातला कुरूपही स्वत:च्या देहावर प्रेम करतो. तू तर मराठी श्रमहारी स्त्रीसौंदर्याचा नमुना आहेस... मग असं का?''

''मला... मला त्याचाच तर राग येतो... गरीब घरची चांगली मुलगी म्हणजे तिला त्याचा काचच असतो....'' उमाळ्यानं रखमा बोलून गेली. ''या माझ्या रूपानंच तर घात झाला...''

''मला... मला धाकटी बहीण मानून सांगशील का काय घडलं ते?'' रेश्मा तिचा हात हाती घेत, तो मायेनं दाबत म्हणाली व तिच्याकडे पाहू लागली.

रेश्माच्या बहिणीसारख्या लागट वागण्यानं रखमाला विरघळायला झालं होतं. मन आतून भरून आलं होतं. मनातलं समजून घेणाऱ्या व्यक्तीला काही सांगायचं, असं किती दिवसांपासून तरी वाटत होतं. रेश्मानं उत्सुक सहृदयतेनं विचारताच भावनेचा ओघ शब्दाचे रूप धारण करून वाहू लागला. रखमाचं किती वर्षांपासूनचं मनात साचलेलं मळभ रेश्मा शांतपणे लक्षपूर्वक ऐकत होती.

''अशी आहे माझ्या जीवनाची चित्तरकथा. कुंटणखान्यात लई भोगलं, नवऱ्यानंही जबरी भोग घेतला देहाचा. जवा मी जवान झाले तवापासून माझा चोळामोळाच होत आला- अगदी दररोज. नवरा जेलमध्ये गेला तेव्हापासून काहीशी निवांत आहे मी.'' रखमा आपले डोळे पदराने कोरडे करीत पुढे म्हणाली,

''म्हणून माझा हा कष्ट करूनही न झिजलेला व बापय गड्यांच्या मनात वंगाळ भावना पेटवणारा घाटदार देह नको-नको वाटतो. मी त्याचा राग करते- न खाता-पिता त्याचे हाल करते. स्वत:ला सुकवायचा प्रयत्न करते. पण हा देह माझ्याशी वैर करतो... सुकतच नाही!''

''पण हेमंतनं तुझं काढलेलं ओलेतं चित्र तुला आवडलंच होतं की!''

''पण त्यासाठी पोझ नव्हती दिली रेश्मा. त्यांनी पावसात भिजलेलं पाहिलं आणि काढलं.''

''एक सांगू रखमाताई? राग नको मानूस. तुझ्या वाट्याला जे भोग आले, त्यामुळे तुला तुझा देह वैरी वाटतो... हो ना?'' रेश्मा क्षणभर थांबली व तिच्या प्रतिसादाचा अंदाज घेत पुढे म्हणाली, ''पण एवढं होऊनही मनोमन कुठे तरी आपल्या रूप-सौंदर्याचा अभिमान वाटतो ना तुला? खरं-खरं सांग मला.''

रखमा काही क्षण चूप होती. तिचा चेहरा रेश्मा एकटक निरखत होती. त्यावर स्व-अभिमानाची पुसटशी रेषा उमटून गेली होती.

''खरंय रेश्मा. भैयासाहेबांना, तुला, कालीजातल्या इतरांना मी चित्र काढण्यायोग्य वाटते, याची नाही म्हटलं तरी खुशी वाटतेच. पण संकोचही

वाटतो. ते मागचं आठवतं, तवाचा देहाचा झालेला चोळामोळा विसरता येत नाही. पुरुषांच्या नजरेची भीती वाटते... म्हणून नको म्हणते.''

''त्या फोरासरोडमध्ये तू मजबूर होतीस. नवऱ्यापुढेही तुझं काही चालत नसेल.'' रेश्मा म्हणाली. ''पण ह्या आमच्या आर्ट स्कूलला तसं बळजोरीचं काही नाही. आजवर तुझ्या देहाला वासनाच डसली; पण चित्रासाठी पोज दिलीस, तर कौतुकाची फुलं नजरेतून बरसतील... तुला तुझ्या देहाचा राग येणार नाही, उलट अभिमान वाटेल.''

पुन्हा रखमा चूप झाली होती. अजूनही तिच्या मनात संभ्रम होता, संकोच होता.

ते रेश्माला जाणवलं. कसं हिला समजावून सांगावं, हा प्रश्नच होता. अचानक चुटकी वाजवीत रेश्मा म्हणाली,

''तुला एक चित्र दाखवते. पाहा, काय वाटतं ते पाहून...''

आणि तिनं स्टँडवर पांढऱ्या कागदानी झाकलेला कॅनव्हास उघडा केला आणि रखमा समोरचं चित्र पाहताच विस्मयचकित झाली होती.

''हे... हे तुझं न्यूड चित्र आहे ना रेश्मा?''

स्पष्ट जाणवत होतं तरीही रखमा विचारत होती अन् चित्र एकटक पाहत होती. मग काही वेळानं तिनं रेश्माकडं पाहिलं व पुन्हा चित्र पाहू लागली.

ते रेश्माचं न्यूड पेंटिंग होतं. त्यात तिच्या देहाचे कमनीय बाकदार वळसे नजर बांधून ठेवणारे दिसत होते. तिचं ते अनावृत सौंदर्य निरागस व पवित्र वाटत होतं. चेहऱ्यावर प्रियकराची आतूर प्रतीक्षा होती, नजरेत संगमोत्सुकता दाटून आली होती. तिची लांबसडक मान, गोंडस बाहू, भरदार नसले तरी डौलदार स्तन आणि .... आणि...

रखमा तिच्या कपाळापासून अनावृत पायाच्या बोटापर्यंत हळुवारपणे एकेका अवयवावर नजर रेंगाळवत पाहत होती.

''किती किती सुंदर आहेस रेश्मा!'' रखमा म्हणाली. ''कुणी काढलं हे चित्र? भैयासाहेबांनी?''

''नाही, हे सेल्फ न्यूड पोर्टेट आहे. आरशात मला पाहून मीच काढलेलं.'' रेश्मा म्हणाली. ''मला माझं शरीर सुंदर व पवित्र वाटतं. देवानं स्त्रीला घडवलंच आहे मुळी नितांत सुंदर. रखमाताई, मला तर कोणतीही स्त्री सुंदर देखणीच वाटते.

अगदी वृद्ध जर्जर म्हातारी स्त्रीपण... अगदी स्तन नसलेली सीताबाई- तुझी आत्याबाईही. अगं, आपण आपल्या देहाला ओंगळ मानणं, त्याचा राग-राग करणं म्हणजे देवाचा अपमान करण्यासारखं आहे...!''

''पण स्वत:ला असं उघडं करत तुला काढायची काय गरज?''

''निर्मितीची प्रेरणा.'' रेश्मा म्हणाली. ''इतरांना तर मी रंगवतेच, पण स्वत:ला का नको- असं एकदा वाटलं. मग मी विचार करू लागले. त्यातून हे सेल्फ न्यूड पोर्ट्रेट काढायचं सुचलं...!''

रखमा मंत्रमुग्ध होऊन रेश्माचं मनस्वी बोलणं ऐकत होती. तिला ते मनोमन आवडत होतं. पुरतं कळत नसलं, तरी ऐकावंसं वाटत होतं!

''रखमाताई, मला वाटतं, तुझ्या वाट्याला खऱ्या प्रेमाचा स्पर्श कधी आलाच नाही. तुला कधी निकोप मार्दवी स्पर्श मिळालाच नाही...''

''खरंच रेश्मा. तिथं कुंटणखान्यात केव्हा झडप घालतो अशी घाई झालेली असायची. नवराबी तसाच वाट्याला आला...'' रखमा म्हणाली. ''माझ्या शरीरावरून लहानपणी आईचा सोडला, तर कधी कुणाचा प्रेमानं-मायेनं हात फिरलाच नाही.'' हे सांगताना तिचा आवाज सांद्र, ओला झाला होता. ते रेश्माच्या मनाला खोलवर स्पर्शून गेलं. एकदम ती उमाळ्यानं म्हणाली,

''ये, माझ्याजवळ ये अशी रखमाताई-'' रेश्मानं तिला हळुवारपणे आपल्या कुशीत ओढलं. ''मला आज तुझी आई होऊन थोपटायचं आहे. बहीण होऊन कुरवाळायचं आहे. तुझ्यासाठी... तुला स्पर्शाचं सुख देण्यासाठी.''

आणि रेश्मा हळुवारपणे रखमाला थोपटू लागली. तिच्या केसांतून हात फिरवला. त्या स्पर्शानं सुखावून जात रखमानं तिच्या खांद्यावर डोकं टेकलं. किती वेळ तरी डोळे मिटून रेश्माची सुगंधी उब व स्पर्शाची थरथर रखमा अनुभवत होती. त्यानं तिला एक अपरिचित सुख मिळत होतं.

''रखमा, तुझी परवानगी असेल तर मी तुला स्नान घालते. साऱ्या अंगाचं हळुवार मॉलिश करते... तुझी आई... बहीण होऊन आणि मित्र होऊन पण...''

बाथरूममध्ये तिचा संकोच गळून पडावा म्हणून रेश्मा स्वत: निर्वस्त्र झाली, मग तिनं रखमालाही केलं आणि शॉवर सुरू केला. रखमाच्या ध्यानी-मनी नसताना अंगावर काटा फुलवणाऱ्या कोमट जलधारा कोसळल्या. ती सुखद शहारली आणि चीत्कारत रेश्माला नकळत बिलगली. रेश्माच्या रेशमी मुलायम

देहस्पर्शानं ती सुखावली.

खरंच रेश्माचा हात जादूचा असावा. तिनं ममतेनं सर्वांग चोळत, साबण लावत स्नान रखमाला घातलं. एक संमोहक अनुभूतीच्या अमलाखाली रखमाला गुंगी चढत होती. रेश्मा स्वतःच आपल्या अंगाला साबण लावते आहे हे पाहून तिनंही मग तिच्या हातातला साबण हिसकावल्यासारखं करत घेतला आणि आता ती रेश्माची मोठी बहीण बनून तिला साबण लावत स्नान घालू लागली.

स्नानानंतर मऊ टर्किशच्या गुबगुबीत टॉवेलनं अंग कोरडं केलं. शॉवरमधून बरसणाऱ्या गरम पाण्यामुळे समोरच्या पुरुषभर उंचीच्या आरशावर वाफ जमा झाली होती. ती साफ करताच रखमाला तिच्या निकट असलेल्या रेश्मासह स्वतःचा अनावृत देह दिसला. गौर रेश्मा, तर सावळी रखमा... पण आपण दोघीही सुंदर आहोत, असं वाटलं!

आणि तिला हेही जाणवलं की, आज या क्षणी आपल्याला आपला देह सुंदर वाटतोय- त्याची किळस वाटत नाहीय, तिटकारा येत नाहीय. उलट, अभिमान वाटतोय.

''रेश्मा, तू मघाशी बोललीस ते पटलंय. बाईचा देह सुंदरच असतो. ती देवाची देणगी असते, हेही पटलंय मला.'' रखमा म्हणाली. ''तुझ्या गोऱ्यापान रूपापुढे मी काळीच की... तरीही मला या वेळी मी तुज्यावाणी सुंदर वाटतेय....!''

रेश्मा समंजस हसली.

''तू आणि मी किती वेगळ्या. तू श्रीमंताघरची, गोरीचिट्ट. मी कामवाली बाई, काळ्या रंगाची. पण जवळ-जवळ उभं असताना- ते पन असं कापडाविना- दोघीही छान, झकास दिसतो ना!''

''होय रखमाताई... तूही काही कमी सुंदर नाहीस!''

''मी... मी धन्य झाले हे ऐकून रेश्मा!'' रखमा कृतज्ञ सुरात म्हणाली. ''आज मला तुझ्यामुळे जाणीव झाली की- मी सुंदर आहे, माझा देह सुंदर आहे. ती देवाची देण आहे, तिचा राग करायचा नसतो... आणखी एक वाटतं... सांगू?''

''सांग ना, संकोच-शरम कशाला?''

''आपल्या दोघींचं तसं न्यूड चित्र काढ की... मला लई अप्रूप वाटंल!''

रेश्माचा आपल्या कानांवर विश्वास बसत नव्हता. पण इथं आल्यापासून रखमा मोकळी झाली होती. तिच्या मनावरची दडपणं व लोकलाजेचं ओझं उतरलं

होतं... तिची मूळ आदिम भोगी वृत्ती, रूपलुब्ध मानसिकता जणू जागृत होत उफाळून आली होती.

''काय म्हणालीस? माझा माझ्या कानांवर विश्वास बसत नाहीय!''

''रेश्मा, तू नीट ऐकलं आहेस.'' खुदूकन हसत व रेश्माच्या गळ्यात मिठी घालीत रखमा म्हणाली.

''मी सुंदर आहे आणि माझ्या शरीराची, त्यातल्या मन-भावनेची सुंदरता तुला न्यूड रंगवायची आहे. भैयासाहेबांना, तसंच कालीजातल्या इतरांना बाईचा देह- जन्मला असताना जसा असतो तशा स्वरूपात कागदावर उतरवायचा आहे... मला आज इथं असं न्यूड अवस्थेत... कसं सांगू? का मी देवाच्या खूप जवळ आहे असं वाटतंय, तेच तुम्हाला प्रकट करायचं असेल; तर मी न्यूड मॉडेल व्हायला तयार आहे.''

रेश्मानं तिला समाधानानं मिठी मारली आणि तिच्या अनावृत ओलसर देहाचा सुगंध हुंगत म्हणाली, ''रखमाताई, तू किती अस्सल निसर्गकन्या आहेस. किती सहजतेनं न्यूड पोर्ट्रेटचं अंतरंग उपजत प्रज्ञेनं जाणून घेतलंस... खरंच, तू आर्ट स्कूलसाठी न्यूड मॉडेलचं काम करणार?''

''होय रेश्मा. पण एक अट आहे.'' रखमा म्हणाली. ''तुझ्या एकटीचं नाही, माझ्या एकटीचं नाही- दोघींचं आरशात पाहून न्यूड चित्र काढायचं. तुझ्यापुढे मला मुक्त होऊ दे. मग जगापुढे, कालीजात मी संकोच न करता न्यूड मॉडेल म्हणून पोझ देऊ शकेन... ते केवळ पैशासाठी नाही, तर देवाच्या देणगीचा सन्मान करण्यासाठी!''

रात्रभर दुसऱ्या स्वतंत्र स्टुडिओवजा खोलीत चारही भिंतींवर पूर्ण उंचीच्या आरशांत विविध कोनांतून स्वत:ला व रखमाला उन्मुक्त नग्न पाहत रेश्मा कॅनव्हासवर ब्रशचे फटकारे धुंद आवेगात मारत होती.

एक नितांत सुंदर निर्वसना स्त्रीयुग्माचं चित्र साकार होत होतं आणि त्याच वेळी अनेक चित्रकारांना स्फुरण चढेल व स्त्रीसौंदर्याचे नवोन्मेषशाली आविष्कार घडू शकतील, अशा एका स्वत:च्या देहावर प्रेम करणाऱ्या आणि देहधून वाजू लागलेल्या न्यूड मॉडेलचा जन्म झाला होता!

-०-०-०-

५.

दामिनी

दिवसा-उजेडीही दारं-खिडक्या बंद करून निर्माण केलेला काळोख... मातकट, आजारी पिवळा प्रकाश देणारा एक बल्ब... पलंगावर मोकळ्या, विखुरलेल्या केसांनी पाठीशी उशा लावून पहुडलेली आणि स्वत:शीच मंद-अस्पष्ट बडबड करणारी दामिनी... डोळ्यांतून अखंड वाहणारे अश्रू. ते पुसायचेही भान नाहीय तिला.

बाहेरून किलकिल्या केलेल्या खिडकीच्या फटीतून दीपकनं क्षमाला अंगुलीनिर्देश करीत दामिनी दाखवली आणि क्षणभर मूढमुग्धेप्रमाणे अविश्वसनीय नजरेनं ती आपल्या शाळकरी मैत्रिणीकडे, या जगाचं भान हरपलेल्या तिच्या अवस्थेकडे पाहतच राहिली.

''तूच सांग दीदी, मी कसा तिच्या आई-बाबांना हे कळवणार? आणि पाठवणार? त्यांना इथं या तरी कसं म्हणणार?'' दीपकचं तकलादू, पोकळ वाटणारं स्पष्टीकरण आता तिला खरं वाटू लागलं होतं.

''दामिनीचं डिप्रेशनचं प्रमाण दिवसेंदिवस वाढतच चाललंय... दोनदा दवाखान्यात... हो, मेंटल हॉस्पिटलमध्ये महिना-महिना ट्रीटमेंट केली, पण पुन्हा तेच. ये रे माझ्या मागल्या! काय करावं, सुचत नाही. तिनं डिप्रेशनमध्ये जावं, असं काही मोठं कारण घडलं नाहीय... हां, लग्नानंतर तिचा खेळ मी बंद केला, पण त्यामुळे असं...'' वाक्य अर्धवट तोडत दीपक म्हणाला, तेव्हा क्षमाला लग्नानंतर वर्षभरातच पुण्याला तिच्याकडे राज्यस्तरीय टेबलटेनिसच्या स्पर्धेसाठी आली असताना दुहेरीत रौप्यपदक मिळाल्यानंतर क्षमा-क्षितिजनं तिला आलिशान हॉटेलमध्ये पार्टी दिली होती. तेव्हा दामिनी उदासवाणा सुस्कारा सोडीत म्हणाली

होती,

''बहुधा ही माझी शेवटची स्पर्धा ठरणार क्षमा. दीपकला माझा खेळ अन् स्पर्धेसाठी राज्यात व देशात आठ-आठ दहा-दहा दिवस जाणं पसंत नाहीय... मोठ्या मुश्किलीनं तू इथं आहेस आणि तू आग्रहानं त्याला पाठवायला सांगितलंस म्हणून आज मॅच खेळू शकले. परत नागपूरला जाताना माझी ही दीड दशकाची सखी राहिलेली टी.टी.ची बॅट हा खेळ खेळणाऱ्या तुझ्या नवऱ्याला- क्षितिजला भेट देऊन जाणार आहे. कारण खेळाडू दामिनी आता संपली; उरलीय ती संसारी दामिनी. तसा दीपक चांगला आहे. पण त्याचं विश्व सीमित आहे. आपली बँक, आपलं घर आणि टीव्ही-सिनेमा- बस्... आम्ही खरंच पोल्स अपार्ट आहोत; पण संसारी बाईकडे नवरा तिच्याशी जमवून घ्यायला येत नाही, तिलाच स्वत:ला मन मारून त्याच्या साच्यात बसवत त्याच्याकडे जावं लागतं...!''

दामिनी जेवताना चांगलीच गंभीर झाली होती. त्यामुळे वातावरण हलकं-फुलकं करावं म्हणून क्षितिज म्हणाला होता, ''म्हणजे नुसता आराम करणार? आम्ही नागपूरला आलो, तर आम्हाला शेठाणी दिसणार म्हणायची...!''

''नो चान्स भावोजी!'' अजूनही तिचा मूड गंभीरच होता. ''व्यायाम नाही केला, घराबाहेर पडलं नाही तर मला अन्नही जात नाही. ती काळजी नाहीय, पण... जाऊ दे! म्हटलंच आहे ना- आलीया भोगासी असावे सादर। चित्ती असू द्यावे समाधान।।''

त्यानंतर क्षमा तिच्या संपर्कात फोनद्वारे दोन-तीन वर्षे होती. प्रत्येक वेळी फोन केला की, दामिनी विमनस्क हसत म्हणायची,

''प्लीज क्षमा, तुझी काळजी मला समजते, पण ती मला त्रासदायक वाटते गं! पहिल्यापासूनचा स्वभाव आहे माझा हा. कीव, सहानुभूती वा करुणा या साऱ्यांची प्रचंड चीड आहे. प्लीज, गैरसमज करून घेऊ नकोस.''

''बिलकुल नाही. तू तर माझी शाळकरी मैत्रीण आहेस आणि खेळाडू म्हणून तू जे नाव कॉलेजात असताना कमावलं होतंस, त्यामुळे तू आमची आदर्श पण होतीस... नव्हे, आहेस. मी मैत्रीपोटीच फोन करतेय... तुला त्याचं... त्याचं ओझं वाटत असेल तर...''

''नाही क्षमा, प्लीज. तुझा फोन आला की नंतरचे चार-आठ दिवस माझे छान जातात. वाटतं, मी आहे... जगतेय. मलाही वेगळं असं विश्व आहे. त्यात

मित्र-मैत्रिणी आहेत.''

''मग झालं तर...!''

''क्षमा, मघाशी तू अभावितपणे म्हणून गेलीस की, 'मी तुझा आदर्श होते' मग क्षणभर दचकत जीभ चावत म्हणालीस... आहेस. पण तुझ्या तोंडून सत्य तेच प्रकट झालं होतं. मी खेळाडू म्हणून खरंच संपलेय गं!''

''त्याचा फार त्रास होतो सखे?''

''हो... साहजिकच नाही का? वयाच्या सहाव्या वर्षी हाती टीटीची बॅट आली. लग्न होईपर्यंत- अंहं, लग्नानंतर एक वर्षभरापर्यंत- म्हणजे तब्बल दोन दशकं मी खेळत होते, स्पर्धा गाजवत होते. राज्यात... देशात आणि आंतरराष्ट्रीय स्पर्धा किमान राष्ट्रकुल किंवा आशियाई स्पर्धेमध्ये भारताचं प्रतिनिधित्व करीत पदक जिंकायचं स्वप्न पाहत होते क्षमा... त्रास हा होणारच. एक फिल्मी डायलॉग माझी आजची स्थिती तुला सांगेल- तुमने सपने देखे है, सपनों को टुटते हुए नहीं देखा!''

क्षमा तिच्या मनाच्या प्रामाणिक उद्रेकानं क्षणभर स्तिमित झाली. या काळात दामिनी कोणत्या मानसिक वादळात भरकटतेय याची लख्ख जाणीव होत होती आणि उदासायला होत होतं!

खेळाप्रमाणे सिनेमा हा तिचा दुसरा वीक पॉइंट होता. त्यामुळे तिनं कुठल्या तरी सिनेमातला हा डायलॉग बोलला असणार, पण तो तिच्या मनाची आजची उदास व काही तरी अमूल्य असं हरवल्याची स्थिती नेमकी अचूकपणानं वर्णन करीत होता.

''पण मग आता सिनेमे भरपूर पाहत असशील नवऱ्यासोबत?''

''पुन्हा इथेही आम्ही दोन ध्रुवांवर आहोत क्षमा. मला हाणामारी, सस्पेन्स आणि विनोदी सिनेमे आवडतात; तर त्याला यश चोप्रा, करण जोहर टाईप रोमान्स व प्रेमाचे. पुन्हा जुने सिनेमे पाहण्याचं वेड... मीही त्याच्यासोबत टीव्हीवर पाहता-पाहता तसले सिनेमे आवडून घेऊ लागलेय...!''

''फार त्रास होतो तुला दीपकशी जुळवून घेताना का गं?''

''खेळात परिस्थितीशी जुळवून घेत खेळायचं असतं. मी त्याप्रमाणे जुळवून संसाराचा खेळ खेळतेय. पण कोणताही खेळ- क्रिकेट सोडलं तर काही तासांतच संपतो. इथं मला आयुष्यभर जुळवून घेत संसाराचा खेळ आवडत

नसतानाही खेळायचा आहे- तोही जन्मभर. आणखी पन्नास-साठ वर्षे... पण क्षमा, आज एक मनचं सांगते, मी नवऱ्याच्या घरचं धार्मिक वळण म्हणून वटसावित्री- पौर्णिमा व्रत करते. पण मला दीपकसारखा दुसऱ्या ध्रुवावरचा नवरा पुढील सात जन्मांसाठी बुक करायचा नाहीय... बस्, हा जन्म कसाबसा निभावला म्हणजे मिळवली!''

किलकिल्या खिडकीतून रोगट पिवळ्या प्रकाशात तक्क्याला रेलून मुक्तपणे आसवं ढाळणारी दामिनी पाहताना क्षमाला हे क्षणार्धात स्मरलं. पण तिचं हे ॲक्यूट डिप्रेशन त्यामुळं नसावं, असंही मनात ठामपणे वाटत होतं. कारण दीड वर्षापूर्वी दोघी ठरवून माहेरी अकोल्याला आल्या होत्या; तेव्हा दीपक आला नव्हता, म्हणून दामिनीला नागपूरला सासरी नवऱ्याकडे सोडण्यासाठी म्हणून क्षमा क्षितिजसह गेली होती, तेव्हा दामिनी ठीकठाक होती. त्यांना पाहून मनस्वी खुलून आली होती. जेवताना क्षितिजनं दीपकला सहजपणे म्हटलं,

''तुम्ही खरंच दामिनीताईचं टीटी का बरं बंद केलं, समजत नाही. तिनं तुमचं खानदान रोशन केलं असतं, पदकं मिळवून! मीही टीटी खेळाडू आहे आणि दामिनीची लग्नानंतरची शेवटची पुण्याला बालेवाडीला झालेली स्पर्धा पाहिली आहे. त्यावरून सांगतो, लग्नामुळे खेळ व सरावात वर्ष-सव्वा वर्षाची गॅप पडूनही ती फारच छान खेळत होती...!''

त्या वेळी दीपक काहीच बोलला नव्हता. पण त्याला क्षितिजचं बोलणं पसंत पडलं नव्हतं, हे त्याच्या चर्येवरून जाणवत होतं. क्षणभरानं दामिनीच म्हणाली,

''आता तो चॅप्टर संपलाय भावोजी. मी खूप खेळले आणि खेळाडूचं रिटायरमेंट एज मी ओलांडलंय... आता मी संसारात रमलेय... मस्त आराम करतेय, एन्जॉय करतेय...!''

ते तिचं बोलणं नवऱ्याचा मान राखण्यासाठी होतं; पण तिनं परिस्थितीशी जातिवंत खेळाडूप्रमाणे जुळवून घेतलं होतं, हे मात्र क्षमाला जाणवलं.

त्यामुळे तिचं या वर्षातलं हे डिप्रेशन- त्यामागे तिचा बंद झालेला किंवा दीपकनं बंद केलेला खेळ खचितच नसावा. मग...?

क्षमाची मोठी सात वर्षांची मुलगी आणि वर्षाचाच असलेल्या धाकट्या मुलाला दामिनीने भरपूर खेळणी दिली होती. दोन दिवस त्यांच्याबरोबर खेळताना

ती मुलाहून मूल झाली होती. मुलांनाही मावशी खूप-खूप आवडली होती.

परतल्यावर क्षमानं तिला फोन करताना किंचित थट्टेच्या सुरात म्हटलं, ''आता पुरे की हनिमून पिरिएड बाईसाहेब... आता तुम्हालाही मूल होऊ द्या. हीच योग्य वेळ आहे आई व्हायची.''

क्षणभर पलीकडून काहीच प्रतिसाद आला नाही. मग क्षमाच्या तीक्ष्ण कानानं फोन जरी दूर असला तरी दामिनीचा अस्फुट हुंदका टिपला होता. मग स्वत:ला सावरत ती म्हणाली होती,

''माझ्यातच काही तरी दोष असणार... मला का आई व्हावंसं नाही वाटत?''

''कशावरून? तुम्ही दोघांनी वैद्यकीय तपासणी केलीय का?''

''न... नाही. दीपक म्हणतो, दोष माझ्यातच असणार. मी खेळाडू म्हणून खूप व्यायाम करायचे ना... त्यामुळे म्हणे...''

''तुला हे पटतंय?''

''पटवून घेतेय. त्याला स्वत:च्या पुरुषत्वाचा मोठा अभिमान आहे. रात्री... रात्री वि... विकृत त्रास...''

दामिनीनं फोन बंद केला होता. क्षमा आपल्या जीवलग मैत्रिणीच्या बेसूर संसाराच्या जाणिवेनं व्याकूळ झाली होती. पण रात्री दामिनीचा परत फोन आला होता, ''मगाशी जे बोलले ते विसर. उगीच माझी काळजी करून नकोस. त्याचीही मी सवय करून घेतलीय. क्षमा, मला कधी कधी प्रश्न पडतो, का झाले मी खेळाडू? त्यामुळे असं सतत ॲडजस्ट करते...!'' क्षणभरात तीच पुढे म्हणाली,

''एका परती बरं आहे, मी आई होत नाहीय ते. मी संसारात मनानं फार कोरडी होत चाललेय अलीकडे. मी मुलावर प्रेम-वात्सल्य करू शकेन की नाही, याची अलीकडे मला शंका वाटतेय... आहे ते बरं आहे!''

दामिनीकडे पाहताना तिच्या डिप्रेशनचं हे पण कारण असेल, असं क्षमाला मनोमन वाटत नव्हतं. ती क्षणभरही पापणी न झुकवता खिडकीतून दामिनीकडे एकटक पाहत होती. पण दामिनीला कुणी आपल्याकडे पाहतंय याची मुळी जाणीवच नव्हती. ती आपल्याच उदासवाण्या, उदबत्तीप्रमाणे मंद जळणाऱ्या, धुमसत्या-जळत्या मूडमध्ये हरवून गेली होती.

मग क्षमा सावकाश मागे वळली. दीपकनं खिडकी तत्परतेनं बंद केली. क्षमा कोचावर काहीशी शक्तिविहीन होत विसावली. दीपकनं पुढे केलेला पाण्याचा ग्लास तिनं निमूटपणे घेत ते पाणी घटाघटा प्यायली. दीपक शांतपणे समोर बसला होता. आता ही केव्हा जाणार घरातून, असा भाव त्याच्या नजरेत तरळत होता.

''भावोजी...'' किंचित उठत क्षमा म्हणाली, ''मी आत जाते दामिनीजवळ. मला... मला तिच्याशी बोलायचंय.''

''पण... पण डिप्रेशनमध्ये माणूस व्हायोलंट होतो म्हणे... तुला तिने काही केलं तर?''

'डोंट वरी. मला काही नाही होणार. तुमच्या आधीपासून मी तिला ओळखते. तुम्ही उगीच शंका घेऊ नका.'' क्षमा म्हणाली, ''आय मस्ट मिट हर अँड टॉक विथ हर...!''

''नो... आय कांट अलाऊ यू क्षमा.'' दीपकही आता उभा राहिला होता. ''मला माझ्या बायकोचं बरं-वाईट कळतंय... समजतं पण. ती माझी जबाबदारी आहे. तुम्ही सासूबाईंना पाहिलेलं, मी सांगितलेलं सांगा... पण तूर्त त्यांनी येऊ नये, हे पण बजावायला विसरू नका!''

''ओ. के. भावोजी.'' क्षमा शांतपणे म्हणाली. ''हे तुमचं घर आहे. तुम्ही तिचे यजमान आहात. तिच्यावर तुमचाच पूर्ण अधिकार आहे... मी जाते, पण जरा मेडिकल रिपोर्ट तरी दाखवा.... मला मावशी काकांना नीटपणे सांगता तरी येईल...!''

दीपक एकदम आश्वस्त-रिलॅक्स होत असलेला क्षमाला जाणवलं आणि तिच्या वकील मनात संशयाचा एक खडा पेरला गेला. तिचं इंट्यूशन आणि वकिली अनुभव काही तरी काळंबेरं असल्याचं तिला सांगत होता.

''ठीक. मी आतून आणतो. कामवाल्या मावशींकडून चहा पाठवतो. चालेल?''

''होय. आय नीड टी राईट नाऊ!''

क्षमा चहा घेत विचार करू लागली. चार दिवसांपूर्वी ती अकोल्याला माहेरी सुट्टी घेऊन आली होती. पुण्याहून जाण्यापूर्वी तिनं नेहमीच्या शिरस्त्याप्रमाणे दामिनीला 'ये दोन दिवस अकोल्याला, धमाल करू' असं सांगण्यासाठी फोन केला, पण 'आऊट ऑफ सर्व्हिस' असा रेकॉर्डेड मेसेज कानी पडला. तेव्हा

क्षणभर ती बुचकळ्यात पडली. मग लक्षात आलं की, गेले वर्षभर आपलं तिच्याशी फोनवर बोलणं झालेलं नाहीय. म्हणून फोन नंबर बदलला की काय, तिनं याची खात्री करून घेण्यासाठी क्षमानं तिचे फेसबुक डिटेल्स पाहिले. फोन नंबर तोच होता, पण गेल्या आठ महिन्यांत तिनं एकही पोस्ट फेसबुकवर टाकली नव्हती. खेळ सुटला तरी टीटी व इतरही खेळांचे फोटो, त्यांची रेकॉर्ड्स, जुन्यांच्या आठवणी वगैरे ती पोस्ट करायची. क्रीडाधोरणाबाबत परखड कॉमेंट्स करायची. पण मागील आठ महिन्यांत तिचं फेसबुक अकाऊंट जणू थिजलं होतं– फ्रीज झालं होतं!

आताही चहा पिताना क्षमाला ते आठवलं आणि प्रश्न मनात आला– असं काय घडलं, ज्यामुळे तिनं फेसबुक वापरणं बंद केलं? त्यानंतर तिचं डिप्रेशन सुरू झालं असणार.

त्यामुळे तिच्या फेसबुकपाठोपाठ दीपकचंही फेसबुक अकाऊंट तिनं पाहिलं. त्याची तिच्याबाबतची शेवटची कॉमेंट तिच्या वाढदिवसाला विश केल्याची सव्वा वर्षापूर्वीची होती. या वर्षीचा वाढदिवस सव्वा महिन्यापूर्वी होऊन गेला, पण त्याची कॉमेंट नव्हती. मात्र त्याचे फोटोज् पाहताना बँकेचे व इतर काही जणांचे फोटो होते. पण दामिनीसोबतचा किंवा तिचा एकही फोटो नव्हता. काही महिलांबरोबरचे त्याचे बँक मेळाव्याचे फोटो होते. त्यातली एक स्त्री तिच्या मादकतेमुळे क्षमाच्या लक्षात राहून गेली. तिचं नावं फोटोखाली होतं– रमोला.

पण त्या वेळी माहेरी जाण्यापूर्वी तिला फोनवर दामिनीशी बोलायचं होतं. त्यामुळे न राहवून तिनं दामिनीच्या आईला– मावशीला फोन लावला. तेव्हा ती म्हणाली, ''तू इथं आलीस की लगेच भेटायला ये. भेटीत सांगेन सारं!''

त्यामुळे पुणे ते अकोला या महाराष्ट्र एक्स्प्रेसच्या रेल्वे प्रवासात क्षमाच्या मनात दामिनीचेच विचार होते. त्यानं तिला एक अबोधशी भीती वाटायला लागली होती. अशुभाचे संकेत लवकर मिळतात, या न्यायाने तिला मनस्वी चुटपूट लागून राहिली होती.

अकोल्याला आल्याच्या दिवशी जेवण होताच ती मावशीच्या घरी पोहोचली. क्षमाला पाहताच मावशी टिपं गाळू लागली. क्षमा चरकली, पण स्वत:ला सावरत मावशीच्या पाठीवरून हात फिरवत तिला धीर देत म्हणाली, ''उगी, शांत हो अन् मला सांग काय झालं ते.''

आपला हुंदका बोलताना फुटू नये म्हणून तोंडावर बोळा धरीत मावशी सांगू लागली...''काय अन् कसं सांगू? गेले आठ महिने पोरीचा संपर्क नाही. नुसता जीवाला घोर लागून राहिलाय बघ. प्रत्येक वेळी संपर्क केला की, जावईबापू फोनवर सांगतात, ती बाहेर गेलीय, बाथरूममध्ये आहे. मी तिला निरोप देतो, ती बोलेल तुमच्याशी. पण काळजी करू नका, ती मजेत आहे.'' पण कधी तिचा फोन आला नाही. तिचा मोबाईल हरवला म्हणे. मग दुसरा घेऊन द्यायला जावईबापूंना काय हरकत होती? चांगले बँकेचे मॅनेजर ना ते? आणि दुपारी लँडलाईन कुणीच उचलत नाही. सकाळी किंवा संध्याकाळी जावईच तो फोन उचलतात. अनेकदा 'मी बिझी आहे' असं म्हणून मिनिटातच फोन कट करतात. क्षमा पोरी, मला फार फार भीती वाटतेय. पोरीबाबात नाना शंका मनात येतात...''

क्षमा चांगलीच गंभीर झाली होती. आठ महिन्यांपासून दामिनीला माहेरी बोलू दिलं जात नाहीय, हाच याचा सरळ-सरळ अर्थ निघत होता. का? काय कारण आहे?

''मावशी...'' क्षमा एकदम म्हणाली, ''मी उद्याच जाते नागपूरला आणि पाहून येते काय प्रकार आहे तो. मलाही दामिनीची थोडी काळजी वाटू लागली आहे.''

''फार-फार बरं होईल बेटा.''

आणि आज ती दीपकच्या घरी सकाळी नऊ वाजताच आली होती. त्यानं जे सांगितलं, ते अविश्वसनीय वाटत होतं. पण खिडकीतून दामिनीला उदास मूडमध्ये नि:शब्दपणे आसवं गाळताना पाहिल्यावर दीपकच्या शब्दांवर विश्वास ठेवावासा वाटत होता.

पण तरीही काही तरी खटकत होतं... संशयास्पद वाटत होतं...

दीपक आतून एक फाईल घेऊन आला व तिच्या हाती देत म्हणाला, ''ही तिची मेडिकल फाईल. वाच म्हणजे कळेल तुला...''

क्षमानं अधीरतेनं व काहीशा धडधडत्या मनानं ती मेडिकल रिपोर्ट चाळला. दामिनीच्या मानसिक आजाराचं वर्णन करताना, 'अँग्झायटी डिसऑर्डर', 'मूड अँड पर्सनॅलिटी डिसऑर्डर' असं अहवालात डॉक्टरांनी लिहिलं होतं. तिनं डॉक्टरांचं नाव नोट केलं- डॉ.आनंद देसाई, धरमपेठ, नागपूर.

ती दीपकच्या घरून बाहेर पडली आणि हायर केलेल्या टॅक्सीत बसली.

ड्रायव्हरला सांगितलं, ''धरमपेठ.'' ती तिच्या पुण्याच्या आय. एल.एस. कॉलेजचा लॉचा मित्र अजय सोमलदारला भेटून जाणार होती. मनात काहीएक विचार करून झाला होता. टॅक्सीत बसल्यावर स्मार्ट फोनवर दामिनीच्या आजाराबद्दल लिहिताना डॉ. देसाईंचा केसपेपर व नमूद केलेला शब्दप्रयोग गुगलवर टाकून त्याची माहिती करून घेण्याचा प्रयत्न क्षमा करू लागली. चार-पाच साईट्स ओपन करून वाचताना तिच्या लक्षात आलं की, खिडकीतून दिसणाऱ्या दामिनीचं दर्शन व जाणवणारं वर्तन मानसिक आजाराशी- डिप्रेशनशी मिळतं-जुळतं होतं.

अजयला क्षमा अशी अचानक आलेली पाहून नवल वाटलं. त्या दोघांनी लॉला असताना डिबेटिंग व मॉक कोर्टाच्या देशभरातील स्पर्धा जोडीनं गाजवल्या होत्या, पण एलएल. एम. करून नागपूरला परतल्यावर तिच्याशी संपर्क राहिला नव्हता. त्यामुळे त्यानं आनंदानं तिला 'ये' म्हटलं आणि तो जुन्या आठवणी काढत बोलू लागला. पण तिचं लक्ष नाहीय, ती नुसतीच 'हो'-'नाही' करतेय, असं जाणवताच अजय थांबला. तिची अस्वस्थ मनोवस्था आणि चिंतातूर देहबोली पाहून त्यानं विचारलं,

''काय झालं क्षमा? एवढी अस्वस्थ का आहेस?''

आणि एका उमाळ्यासरशी तिनं दामिनीच्या भेटीचा प्रसंग पूर्ण तपशिलानं सांगितला. तो शांतपणे तिचं बोलणं लक्षपूर्वक आणि गांभीर्यानं ऐकत होता.

''आय सी, आय सी! तुझी मैत्रीण अंडर ग्रेट डिप्रेशनमध्ये आहे म्हणून अस्वस्थ आहेस तर!''

''होय. पण मला काही तरी संशयास्पद वाटतंय दीपकबाबत... अजय, आपण वकिली पेशातले. आपल्याला इंट्युशननं समोरच्या माणसाच्या मनातलं विपरीत कळू शकतं. मला दीपकचा संशय वाटतोय. पण नेमकं काही पिन पॉईटकरता येत नाहीय...!''

''अच्छा! तिला कुठल्या डॉक्टरकडे दीपकनं दोनदा ट्रीटमेंट केली म्हणालीस?''

''डॉक्टर आनंद देसाई. धरमपेठला त्यांचं क्लिनिक आहे. रिपोर्टच्या लेटरहेडवर होतं,ह्यत्यावरचा त्यांचा पत्ता मी वाचला होता.''

क्षणभर अजय काही बोलला नाही. मग एक दीर्घ सुस्कारा टाकत म्हणाला, ''तुझं इंट्यूशन कदाचित खरं ठरेल, असं वाटतंय. हा डॉ. आनंद देसाई फ्रॉड आहे

क्षमा. पण तो अन् सायकिॲस्ट्रीस्ट? इट इट ए न्यूज फॉर मी...!''

''आय सी अजय!'' त्याचा चेहऱ्याकडे एकटक पाहत क्षमा म्हणाली, ''चल, आपण डॉ. देसाईला भेटू या. तू असशील तर त्याचं असलंच तर बिंग फुटायला मदत होईल.''

ॲड. अजय सोमलवार हा नागपूरच्या हायकोर्टाच्या खंडपीठात प्रॅक्टीस करणारा नामांकित वकील होता. त्याचं कार्ड पाहून त्याच्याकडे व सोबतच्या ॲड. क्षमा बापट यांच्याकडे पाहताच डॉ. आनंदचा चेहरा खर्रकन उतरल्याचं तिला जाणवलं. पण त्याला सावरायची संधी न देता थेट प्रश्नरूपी हल्ला करून खरं काय ते काढून घेण्यासाठी क्षमानं वकिली पद्धतीनं त्याला विचारलं,

''डॉक्टर, तुमच्याकडे सायकिॲस्ट्रिस्टची डिग्री नसताना आणि मेंटल हेल्थ कायद्याप्रमाणे मॅजिस्ट्रेटची ऑर्डर न घेता तुम्ही दामिनीला दवाखान्यात ॲडमिट करून घेतलंत, हे खरंय?''

आता त्याच्या चेहऱ्यावर घाम तरारून आला होता. खिशातनं रुमाल काढून तोंड पुसत त्यानं टेबलाच्या उजव्या बाजूला असणाऱ्या अर्धवट उघड्या राहिलेल्या ड्रॉवरकडे लक्ष टाकलं. त्यात त्यानं मघाशीच सही केलेलं दामिनीच्या 'ॲक्युट मेंटल डिसऑर्डर'चं सर्टिफिकेट होतं. ते मॅजिस्ट्रेटला सादर केलं व त्यांनी त्यावर सही-शिक्का दिला की, दामिनी वेडी झालीय यावर अंतिम शिक्कामोर्तब झालं असतं! त्यासाठी दीपक संध्याकाळी येऊन दोन लाखांचा चेक देऊन ते सर्टिफिकेट घेऊन जाणार होता. त्या आधारे त्याला पत्नी 'ल्युनॅटिक' म्हणून चार-सहा महिन्यांत सहज सुलभतेने घटस्फोट मिळणं शक्य होतं आणि मुख्य म्हणजे, त्याला दामिनीला पोटगी द्यावी लागणार नव्हती!

त्यावर आता पाणी पडणार होतं... कारण हा अजय वकील. मनात आणलं तर आपणास कोर्टात खेचू शकतो. एम.सी. आय.कडून आपली मेडिकल प्रॅक्टिसची सनद रद्द करू शकतो... कारण इथं आपण खोटंच काम केलंय... आणि हे प्रकरण संपलं वाटत असतानाच ही वकील जोडी आली... ती तर भलतीच आक्रमक दिसतेय. काय थेट प्रश्न विचारला, ज्याचं आपल्याकडे काहीच उत्तर नाही.

''बोला डॉक्टर, माझ्या प्रश्नाचं उत्तर द्या.''

''हे पण- तुम्ही जे कोणी असाल ते... मी तुम्हाला उत्तर द्यायला बांधील

नाही. पण तरीही सांगेन...'' मनाशी काही एक विचार करत आनंद सावकाश म्हणाला, ''पण एका अटीवर. मला यात गोवायचं नाही.''

अजयनं क्षमाकडे पाहिलं. तिनं क्षणभर विचार करून मान हलवली. तसा अजय टेबलावर पुढे झुकत आनंदला म्हणाला,

''याचा अर्थ तुम्ही बोगस सायकिॲस्ट्रिस्ट आहात आणि मेंटल हेल्थ कायद्याचं पालन न करता दामिनीची कन्सेन्ट घेता तिच्यावर वेडेपणाचे तथाकथित उपचार केलेत... राईट? ओ. के. आज आम्हाला दामिनीची काळजी आहे, म्हणून आय प्रॉमिस यू- खरं काय ते सांगा... नाही तर...''

''यात माझी काही चूक नाही वकीलसाहेब. असलीच तर एवढीच की, मला पैशांचा मोह पडला. पण मी सांगतो, खरंच ती डिप्रेशनची शिकार आहे.''

आणि असं म्हणत आनंदनं जे सांगितलं, ते ऐकताना क्षमा अक्षरश: थिजून गेली होती. उद्वेग, संताप, चीड आणि हताशा यांच्या संमिश्र भावनेनं तिचं मन साकळून गेलं होतं! ती जे ऐकत होती, त्यानं तिचा जगावरचाच विश्वास उडाला होता.

क्षमा ताड्कन उठत म्हणाली, ''आपण आत्ता, या क्षणी डॉ. आनंदसह परत दीपकच्या घरी जाऊ आणि तिला सोडवू...''

आता ते तिघे अजयच्या कारमध्ये होते. तिघेही शांत, स्तब्ध, आपल्याच विचारात हरवलेले. आपलं बिंग उद्या अजयनं खरंच जगजाहीर केलं तर काय, या प्रश्नानं आनंद काहीसा सचिंत आणि भयभीत झाला होता. खंडपीठात जनहितार्थ याचिका दाखल करून विनापरवाना अनैतिक प्रॅक्टिस करणाऱ्या मानसोपचारतज्ज्ञावर अंकुश लावण्यासाठी शासनाला कोर्टाने मार्गदर्शक सूचना द्याव्यात, याबाबत अजयच्या मनात विचार घोळत होते.

क्षमाच्या मनात मात्र दामिनीची या आठ महिन्यांतली अवस्था आणि ती तिच्या भयानक यातनांना कशी सामोरी गेली असेल, हा कल्पनेने जरी नुसता विचार केला तरी अंगावर भीती व संतापाचे शहारे तरारून येत होते.

अचानक तिला काय वाटलं- आठवलं की, तिनं अजयच्या विचारांची तंद्री भंग करीत विचारलं,

''दामिनी इनसेन नाही... नॉर्मल लिमिटच्या मर्यादेपलीकडे तिचं डिप्रेशन गेलं नसावं, असं वाटतंय. पण मुळातच तिला डिप्रेशन यावं, असं काय घडलं

असेल? तिचा खेळ बंद होणं आणि इतक्या वर्षांत मातृत्व न लाभणं- या दोन बाबी माझ्या मनात आल्या; पण त्यानं डिप्रेशन आलं असावं, असं मला वाटत नाही. मग काय कारण घडलं असावं?''

''आय ॲम जस्ट गेसिंग... जोडीदाराचं एक्स्ट्रा मॅरिटल अफेअर हे एक जबरदस्त शॉक बसण्याचं व डिप्रेशन येण्याचं कारण असू शकतं...!''

''बरं आठवलं अजय!'' तिनं आपल्या स्मार्टफोनमधल्या दीपकच्या फेसबुक अकाऊंटमधले त्याचे अपलोड केलेले फोटो दाखवत म्हणाली, ''ही एक जरा आगाऊ... मी स्त्री असूनही सांगते- आपलं सेक्सी अपील अत्तराच्या स्प्रेप्रमाणे पसरवणारी ही बाई कोण असेल? तिचे तीन-चार, जरी पब्लिक फंक्शनचे फोटो असले, तरी ती कोण आहे?''

''ही तर आमच्या बारची एक वकील आहे... रमोला... ती सरनेम लावत नाही. इफ आय ॲम नॉट राँग, शी इज डायव्हर्सी...''

''आय सी! आता धागे जुळताहेत व कार्यकारणभावाची संगती लागते आहे.'' क्षमा म्हणाली. मग ती स्मार्टफोन दाखवत पुढे झुकत आनंदला म्हणाली, ''खरं सांगा, हिला आपण ओळखता?''

''छे हो.. मी तिला कधी पाहिलं नाहीय!'' आनंदनं आता स्वत:च्या भेदरलेल्या मनावर प्रयासानं नियंत्रण मिळवलं होतं. आतापर्यंत जे व जेवढं सांगितलं, त्यापेक्षा जास्त काही सांगायचं नव्हतं. त्याच्या आवाजातला ठामपणा क्षमा व अजयच्या लक्षात आला होता. त्यामुळे त्यांनी आनंदला अधिक काही छेडलं नाही.

दीपकच्या अपार्टमेंटसमोर अजयच्या ड्रायव्हरनं कार थांबवली, तसा अजय म्हणाला, ''डॉक्टर, तुम्ही कारमध्येच थांबा. मी तुम्हाला थोड्या वेळानं गरज असेल तर वर बोलावतो.'' आणि ड्रायव्हरला 'त्याच्यावर नजर ठेव व पसार होऊ देऊ नकोस' असा इशारा केला आणि तो व क्षमा लिफ्टनं चौथ्या मजल्यावर दीपकच्या फ्लॅटवर जाऊ लागले.

लिफ्टमधून बाहेर आल्या-आल्या क्षमाच्या कानांवर काही संतप्त सूर पडले. तिच्या लक्षात आलं की, दीपकच्या फ्लॅटचं दार आतून पूर्ण बंद झालेलं नाहीय. तिनं अजयला इशारा केला आणि दाराच्या फटीतून त्यांनी आत पाहिलं.

तिथं दिपकबरोबर एक स्त्री पाठमोरी उभी असलेली दिसत होती.

''प्लीज डार्लिंगऽ'' दीपक त्या स्त्रीला अजिजीनं विनवत होता. ''डॉक्टरांनी आजच मला मेसेज करून चार दिवसांनी भेटायला बोलावलंय...''

''मी तर आज सारं काम सोडून आलेय दीपक. केव्हा एकदा ते सर्टिफिकेट मिळतंय, असं मला झालंय.''

''मलाही. पण... पण–''

''पण काय? पण काय?'' असं बोलण्याच्या भरात ती सर्रकन वळली आणि क्षमाच्या लक्षात आलं की, ही तर ॲडव्होकेट रमोला आहे! जेवढं कानी पडलं होतं ते हेच सूचित करत होतं की, तिची शंका खरी ठरतेय. दामिनी प्रकरणात काही तरी काळंबेरं आहे.

''अगं, आज दामिनीची पुण्याची एक वकील मैत्रीण मला भेटून गेल्यावर डॉक्टरांना भेटली. त्यांनी एसएमएस करून थांबायला सांगितलंय... प्लीजऽ बिलिव्ह मी. पाहा हा त्यांचा मेसेज–'' असं म्हणून दीपक तिच्या निकट जात आपला मोबाईल दाखवू लागला.

''ओ. के. डार्लिंग. पण आज माझी फार निराशा झालीय. आज ते प्रमाणपत्र मिळालं असतं तर...''

''तुझ्यामुळेच मला प्रमाणपत्राचं महत्त्व कळालं. ती वेडी आहे या कारणानं सहजतेनं हे प्रमाणपत्र दाखवलं तर सहजतेनं मला घटस्फोट मिळेल आणि मुख्य म्हणजे त्यासाठी मला तिला पोटगीही द्यावी लागणार नाही. डार्लिंग, तुला मानलं. तुझ्याकडून शिकावं की, साप तर मारावा– शेजाऱ्याकडून आणि काठीचा आवाजही येऊ नये!''

क्षमाचा अवघा देह त्यांचं संभाषण ऐकताना संताप आणि विषादानं भरून येत सूक्ष्मसा थरथरत होता. अजयचा शांत राहायचा इशारा मनावर न घेता ती दार उघडत आत शिरली अन् धारदारपणे म्हणाली,

''व्वा! दीपक वा! बायकोला वेडी ठरवून पोटगी न देता, सोडून देण्याचा तुमचा कुटील डाव आता मला समजला आहे.''

तिला एकदम समोर पाहून आणि तिच्या नेमक्या वर्मी घाव घालणाऱ्या प्रश्नानं दीपक सटपटला. पार भांबावून गेला. ''क... काय म्हणतेस क्षमा? यू आर... आर नॉट करेक्ट.'' पण त्याचा हा इन्कार किती दुबळा होता, हे त्यालाही माहीत होतं.

आता रमोलाकडे पाहत क्षमा म्हणाली, ''ॲड. रमोला, तुम्ही कायदा जाणता ना? पण मेंटल हेल्थ कायदा न पाळता दामिनीला तुम्ही दोघे वेडे ठरवायला निघालात? मला सारं समजलंय. दामिनीला छळल्याबद्दल मी तुम्हा दोघांना कोर्टात खेचणार आहे... इथं गाठ माझ्याशी अन् ॲड. अजय सोमलवारांशी आहे, हे लक्षात ठेवा.''

रमोलानं मागे वळून पाहिलं. तिथं अजय उभा होता. ''लक्षात आलं ना मॅडम? का डॉक्टर आनंदला फ्लॅटवर बोलावू? ते... ते खाली माझ्या कारमध्ये बसले आहेत.'' आणि रमोला व दीपकला खिडकीतून खाली कारमध्ये बसलेल्या आनंदकडे त्यानं अंगुलीनिर्देश केला. ते पाहताच दोघांचे चेहरे खर्रकन उतरले.

''मी आत्ताच्या आत्ता दामिनीला घेऊन अकोल्याला तिच्या माहेरी व पुढे पुण्याला जात आहे. माझं कार्ड तुम्हाला देते. हिंमत असेल तर, माझ्यावर केस करा... मी त्याला तोंड द्यायला तयार आहे.''

आणि तिनं दीपकला 'चावी' मागताच त्यानं भिंतीवरील की-स्टँडकडे चेहऱ्यावरचा घाम पुशीत अंगुलीनिर्देश केला. तिनं चावी घेत कुलूप काढलं आणि दार उघडत आवाज दिला,

''दामिनीऽऽ मी क्षमा आलेय- तुला घेऊन जायला आईकडे माहेरी!''

* *

टॅक्सी अकोल्याच्या दिशेने धावत होती. दामिनी क्षमाच्या कुशीत तिला बिलगून बसली होती. नागपूर शहर केव्हाच मागं पडलं होतं, तरीही दामिनीची भेदरलेली मन:स्थिती कमी होत नव्हती.

सुमारे आठ महिन्यांनी ती फ्लॅट व दिवसभर कोंडून ठेवलेल्या तिच्या बेडरूमच्या बाहेरच्या जगात, स्वच्छ प्रकाशात आली होती. त्यामुळे मध्यान्हीचं कडक ऊनही तिला हवंहवंसं वाटत होतं.

अजयनं त्यांना निरोप देताना एका हॉटेलमधून सँडविचेस व थर्मासभर कॉफी दिली होती. क्षमाला भुकेची जाणीव झाली. तिनं पाहिलं, दामिनी मलूल चेहऱ्यानं आसवं ढाळीत तिच्या कुशीत निर्धास्तपणे पहुडली होती. आता तिची आसवं आटली होती. क्षमानं तिचे विस्कटलेले केस सावरले आणि तिच्या गालांवरून ममतेनं हळुवारपणे हात फिरवला. त्यानं दामिनी जागी झाली आणि

किंचित हसत पुन्हा तिच्या कमरेला घट्ट मिठी मारली.

"चल उठ, थोडं खाऊन घेऊ-" असं म्हणत क्षमानं तिला एक सँडविच दिलं. ते घेत दामिनीनं ते क्षणार्धात खाऊन टाकलं. जणू तिला प्रचंड भूक लागली असावी. मग क्षमानं सारी सँडविचेस तिला दिली, तिनंही विनासंकोच त्यांचा चट्टामट्टा केला, वर दोन कप कॉफी गटागट प्यायली आणि पोट भरल्यामुळे तृप्त मनानं छानशी हसली.

"थँक्यू क्षमा... फॉर एव्हरीथिंग यू हॅव डन फॉर मी!"

"नो थँक्यू अँड नो सॉरी इन फ्रेंडशिप. विसरलीस? हे तुझंच मैत्रीचं लाडकं तत्त्वज्ञान होतं!"

"हो, खरंच मी विसरले होते." दामिनी एकदम भावनाविवश होत क्षमाच्या जवळ सरकत म्हणाली, "गेले आठ महिने मी जणू काळकोठडीत होते! बाहेरच्या जगाचं दर्शन नाही, की बोलणं-संपर्क नाही... आज मला फार-फार बोलावंस वाटतंय."

दामिनी ही पहिल्यापासून बहिर्मुख स्वभावाची होती. तिला सतत बोलणं लागायचं. रात्री तिचा क्षमाला फोन आला म्हणजे क्षितिज तिला मिस्कीलपणे म्हणायचा, "आता मी झोपतो बुवा..." आणि ती आज सांगत होती, गेले आठ महिने एक शब्दही ती बोलली नाही- कुणाशीही.

"आता बोल दामिनी, मला सारं-सारं सांग- काय घडलं ते. का तुला डिप्रेशन आलं ते? का तू आठ महिने बंदिस्त होतीस? डॉ. देसाईंच्या हॉस्पिटलमध्ये काय काय घडलं?"

दामिनी अधोमुख झाली होती. तिचा देह त्या कटू आठवणीनं जणू शहारत, गदगदत होता. तिचे डोळेही भरून आले असणार. क्षमानं तिची हनुवटी वर उचलीत तिच्या साकळलेल्या चेहऱ्याकडे पाहत म्हटलं,

"मला माहीत आहे. तुला ते सारं सांगणं किती अपमानास्पद आणि कठीण वाटतंय... पण आता काळजीचं कारण नाहीय. हवं तर पोटभर रडून घे, मग मला सांग. पण लक्षात ठेव, रडणं फक्त माझ्यापुढे व कारमध्ये; अकोल्याला पोचल्यावर मला कणखर दामिनी दिसायला हवीय... समजलं?"

दामिनी समंजस हसू लागली आणि हसतानाच तिला हुंदका फुटला. क्षमानं तिला कुशीत ओढलं आणि तिच्या पाठीवरून हात फिरवत म्हणाली, "रडून

मोकळी अन् कोरडी हो. मग मला सांग- या आठ महिन्यांत काय घडलं ते.''

दामिनीच्या मनाचा बांध फुटला होता आणि ती क्षमाच्या गळ्यात पडून धाय मोकलून रडत होती. टॅक्सीच्या ड्रायव्हरला क्षमानं सांगितलं, ''तुम परेशान मत होना, वो माँ की तबियत की वजह से रो रही है...''

काही वेळानं दामिनी शांत झाली. तिनं आपले डोळे साडीच्या पदराने पुसून कोरडे केले. मोकळे केस बांधले आणि मग तिनं क्षमाचा हात हाती घेत म्हणाली, ''ऐक, तुझ्या या मैत्रिणीची कर्मकहाणी...''

* *

तसा माझा संसार ठीकठाक चालला होता. कोमट आणि शुष्क. पण मी त्यात स्वत:ला साचेबद्ध केलं होतं. दीपकला बँकेबाहेरचं विश्व माहीत नव्हतं. मुख्य म्हणजे, त्यात रसही नव्हता. पुन्हा स्वभाव अबोल. घुमा. दिवस-दिवस चार-दोन औपचारिक शब्दांपलीकडे आमचं बोलणं नसायचं.

पण रमोला त्याच्या जीवनात आली आणि तो बदलला. तसा तो सरळमार्गी, बावळट म्हणावा एवढा भिडस्त. त्यामुळे तीच त्याच्यामागे हात धुऊन लागली असणार. बँकेचं वकिली कामासाठी एक पॅनल असतं, त्यात ती दीड वर्षांपूर्वी सामील झाली आणि मला माहीत नाही, पण ते बाहेर भेटू लागले असणार. कारण आठवड्यातून तीन-चार दिवस तो घरी उशिरा येऊ लागला. काही विचारलं तर आधी घुम्यासारखा उत्तरं द्यायचा नाही आणि दिलंच तर ते तिरसटाप्रमाणे डाफरत ''तुला काय करायचंय? नसत्या चौकशा मला नाही आवडत.''

एके रविवारी दुपारी तो तिला घेऊन चक्क घरी आला. मी गृहिणीधर्माप्रमाणे दोघांना चहा, पोहे करून दिले आणि त्यांच्या संभाषणात सामील व्हावं म्हणून तिथंच बसून राहिले. दीपकनं मला तिरसटासारखं, ''तू जा आत तुझ्या खोलीत... आम्हाला बरंच काही ऑफिशियल डिस्कस करायचं आहे'' असं म्हणून मला आत जायला मजबूर केलं.

आतून मी पाहत होते. दीपक पागलसारखा लोचटपणे तिच्या पुढे-पुढे करत होता. मला हेही जाणवलं की, रमोला मादक व सेक्सी आहे. मला ते पाहवेना. मी स्वत:ला अवमानित होत बेडवर झोकून दिलं आणि माझ्या कानांवर एक आवाज पडला. तो... तो त्यांच्या चुंबनाचा तर नाही?

मी दार किंचित किलंकिलं करून पाहिलं. माझी शंका खरी होती. दोघे

परस्परांच्या मिठीत बद्ध होते आणि चुंबनांचा एकमेकांवर- त्या घरात मी त्याची पत्नी आहे हे विसरून- वर्षाव करत होते.

क्षमा, त्या क्षणी मला वाटतं, कदाचित मला निराशेचा तीव्र आघात झाला असणार, तरीही मी भानावर होते. रमोला गेल्यानंतर त्याला मी विचारलं, तसा दीपक अंगावर धावत येत, ''स्साली रांड कुठली! मला जाब विचारतेस?'' असं घाणेरडं, खालच्या दर्जाचं बोलत शिव्या देऊ लागला आणि माझ्यावर आरोपाच्या फैरी झाडल्या. त्याचा सारांश हा होता की, मी खेळाच्या निमित्ताने लग्नापूर्वी देशात कुठे कुठे कॅम्प व स्पर्धेला पुरुष खेळाडू, मित्रांबरोबर राहिले त्यामुळे मी व्हर्जिन नव्हते. त्याला मी व घरच्यांनी फसवलं. पुन्हा खेळ, सक्त व्यायाम यामुळे मी पुरुषी बनले; त्याला मी हवी तशी बायको नव्हते. त्याच्या लेखी मी वांझ, कारण आम्हांला मूल होत नव्हतं. दोघांची वैद्यकीय तपासणी न करताच त्यानं पुरुषीवृत्तीनं हा निष्कर्ष काढला होता.

त्यानंतरचे आठ दिवस माझे एकटीनं रडण्यात गेले. मला त्या क्षणी वाटत होतं, आपल्या संसारात आता काही बांधून ठेवणारं उरलेलं नाही. एक स्त्री... एक पत्नी म्हणून मला अपमानित वाटत होतं.

मी आठ दिवस अकोल्याला माहेरी आले. तिथे मी स्वत:च्या मनाला एक प्रश्न विचारत होते, स्वत:ला तपासत होते- पुढे काय करायचं?

आईला माझा अबोला, स्वत:च्या कोशात दडून राहणं काळजीत पाडत होतं, ते जाणवलं. मग दोन दिवसांनी मी निश्चयानं मनातले अस्वस्थ विचार दाबत पूर्वीसारखं वागले आणि आईला सारं काही आलबेल असल्याचा दिलासा दिला. पण हे ओढून-ताणून आणलेलं चंद्रबळ- उसनं आवसान मला फार दिवस ताणता येणार नव्हतं. म्हणून मी ठरल्यापेक्षा दोन दिवस आधीच नागपूरला एका दुपारी परतले. दीपक या वेळी बँकेत असणार, म्हणून माझ्याजवळच्या चावीनं दार उघडलं आणि आमच्या बेडरूममधून उमटलेले काही चीत्कार कानी पडले अन् मी चरकले. नजरेपुढे एकच चेहरा आला... रमोला!

बेडरूमचं दार अर्धवट उघडं होतं. मी स्वत:ला सावरू शकले नाही. संतापानं बेभान होत आत शिरले. दीपक व रमोला नग्नावस्थेत एकमेकांच्या कुशीत मोठ्यांदा आवाज करत रतिक्रीडा करत होते. मी एकदम चिरक्या पण कापऱ्या स्वरात ओरडले, ''इथपर्यंत तुमची मजल गेली दीपक?''

''माझं रमोलावर प्रेम आहे. ती बघ मला किती सुख देते बिछान्यात-'' असं म्हणत दिपक निर्लज्जपणे हसला आणि तिच्यावर स्वार झाला. तीही माझ्याकडे पाहत तेवढ्याच कुत्सितपणे म्हणाली,

''बरं झालं तुला कळलं आमचं प्रेम! आता मला इथे यापुढे यायला हरकत नाही.''

''ऑफकोर्स डार्लिंग... यू आर मोस्ट वेलकम, ऑलवेज!''

मी संतापानं व अपमानानं थरथरत होते आणि मागचा-पुढचा विचार न करता अंगात राक्षसी बळ आलं होतं त्या आधारे त्याला खेचून अलग केलं आणि रमोलाला हाता-बुक्क्यांनी मारू लागले. माझा तो उद्रेक अन् राक्षसी आवेग पाहून दोघेही थरथरत होते. मग मी तिथून बाहेर आले, माझ्या रूममध्ये गेले आणि दार लावून अंधारात बसले. त्या वेळी काय ठाऊक की, ही माझी खोली पुढचे आठ महिने काळकोठडी बनणार आहे! या भिंती, हा मातकट पिवळा प्रकाश, माझे हुंदके, उसासे आणि अस्वस्थ धुसफुसणं सतत पाहणार आहेत.

त्यानं त्या रात्री मला मारहाण केली. ती मी का सहन केली... मला सांगता येणार नाही. त्यानं काही दिवसांनी माझ्यापुढे घटस्फोटाचा प्रस्ताव ठेवला. मला ते अपेक्षित होतं, तरीही बसायचा तो धक्का बसला. मी त्याला विचार करून माझा निर्णय सांगेन असं म्हणाले, पण त्याच दिवशी दुपारी अकोल्याहून निरोप आला की, बाबांना अ‍ॅटॅक येऊन गेलाय... त्यांची अँजिओप्लास्टी झालीय.... मला दीपकनं फोन येऊनही हे सांगितलं नव्हतं. त्याला जाब विचारणं शक्य नव्हतं.

बहुतेक त्या दिवशीच मला डिप्रेशननं ग्रासलं असणार.

* *

आणि मग पुढचं कसं सांगू क्षमा? कुणी ऐकलं तर अतिरंजित वाटेल... पण कल्पनेपलीकडचं अमानुष माझ्या वाट्याला आलं होतं. का? हे कुणाला विचारायची सोय पण नव्हती, कारण माझा बंदिवास सुरू झाला होता.

होय, बंदिवासच. दीपक ऑफिसला जाताना मला दररोज खोलीत बंद करून जायचा. माझा मोबाईल तर त्यानं केव्हाच काढून घेतला होता. मी दिवाणखान्यात असलेला लँडलाईन वापरून आई-बाबांशी वा तुझ्यासारख्या मैत्रिणींशी संपर्क साधू नये, हा मला खोलीत बंद करण्यामागचा उद्देश होता. तो घरी रात्री-अपरात्री यायचा आणि माझ्या रूमचं कुलूप उघडून मला बाहेर घ्यायचा.

कारण रात्री त्याला रांधून जेवू घालायचं, त्याची बायको म्हणून माझं कर्तव्य होतं ना! पुन्हा रात्री काळकोठडी. सकाळी उघडणं. मी त्याचा ब्रेकफास्ट करणं व दुपारचं जेवण करून डबा देणं... पुन्हा दिवसा-उजेडी अंधारी खोली...

तो चार-दोन दिवसांनी रमोलाला घरी आणायचा. ती रात्रभर राहायची. मी उघड्या कानांनी त्यांचे देहक्रीडेचे आवाज ऐकायची. क्षमा, जस्ट इमॅजिन... मी ते सारं दिवसामागून दिवस कसं सहन केलं असेल?

आता बाबा बरे झाले होते. त्यामुळे मी ठरवलं की, इथं राहून स्वत:ला असं अपमानित करून घेण्यापेक्षा दीपक म्हणाला तसा घटस्फोट देऊन मोकळं व्हावं. पण त्याच वेळी आईला ब्रेस्ट कॅन्सर डिटेक्ट झाला. पुन्हा तिला माझ्या घटस्फोटाचं कळलं तर पट्‌दिशी जीव जायचा, म्हणून त्याला तूर्त नकार दिला. मी एवढं पण म्हटलं की- आईचा कॅन्सर लवकर डिटेक्ट झालाय; त्यामुळे वर्षभरात ती बरी होईल, तोपर्यंत थांब. मग मी परस्परसहमतीच्या घटस्फोटाच्या कागदपत्रांवर सही करते. पण तेवढा धीर नव्हता त्याला. मुख्य म्हणजे रमोलाला नसणार. त्यामुळे दोघांनी असा काही विचारपूर्वक घाला घातला की बस्! मी खरंच त्यानं डिप्रेशनमध्ये गेले.

* *

चार दिवस मीटिंगसाठी म्हणून दीपक परगावी गेला. जाताना त्यानं माझी काळकोठडीतून तात्पुरती का होईना सुटका केली, पण लँडलाईनची तार कापून. मी फ्लॅटमध्ये फिरण्याचा, स्वातंत्र्याचा गैरफायदा घेणार नाही अशा हिशोबाने. तेही मला तीन महिन्यांनी खूप अप्रूप वाटत होतं!

त्या रात्री अकरापर्यंत मी टीव्ही पाहत होते आणि सोफ्यावर पडल्या-पडल्या डोळा लागला होता... आणि अचानक कॉलबेल त्या रात्रीच्या निरव शांततेत कर्कशपणे वाजली. मी दचकून जागी झाले व भानावर आले. पण छातीत एक अनामिक धडकी भरली होती.

मी भीत-भीत दार उघडलं. दारात तीन पुरुष व एक स्त्री हॉस्पिटलच्या युनिफॉर्ममध्ये उभी होती. त्यांच्यातल्या एकानं, 'तुझ्या वेडावर उपचार करण्यासाठी दीपकसाहेबांनी मेंटल हॉस्पिटलमध्ये तुला ॲडमिट करायचं ठरवलं आहे', असं सांगितलं. ते ऐकून मला प्रचंड धक्का बसला. मी वेडी? मला वेडी ठरवून मेंटलमध्ये परस्पर पाठवायचा दीपकचा परगावी जाण्यामागचा डाव होता तर... मी

धीर गोळा करत म्हणाले, ''ते परगावी गेलेत आणि तुमचा काही तरी गैरसमज झालेला दिसतोय. तुम्ही परत जा. ते आल्यावर मी बोलेन त्यांच्याशी.''

''ते काही आम्हाला माहीत नाही. आम्ही तुम्हाला आत्ता घेऊन जाणार-''असं धमकीवजा बोलत त्या माणसानं बरोबरच्या स्त्रीला इशारा केला. तिनं बॅग उघडून इंजेक्शनची सिरिंज काढली. इकडे दोघांनी मला घट्ट धरलं होतं आणि तोंडात माझ्याच साडीचा पदर आवाज फुटू नये कोंबला होता. मी भेदरलेल्या नजरेनं नर्सकडे पाहत होते. तिचं ते इंजेक्शनमध्ये सिरिंज फोडून द्रव्य भरणं, मग माझ्या दंडावर कापसाचा ओला औषधी बोळा फिरवून इंजेक्शनची सुई खुपसणं, माझं मनोमन 'आईऽ गं' असं अबोल आक्रंदन आणि माझी शुद्ध हरपणं...

मला जाग आली तेव्हा मी हॉस्पिटलमध्ये होते आणि माझ्यावर इलेक्ट्रो-कन्व्हल्सिव्ह थेरपी- हा शब्द मला नंतर कळला क्षमा- चालू होती. म्हणजे माझ्या चेहऱ्यावर काही तरी हेडफोनसारखं बसवून दोन्ही गाल, कानशिलांच्या जागी इलेक्ट्रिक शॉक्स देणे होय. मला एवढं हतबल आणि असहाय वाटत होतं की, प्रतिकार करण्याचंही सामर्थ्य उरलं नव्हतं क्षमा. अॅनेस्थेशिया न देताच मला त्या महिन्याभरात सहा वेळा शॉक देण्यात आले. इतर वेळी नर्स व डॉक्टरांना व्हिजिटला आले असताना मी सांगायचा प्रयत्न करत होते की, मी वेडी नाही. नवऱ्याच्या विवाहबाह्य संबंधांमुळे मला शॉक बसला हे खरं असलं, तरी मी डिप्रेशनमध्ये गेले नाहीय. उदास, संतप्त आणि हताश होते; पण मी वेडी नाहीय. पण माझं हे म्हणणं मानसोपचारतज्ज्ञ डॉक्टरांच्या मते, माझ्या पॅरानॉइज्डपणाचं लक्षण होतं म्हणे. आता काय म्हणणार मी?

निराशेसोबत नवऱ्याबद्दलची तीव्र चीड जाणवत होती, मनमानसात. पण मी काही करू शकत नव्हते. त्यामुळे मला तीव्र निराशा व उदासीनता कधी वेढून टाकायची, तर कधी संताप खदखदून उफाळून यायचा. हे दवाखान्यातील स्टाफला हवं होतं... मला 'इनसेन'- वेडं ठरवायला.

पण जेव्हा त्यांच्या बोलण्यातून तुकड्या-तुकड्यांनी हे जाणवलं आणि लक्षात आलं की, मला माझा नवरा वेडं ठरवून घटस्फोट घेऊ इच्छितोय; तेव्हा मी ठरवलं की, जरी त्याच्याबरोबर राहण्याचा माझा रस संपला असला तरी तो म्हणतो म्हणून अन् अशा अघोरी मार्गाचा अवलंब करून अलग होऊ इच्छित

असेल, तर मी त्याला सहजासहजी घटस्फोट देणार नाही.

मला महिन्यानी घरी पाठवलं, तेव्हा दीपक मला थंड विखारी स्वरात म्हणाला होता, ''आता तरी विचार कर, आज ना उद्या तू वेडी असल्याचं प्रमाणपत्र मी मिळवणारच. मग कोण आडवा येतो माझ्या व रमोलाच्या मधे तेच मी पाहतो.''

पुन्हा दोन महिन्यांनी तीन आठवडे व मागच्या महिन्यात दहा दिवस मी वेडी नसताना इलेक्ट्रिक शॉक घेऊन आले. त्यानं हे करण्यापूर्वी मी त्याला एक वर्ष थांबायला सांगितलं होतं– आई बरी होईपर्यंत. पण त्याला तेवढाही दम धरवत नव्हता. आणि हे असे भयानक अत्याचार त्यानं प्लॅन केले. पैशांच्या लालसेनं डॉक्टरनं त्याला मदत करीत माझ्यावर विनाकारण जे इलेक्ट्रिक शॉक देऊन अत्याचार केले व जो त्रास दिला, त्याला सीमा नव्हती...

मला सांग क्षमा, या देशात आम्हां दुबळ्या बायकांसाठी काही कायदेकानून आहेत की नाही? का ते डॉक्टर देसाई व कुटील बुद्धीच्या अॅड. रमोलाकडे गहाण पडलेत?

बस्... यापेक्षा जास्त काही सांगवत नाही. मी फार थकून गेलेय गं मनानं...

* *

अकोल्याला दारात खंगलेल्या, कृश दामिनीला आठ महिन्यांनी पाहताच तिच्या आईनं आवेगानं पुढं येत तिला मिठीत घेतलं अन् कपाळाचा मुका घेत म्हणाली, ''किती दिवसांनी दिसतेस पोरी!''

दामिनीलाही आतून उचंबळून आलं होतं. ती आईच्या प्रेमानं गुदमरून सोडणाऱ्या मिठीतून काही वेळानं स्वत:ची सुटका करून घेत म्हणाली, ''आता मी आलेय ना... बस्–''

''पण काय झालं होतं पोरी या आठ महिन्यांत?''

''ते मी सांगते मावशी–'' क्षमा पुढे होत म्हणाली. ''दीपकला घटस्फोट हवा होता. मग तुझं हे कॅन्सरचं निदान झालं म्हणून दामिनीनं त्याला वर्षभर थांबायला सांगितलं, पण ते त्याला मान्य नव्हतं. म्हणून त्यानं सैतानी बुद्धीनं तिला बेकायदारीत्या मेंटल हॉस्पिटलमध्ये डांबून इलेक्ट्रिक शॉक देऊन वेडं ठरवण्याचा प्रयत्न केला. पण दामिनी कणखर होती मनानं, त्यामुळे त्याचा डाव सफल झाला

नाही. म्हणून चिडून तो तिला घरी कोंडून ठेवायचा. असे आठ महिने घराच्या काळकोठडीत व दवाखान्याच्या यातनाघरात काढले. मी तिला आज भेटायला सकाळी गेले, ते बरं झालं...''

''पण... पण पुढे काय?''

''पुढे काय आई?'' कडवट हसत दामिनी म्हणाली, ''माझा संसार संपला! पण त्याचा मला आनंद आहे. दीपक मला खरंच मिसमॅच होता. तेव्हा मला तुम्ही माझ्या टीटी कोचबरोबर- तो परप्रांतीय व हलक्या जातीचा म्हणून लग्न करू दिलं नाही, मग आपल्या जाती-पोटजातीचा व विदर्भातलाच नवरा शोधला. पण या दीपकनं मला अंधारच दिला- फार भयाण स्वरूपाचा. मी त्याच्यापासून आता अलग होणार आहे आणि पुण्याला क्षमाबरोबर जाणार आहे. तिथं काय करीन, माहीत नाही... पण जाणार, हे नक्की. आता माझा मीच स्वत:हून निर्णय घेतलाय; त्यासाठी द्यावी लागणारी किंमत देऊन मी माझं जीवन माझ्या टर्म्स आणि कंडिशनवर जगणार आहे.''

''मावशी, आज तिला तुम्ही रोखू नका! विद्युल्लतेसारखी तडफदार म्हणून तुम्ही तिचं नाव हौसेनं दामिनी ठेवलंत... तुम्हा दोघांना जीवघेण्या आजारानं ग्रासलं असल्यामुळे आणि तुम्हाला त्रास होऊ नये म्हणून तिनं दीपकचे अत्याचार निमूटपणे सहन केले. ते करताना तिचा कोळसा व्हायला आला होता, पण आता तफड दाखवत स्वत:च्या टर्म्स आणि कंडिशनवर ती जगणार असेल, तर त्या आड येऊ नका! तिला तिचं दामिनीत्व पुन्हा एकदा सिद्ध करून द्यायची आपण एक संधी दिली पाहिजे. तिच्यापुढे सबंध जीवन आहे. तुम्ही तिला सपोर्ट करा, तिच्या नव्या उत्तुंग भरारीसाठी!''

-०-०-०-

६.

‘बहादुरी की रोशनी फैलाएंगे....!’

‘माझ्या प्रिय सख्या, आता काही क्षणांत मला बाहेर गेलं पाहिजे, प्रोटोकॉलप्रमाणे संरक्षण राज्यमंत्र्यांच्या स्वागतला. पण तरीही तुझ्या तसबिरीसमोर काही क्षण मला तुझी सखी– तुझी पत्नी म्हणून घालवायचे आहेत. मी बाहेर खुशी व भावोजींना सांगून आलेय की, पंधरा मिनिटांत माझी मी बाहेर येईन. हे काही क्षण मला तुझ्याबरोबर तुझ्या आठवणी मनभर लपेटून घेत आपल्या या गावच्या वाड्यातील बेडरूममध्ये व्यतीत करायचे आहेत....’

राधा खुर्चीवर बसून समोरच्या टेबलावरील चंदनी हार घातलेली कृष्णाची– तिच्या ‘सख्या’ कृष्णाची तसबीर पाहत होती. त्याचे पाणीदार डोळे फोटोमधूनही आरपार पाहत तिचा वेध घेत होते. हा भास आहे का? अंहं, वास्तव आहे. तो नसला तरी त्याच्या आत्म्याची नजर माझ्या आसपास नक्कीच घुटमळत असते. आता पण आहे. आज मात्र त्या नजरेत समाधान आहे. तो जणू तिचं अभिनंदन करत आहे, तिच्या अपूर्व अशा यशाबद्दल.

तिचं अवघं अस्तित्व मोहरून टाकणारा तो चिरपरिचित घोगरा पुरुषी आवाज जणू राधाच्या कानात सांगत आहे,

‘वेल डन माय सखी! आय ॲम प्राऊड ऑफ यू!’

राधाचे डोळे एकाएकी भरून आले. एका चिरविरहाची वेदना तिला काटेरी डंख मारू लागली होती. ‘तू माझ्या जीवनाचा केंद्रबिंदू होतास, तो मी गमावून बसलेय; तर कसं स्वत:ला सावरत पुढचं आयुष्य काढू?’

पुन्हा त्याचा दिलासा देणारा आवाज मनरंगात उतरत गेला. ‘‘सखे, आज तू माझ्या पावलावर पाऊल टाकीत भारतीय सेनादलात सामील होत आहेस.

आजवर तुझी ओळख 'मिसेस कर्नल कृष्णा घोरपडे' अशी होती. आता जेव्हा तुला खुद्द संरक्षणमंत्री नियुक्तीचा आदेश देतील, त्या क्षणापासून तुझी स्वत:ची कॅप्टन राधा घोरपडे अशी स्वतंत्र-स्वयंभू, स्वअर्जित ओळख जगापुढे येईल. त्यासाठी अभिनंदन व खूप साऱ्या शुभेच्छा!''

राधा खाड्कन उभी राहिली आणि दोन्ही पाय जुळवत कृष्णाच्या तसबिरीला लष्करी सॅल्यूट करत म्हणाली,

''थँक्यू सर! आय विल स्ट्राइव्ह हार्ड टू प्रूव्ह टु बी युवर वर्दी सक्सेसर अँड ब्रिंग ग्लोरी टू द नेशन अँड अवर मराठा रेजिमेंट!''

बाजूच्या भिंतीवर हँगरला लटकवलेला आर्मी युनिफॉर्म होता, तो तिनं काल रात्री निजण्यापूर्वी इस्त्री करून ठेवला होता. त्या वेळी राधाचं मन एवढं भरून आलं होतं की, तिने तो युनिफॉर्म आपल्या अंगावर लपेटून घेतला आणि किती तरी वेळ बेभान रडत राहिली होती. त्या वेळी तिच्या मनात तिला सोडून गेलेला कृष्णसखा जणू म्हणत होता,

'घे रडून तू आज पोटभर. पण असा मनाचा दुबळेपणा आता कॅप्टनला शोभत नाही, हे विसरू नकोस. आजचं आक्रंदन शेवटचं. तुझ्या रडण्यानं तुझ्या व बछड्यांच्या काळजीनं अंतराळात भटकणाऱ्या या माझ्या आत्म्याला अजून त्रास होईल सखे! माझी कॅप्टन राधा घोरपडेही खुशी व वीरसेनसाठी आईबरोबर बाबाही आहे. तेवढी तू कालही समर्थ होतीस, पण आता अधिक. त्यामुळे आज-आजच फक्त तुझ्या डोळ्यांवाटे वाहणाऱ्या दुबळेपणाला माफी.... पण पुढे नाही.'

तरीही आज या वेळी काल रात्रीप्रमाणे तिचे डोळे पाझरत होते. पण त्याचे दूरवरून तरंगत येणारे भासमय बोल समाधान व दिलासा देत होते. तिनं स्वत:चे डोळे कोरडे केले आणि त्याची तसबीर छातीशी धरत पुटपुटली, ''होय सख्या, तुला अभिमान वाटेल असंच ही तुझी सखी उद्यापासून नव्हे, तर आजपासूनच वागणार आहे. आय प्रॉमिस यू!''

इस्त्रीचा तो ऑलिव्ह ग्रीन रंगाचा लष्करी गणवेश अंगावर चढवताना आज तिचं मन एका अपूर्व अभिमानानं भरून आलं होतं. त्या गणवेशाचा शरीराला होणारा स्पर्श एक अनाम रोमांच मनमानसात भरत होता. पहिल्या रात्रीच्या मीलनाच्या क्षणापासून आपण दोघे 'मेड फॉर इच अदर' आहोत, असं तो म्हणायचा. तसे आहोतच कायमचे, ही भावना समाधान देत होती. जणू तो आज

या युनिफॉर्मच्या माध्यमातून आपल्या अस्तित्वात विरघळून जात आहे अन् प्रेमाचं एक विलक्षण अद्वैत साकार होत आहे!

'तू मनानं माझ्या समीप नव्हे, माझ्या मनातच वास करून आहेस. आपण खरे एकरूप झालेले राधा-कृष्ण आहोत!'

*

वाड्यासमोर प्रचंड गर्दी जमली होती. कारण वाड्यासमोरच्या चौकात कृष्णाचा हाफबस्ट पुतळा चार फुटी चबुतऱ्यावर बसवण्यात आला होता. तो सध्या भगव्या रेशमी वस्त्राने झाकलेला होता. आज भारताचे संरक्षण राज्यमंत्री दोरी ओढून ते वस्त्र सरकवून पुतळ्याचे अनावरण करणार होते.

त्याची तयारी करण्यात बलराम जीवाचं रान करीत होता. तोही काही वर्षांपूर्वी भारतीय सैन्यात होता, पण अतिरेक्यांनी पेरलेल्या सुरुंगावर पाय पडून झालेल्या स्फोटात त्याला उजवा पाय गमवावा लागला होता. तरीही काल रात्रभर जागून समारंभाची जय्यत तयारी करत होता. मनावर पत्थर ठेवून धीरानं वावरत होता.

आज मोठा चांगलाच योग जुळून आला होता. आज कृष्णाचा वीरगती प्राप्त झाल्यानंतरचा मरणोपरांत पहिला वाढदिवस. तो सारा गावच नव्हे, तर अख्खा जिल्हा साजरा करण्यासाठी त्यांच्या गावी लोटला होता आणि आज राधाला कॅप्टनपदाचा आदेश खुद्द संरक्षणमंत्री प्रदान करणार होते.

मंत्री महोदय दहा मिनिटांत गावी पोहोचत आहेत, अशी वार्ता पोलिसांनी बलरामला दिली होती. त्यामुळे त्याला आता प्रतीक्षा होती, वाड्याच्या आतून बाहेर होणाऱ्या राधाच्या आगमनाची. तो हातातलं घड्याळ पाहत वाड्याच्या प्रवेशदारावर नजर ठेवून होता.

आणि काही क्षणांतच दारात ऑलिव्ह ग्रीन सैनिकी गणवेशात ऐटबाज रीतीनं पावलं टाकीत एक आकृती वाड्याबाहेर आली आणि थबकली.

हा- हा माझा लाडका कृष्णा तर नाही? पण- पण कसं शक्य आहे? तो- तो तर.....

ही- ही नक्कीच राधा आहे. होय. पण तीच ऐट, तीच चाल आणि केसांची जुडी फौजी कॅपमध्ये दडवलेली अन् डाव्या दंडात लष्करी छडी.....

पण हा कृष्णाचा गणवेश आहे, हे नक्की.

बलरामला उचंबळून येत होतं आणि भरूनही. हा आपल्या लाडक्या शहीद

भावाचा वरिष्ठ लष्करी पोशाख आहे. आपण गेले वर्षभर दरमहा ड्रायक्लिन व इस्त्री करत तो सज्ज ठेवला आहे. तो घालायला आपली धाकटी भावजय आज पात्र ठरली आहे.

बलरामने मनातले विचार झटकत सावधान स्थिती घेत राधाला लष्करी सॅल्यूट केला व म्हटलं,

''वेलकम कॅप्टन राधा!''

साऱ्या उपस्थित गावकऱ्यांनी टाळ्या वाजवून लष्करी वेशातल्या कॅप्टन राधाचं सहर्ष स्वागत केलं. मोठ्या वडिलांसमान दिराच्या लष्करी सलामीनं राधा भारावली आणि संकोचली पण. मग भानावर येत बलरामचे चरणस्पर्श करीत राधा म्हणाली, ''भावोजी, मला आशीर्वाद द्या. पहिला मान व अधिकार तुमचाच आहे!''

तिला बलरामनं एका हातानं उभं करीत म्हटलं, ''त्यासाठी देशाचे संरक्षण राज्यमंत्री येत आहेत पोरी!''

''पण- पण तुमच्याविना सर्व्हिस सिलेक्शन बोर्डाची खडतर परीक्षा पास होऊच शकले नसते. तेही पस्तिसाव्या वर्षी... कृष्णा गेल्यानंतर. नाही भावोजी, तुम्ही माझे खरे मोठे भाऊ आहात, वडील आहात. मुख्य म्हणजे, गाईड व फिलॉसॉफर!'' राधा भावनाविवश होत म्हणाली.

''ठीक- ठीक पोरी. आपली अखंड लष्करी सेवेची परंपरा खंडित झाली नाही, याचं मला समाधान आहे.''

घोरपडे घराण्याची बलराम आणि कृष्णा ही भारतीय लष्करात देशसेवा करणारी चौथी पिढी होती. त्यांचे पणजोबा पहिल्या महायुद्धाच्या वेळी जवान म्हणून ब्रिटिश सैन्यात लढले होते. आजोबा द्वितीय महायुद्धात प्रथम ब्रिटिश सेनेत ब्रह्मदेशात लढले होते. पण नेताजी सुभाषचंद्र बोस यांच्या आवाहनानं आय. एन. ए.- इंडियन नॅशनल आर्मीत सामील झाले. नेताजींच्या सैन्यानं अंदमान व निकोबार बेटे जिंकली होती, त्यात त्यांचा मोठा वाटा होता. तिथेच १९४५ मध्ये नेताजींनी तिरंगा झेंडा फडकवून स्वातंत्र्याची घोषणा केली होती. त्याच्या सुरस व रोमहर्षक कथा ते लहान्या बलराम आणि कृष्णाला सांगायचे. त्यांचे वडील तर १९४८, ६२, ६५ व ७१ अशा चारही युद्धांत लढले होते आणि बलरामनं कारगिल युद्धात वीरचक्र मिळवलं होतं. आता कृष्णानं मरणोपरांत महावीर चक्र. त्यानं काश्मीरमध्ये अतिरेक्यांशी लढताना एकट्यानं चार अतिरेकी टिपले होते. पण

त्यात स्वत:चा जीवही त्याला गमवावा लागला होता!

अपघातात पाय गमावल्यामुळे बलरामनं लग्न केलं नव्हतं आणि कृष्णा शहीद झाल्यावर त्याला एकच विचार सतवायचा- आपल्या घोरपडे घराण्याची देशसेवेची लष्करी परंपरा कृष्णाचा वीरसेन मोठा होऊन सैन्यात जाईपर्यंत खंडित होणार.

पण राधानं कृष्णाचं मासिक श्राद्ध होताच बलरामला सांगितलं, ''भावोजी, मी सैन्यात जाणार. एस.एस.बी. परीक्षेचा फॉर्म मी भरते. तुमचं मार्गदर्शन असेल, तर मी ती पाच टप्प्यांची खडतर परीक्षा निश्चित पास होईन!''

बलरामचा कानांवर विश्वास बसत नव्हता. ''क- काऽऽय? राधा, तू खरंच आर्मी जॉईन करणार?''

''होय. मी काल मासिक श्राद्धाचे विधी पार पडल्यानंतर रात्री कृष्णाच्या तसबिरीला साक्ष ठेवून शपथ घेतलीय की, मी कृष्णाचं अर्धवट राहिलेलं स्वप्न पूर्ण करणार... एक दिवस त्याच्यासाठी घोरपडे घराण्याची मी पहिली ब्रिगेडिअर होणार...!''

बलरामचा उर तिच्या आत्मविश्वासपूर्ण बोलण्यानं आणि तिच्या सैन्यप्रवेशाच्या निर्णयानं अभिमानानं भरून आला होता.

त्यानं तिला खाड्कन सॅल्यूट करीत म्हटलं,

''हा सलाम घोपड्यांच्या भावी ब्रिगेडिअर राधासाठी!''

आता तिला पुन्हा लष्करी सलामी देताना बलरामला हे आठवत होतं आणि त्याच्या कृतीनं राधाचं मन समाधानानं भरून आलं होतं. मनोमन ती म्हणत होती, 'हे सारं श्रेय तुला आहे सख्या!'

*

कुपवाडाचा कॅम्प एरिया. त्या क्वार्टर्समध्ये तिरंग्यामध्ये गुंडाळलेल्या शवपेटीत काल रात्री अतिरेक्यांशी लढताना शहीद झालेल्या कृष्णाचं पार्थीव विसावलं होतं.

आणि भल्या पहाटे जम्मूहून तिथे पोचलेली राधा भकास नजरेनं तिरंग्यात दडलेल्या व आल्यावर दर्शन घेतलेल्या कृष्णाचा डोळे मिटलेला चेहरा पाहत होती. मरणापूर्वी त्याच्या पोटात दोन गोळ्या गेल्या होत्या, तरीही तो शांत व समाधानी दिसत होता. राधाला वाटलं, त्याची बंद नजर आपणास सांगत आहे- 'पाहा, मी माझं कर्तव्य कसोशीनं बजावलं आहे. माझ्या जगण्याचं व या

भारतमातेचा सुपुत्र असण्याचं सार्थक प्राणाचं मोल देऊन आणि चार अतिरेक्यांना मारून केलं आहे. सर्टनली आय मेड माय कंट्री प्राऊड बाय माय डीड्स! म्हणून मला न रडता निरोप दे....'

जम्मू आर्मी क्वार्टर्समध्ये गाढ झोपलेली राधा काल मध्यरात्री केव्हा तरी जागी झाली होती. डोळे उघडल्यावर व भान आल्यावर जाणवलं की, आपलं कपाळ घामानं थबथबलंय. तिनं ते छोट्या नॅपकिननं कोरडं केलं, पण मनात मात्र एका भयप्रद स्वप्नाची, कसल्या तरी अनिष्टाची चाहूल देणारी छाया तरळत होती. जाग आल्यावरही तिचा गडदपणा संपत नव्हता, उलट मनात तो खोलवर उतरत होता.

झोपायच्या प्रशस्त बेडवर बाजूला कृष्णाची लष्करी गणवेशातली तसबीर होती. एकटं, त्याच्यापासून दूर असताना राधा त्याची तसबीर झोपण्यापूर्वी काही काळ छातीला कवटाळून त्याला प्रेम द्यायची आणि व्हॉट्सअ‍ॅपवर 'गुडनाईट'चा संदेश पाठवून झोपी जायची.

काल तर रेंज होती म्हणून त्यांचं पंधरा मिनिटं बोलणंही झालं होतं, रात्री अकराच्या सुमारास. तेव्हा तिनं 'तुझी तसबीर छातीशी घट्ट धरून बोलतेय' असं लाडिकपणे म्हटलं होतं. तसा तो मिस्कीलपणे हसत म्हणाला होता, ''पण असं नाही वाटत राधा तुला की, जो बात मुझमें हैं मेरी तस्वीर में नहीं..!'' ती तेव्हा तक्रार करीत उत्तरली होती, ''होय सख्या. पण काय करणार? तुझा वापरलेला टी-शर्ट अंगात घालते अन् त्याला बिलगलेला तुझा पुरुषी गंध श्वासात भरून घेते.... खरं तर मला तुझा वापरलेला आर्मी युनिफॉर्म घालून झोपायचं असतं. पण तुझी त्यासाठी ना आहे ना....!''

फोनवर बोलतानाही कृष्णा अभिमानी सुरात म्हणाला होता, ''आर्मी युनिफॉर्म हा लाख मोलाचा असतो, तो कर्तृत्वानं मिळवायचा असतो. आणि म्हणूनच माय डिअर वाईफ, तो असा इतरांना- अगदी बायकोलाही वापरता येत नाही.''

''आय नो, आय नो- माय डिअर हजबंड कर्नल कृष्णा!'' राधा म्हणाली, ''आजही पुन्हा तेच वाटतंय- हा तुझा युनिफॉर्म आपल्यात अंतर निर्माण करतो. तुझ्याशी अधिक एकरूप होऊ देत नाही. त्यासाठी कधी कधी वाटतं, आपणही सैन्यात जावं आणि हा युनिफॉर्म घालण्याचा हक्क मिळवावा...''

''मला ते आवडेल राधा, पण त्यासाठी फिटनेस हवा.'' कृष्णा त्याची

नेहमीची नाराजी व्यक्त करत म्हणाला, ''जिम जाऊ दे, पण साध्या मॉर्निंग वॉकलाही तू जात नाहीस. मग तुझं आर्मीचं स्वप्न कसं पूर्ण होणार? माझ्या अधिक जवळ यायचा तो छान मार्ग आहे.''

''आय नो माय लिमिटेशन्स कृष्णा.'' राधा शांतपणे म्हणाली, ''वाटलं तसं थोडंच होता येतं? मिसेस कर्नल कृष्णा घोरपडे हे सैनिक पत्नीचं पद व मान मला पुरेसा आहे. हां- वीरसेनला तू म्हणतोस त्याप्रमाणे पाचवीत गेला की, सातारा सैनिक स्कूलला पाठवू या.''

''मला तर खुशीनंही आर्मीत यावं असं वाटतं आणि त्यासाठी आमचा संरक्षण विभाग खूप प्रोत्साहन देत आहे!''

''ठीक, ठीक. फार पुढची स्वप्नं पाहू नकोस कृष्णा.... अखेरीस आर्मी लाईफ म्हणजे अनिश्चित जीवन.... इथं केव्हा काय....'' बोलता-बोलता राधानं जीभ चावली आणि ती एका अपराधी भावनेनं गप्प झाली.

''होय राधा, तू म्हणतेच ते खरं आहे. पण साक्षात मृत्यूशी खेळणं हे 'वे ऑफ लाईफ' आहे आर्मीसाठी.'' कृष्णा म्हणाला, ''गेला महिनाभर कुपवाडा कमालीचा अशांत आहे आणि आम्ही जिहादी अतिरेक्यांशी लढतो आहोत... त्यांना मी देशद्रोही म्हणत नाही, जरी त्यांची कृती तशी असली तरी. ते तर मिसगाईडेड- बहकलेले तरुण आहेत, असं मानतो मी. त्यांना त्यापासून परावृत्त करणं महत्त्वाचं. ते मी माझ्यापरीनं करत आहे आणि लढतही आहे....''

आणि बोलता-बोलता तो थांबला. राधा ऐकत होती, तो कुणाशी तरी अस्पष्ट बोलत होता. मग फोनवर काही क्षणांनी तिला म्हणाला, ''आता फोन ठेवतो. गुडनाईट!'' आणि त्यानं फोन बंद केला.

तिला वाटलं- त्याला त्या वेळी ड्युटी कॉल आला असणार. नॉर्थईस्टला मणिपूरला असताना व काश्मीर फ्रंटवर दोन पोस्टिंग असताना असंच अनेकदा कुणी तरी त्याच्या बराकीत किंवा तंबूत आलं म्हणून त्यानं मोबाईलवरचं संभाषण बंद केलं होतं. आता गेले वर्षभर तो कुपवाडा भागात ड्युटीवर आहे. त्यामुळे त्याचं मोबाईल बंद करणं तिला अस्वाभाविक वाटलं नाही.

पण आज मनाची समजूत घालायचा प्रयत्न करूनही राधाच्या मनाची समजूत पटत नव्हती. तिनं न राहवून त्याला मेसेज पाठवला. 'आय मिस यू. हॅव स्वीट ड्रीम्स!' त्याचं क्षणार्धात उत्तरही आलं. 'नाईट पेट्रोलिंग आहे. त्यामुळे आज

झोप नाही. मग स्वीट ड्रीम कुठलं? मी जागं राहतच तुझा चांदसा मुखडा आठवत नाईट पेट्रोलिंग करणार आहे. पण सर्टनली, तुला विश करतो. अ‍ॅट लिस्ट यू मस्ट हॅव स्वीट ड्रीम्स!'

त्याची इच्छा आज्ञा मानून, त्याची तसबीर उराशी कवटाळून राधा झोपायचा प्रयत्न करू लागली. बराच वेळ त्याच्या आठवणीत रममाण होत ती जागी होती. मग केव्हा डोळा लागला, ते कळलंच नाही. पण आज त्याच्या गोड आठवणींना भीतीची एक छाया लपेटून आहे, अशी मनाला अबोध बोचणी लागली होती.

आणि मध्यरात्री अवचितपणे आलेली जाग आणि घामाघूम होणं... तिनं आठवायचा प्रयत्न केला; पण ज्या स्वप्नानं ती भेदरली होती, ते काही तिला जागेपणी आठवत नव्हतं. पण कसली तरी एक काळी छाया आपलं अस्तित्व झाकोळते आहे, असं वाटत होतं.

मग तिला झोप आली नाही.

पहाटे पाच वाजता क्षणभर वाटलं, तयार होऊन कॅम्पमधील जिमला जावं. पण मन उदासलेलं होतं, अस्वस्थ वाटत होतं! ती बेडवर पुन्हा हताशपणे पहुडली.

आणि लँडलाईन फोनचा आवाज कानी पडला. पहाटेच्या शांत वेळी तो आवाज कर्कश व भेसूर वाटत होता. या वेळी फोन? काही विपरीत.....

ती धडपडत उठली व रिसिव्हर कानाला लावत म्हणाली, ''हॅलो...''

''मॅम, मी कुपवाडावरून ब्रिगेडिअर परमितसिंग बोलतोय. सॉरी टू इन्फर्म यू- तासाभरापूर्वी कर्नल कृष्णा घोरपडे डाईड व्हाईल फायटिंग वुईथ टेररिस्ट.''

मागील पंधरा वर्षांत राधाला ज्याची भीती वाटायची, ती खरी ठरली होती. काल रात्री तिला त्याचा फोन बोलता-बोलता बंद झाल्यामुळे वाटणारी भविष्यसूचक भीती इतक्या लवकर खरी होईल, असं मात्र वाटलं नव्हतं.

''आर यू हिअरिंग मिसेस घोरपडे?''

ती भानावर येत कसंबसं म्हणाली, ''येस सर. बट व्हॉट हॅपन्ड?''

तिच्या प्रश्नाचं उत्तर न देता क्षणभरानं पलीकडून आवाज आला, ''तुम्हाला इथं आणण्यासाठी आर्मी हेलिकॉप्टर जम्मू स्ट्रीपवर तयार आहे. तुम्ही त्वरित निघा.''

काल नाईट पेट्रोलिंग करतानाच अतिरेक्यांचा हल्ला झाला असणार, हे

राधाला समजून चुकलं होतं. पण त्यात तिचा सखा मारला गेल्याची ब्रिगेडिअरनी दिलेली खबर खरी मानायला मन तयार होत नव्हतं. काल रात्रीचं बोलणं झाल्यावर आपण त्याला आपण 'स्वीट ड्रीम'चा संदेश पाठवला होता. त्यावर 'नाईट पेट्रोलिंग करायचं आहे, मग स्वीट ड्रीम कसलं? माझं जाऊ दे, अॅट लिस्ट यू मस्ट हॅव स्वीट ड्रीम्स...!' असं उत्तर आलं होतं. कुठलं स्वीट ड्रीम? अर्धवट झोपेतलं मन झाकोळणारी पुसट स्वप्नं-

इतर वेळी कदाचित तिला नीट झोप लागली असती आणि सुखद स्वप्नंही पडली असती, पण काल रात्री एक अनिष्ट सूचक शंका त्याचा फोन बंद होताच मनाला स्पर्शून गेली होती. म्हणून मध्यरात्रीच जाग आली होती.

थँक गॉड- काल मला सुखद स्वप्नं पडली नाहीत, नाही तर मी स्वत:ला माफ केलं नसतं. ज्या वेळी तो अतिरेक्यांशी लढत होता, त्या वेळी स्वीट ड्रीम्स पाहणं म्हणजे त्याच्या प्रेमाशी प्रतारणा ठरली असती.

यंत्रवत् ती जम्मू एअर स्ट्रीपवर जीपनं आली आणि तिला घेऊन जम्मूहून हॅलिकॉप्टर उडालं. आकाश स्वच्छ होतं व सकाळचं कोवळं ऊन पसरलं होतं. पण तिच्या शुष्क नजरेत काळोख दाटून आला होता!

जवानांनी कॉफिन उघडून कृष्णाचा मृतदेह तिला दाखवला. त्याचा देह गळ्यापर्यंत पांढऱ्या चादरीनं आच्छादित केला होता. डोळे मिटलेले असले, तरी चेहरा शांत होता. शेवटचा श्वास घेताना त्याला मी आठवले असेन का? खुशी वीरसेनची काळजी वाटत होती का? किंवा चार अतिरेकी टिपून मोठा दहशतवादी हल्ला आपण परतवून लावला, या देशवासीयांचं- ज्याला महाराष्ट्रानंतर तो आपली दुसरी ओळख मानायचा, त्या काश्मीर व काश्मिरींचं- रक्षण केलं याची कृतार्थता त्याला अंतिम घडीला वाटली असेल?

कालपर्यंत मी वीरपत्नी होते- आज मी शहीद पत्नी झाले आहे. शहिदी मृत्यूचा शोक करायचा नसतो, हे कृष्णाचं लाडकं मत होतं. ते त्यानं राधाला अनेकदा बोलून दाखवलं होतं. त्याला का असं शहीद होण्याचं आकर्षण होतं? कुणी शहीद झालं की तो एक शेर म्हणायचा, 'शहिदों के चिताओं पर लगेंगे हर बरस मेले । वतन पे मरनेवालों का यही निशा होगा!'

राधानं पाय जुळवत कृष्णाला लष्करी पद्धतीनं अखेरची सलामी देत मनोमन म्हटलं, 'आज तू तुझ्या प्रिय भारतमातेच्या कुशीत नेहमीसाठी मूल होऊन

विसावला आहेस. चिरनिद्रेचं सौख्य घेतो आहेस.... तुला चिता देईपर्यंत रडणार नाही आणि तुझ्या हौतात्म्याचा अवमान करणार नाही!'

तिनं आपलं मन त्याच्या स्मृतीची शपथ घेत खंबीर केलं असलं, तरी पाय लटपटत होते. त्यामुळे जवानांनी तिथं आणलेल्या खुर्चीवर ती बसली आणि शुष्क नजरेनं त्याची तिरंग्यात गुंडाळलेली शवपेटी पाहत राहिली- एकही टिपूस न गाळता.

मराठा रेजिमेंटचे कृष्णाचे साथीदार व जवान येत होते, त्याला पुष्पचक्र वाहत होते. जम्मूला कॅम्प असल्यामुळे जम्मू आणि काश्मीरीचे राज्यपालही पुष्पचक्र वाहायला आले होते. तिच्या डोईवर हलकेच थोपटत त्यांनी तिचं सांत्वन करायचा प्रयत्न केला. तिनं त्यांना काही न बोलता शांतपणे नमस्कार केला.

पण जेव्हा ट्युलिपची फुलं घेऊन कुपवाड्यातला एक सामाजिक कार्यकर्ता आझाद नक्शबंदी आला आणि ती शवपेटिकेवर वाहून तिच्या समोर आला अन् उरलेली दोन फुले तिच्या चरणी ठेवत रुद्ध कंठानं म्हणाला, ''आता यापुढे मी ट्युलिपची फुलं कुणाला देऊ मॅम? असा ऑफिसर आम्ही कधी पाहिला नाही. आम्ही कुपवाडाचे लोक कर्नलसाहेबांना कधीच विसरू शकणार नाही.'' तेव्हा राधाला अनावर झालं होतं, पण स्वत:ला सावरत तिनं वाकून ती फुलं हाती घेत हुंगली व शवपेटिकेवर ठेवली. मग त्याला शांतपणे म्हणाली, ''त्याचं कुपवाडा पर्यटन केंद्र बनवण्याचं स्वप्न विसरू नका. ते साकार करण्यासाठी इथंही घरोघरी बागेत, अंगणात ट्युलिप लावा. मी परत येईन तेव्हा मला ट्युलिपमय झालेला कुपवाडा दिसायला हवा.''

''होय मॅम, मी वचन देतो.'' नक्शबंदी म्हणाला आणि तिला नमस्कार करून निघून गेला.

ती गेल्या वर्षभरात दोन वेळा आठ-आठ दिवसांसाठी कुपवाड्याला कृष्णाकडे आली होती. तेव्हा तो कुपवाडा व एकूणच काश्मीरच्या निसर्ग-सौंदर्याबद्दल भरभरून बोलत होता. त्याच्या कमांडखालचा हिंसेच्या ज्वालेत धगधगणारा कुपवाडा भाग पर्यटकांनी गजबजून जावा आणि इथली मुलं-मुली शिकवीत, त्यांना रोजगार मिळावा म्हणून 'ऑपरेशन सद्भावना' या आर्मीच्या मिशन कार्यक्रमात तो मनापासून रस घेत काम करायचा. त्यानं तेथील अनेक तरुणांना जयपूरच्या चोखी दाणी व हृषीकेशच्या रिव्हर राफ्टिंग क्रीडा केंद्राला

पाठवून त्या माध्यमातून ग्राम पर्यटनाचं प्रशिक्षण दिलं होतं. काश्मिरी मुलांना भारत कळावा, म्हणून पन्नास जणांची एक तुकडी त्यानं मुंबई-पुणे-सातारा सहलीवर पाठवली होती. त्यांना राधानं कृष्णाच्या गावी वाड्यावर पुरणपोळीचं जेवण दिलं होतं.

कृष्णाचा शेवटचा वाढदिवस तिनं व मुलांनी कुपवाड्याला केक कापून साजरा केला होता. त्या दिवशी कृष्णाला केवळ त्याच्या मराठा रेजिमेंटचे सैनिक व अधिकारीच नव्हे, तर अनेक नागरिक, तरुण व मुलंही शुभेच्छा द्यायला आली होती. त्यात नक्शबंदी पण होता. त्या वेळी त्यानं ट्युलिप फुलांचा बुके आणला होता. त्याबाबत राधानं विचारलं तेव्हा, त्यानं कुपवाडा हे पर्यटन केंद्र व्हावं म्हणून कृष्णा काय काय करत आहे, हे सांगताना म्हणाला होता,

''मॅम, कर्नलसाब की बात ही कुछ और है । ऐसा फौजी लाखो में एक होता हैं। ते मिलिटन्सीचा त्याग करून शरण आलेल्या अतिरेक्यांचं किती प्रभावीपणे कौन्सेलिंग करून त्यांना नवं शांततामय जीवन सुरू करण्याची प्रेरणा द्यायचे. त्यांच्या पुनर्वसनासाठी प्रयत्न करायचे. त्यांना इंडियन आर्मीचा अभिमान होता; पण काही जवान जेव्हा स्त्रीबाबत दुष्कृत्य करायचे, तेव्हा त्यांना खूप वाईट वाटायचं. त्यावर त्यांनी कधी पांघरूण घातलं नाही, त्यामुळेच ते इथे साऱ्यांचे हर दिल अजीज झाले होते. ते केवळ देशप्रेमी दिलेर आर्मी ऑफिसरच नाहीत, तर ते इन्सानियत मानणारे आहेत. आमची वैशिष्ट्यपूर्ण अशा शैव-बौद्ध-शीख व सूफी परंपरेचा मिला-जुला आविष्कार असणारी काश्मिरीयत त्यांना महत्त्वाची वाटायची. त्यांचं स्वप्न मला फार आवडलंय की, इथं पूर्ण भागात घरी-दारी ट्युलिपची फुलं बहरून यावीत. त्यासाठी मी काम करतो आहे- त्यांच्यासोबत, त्यांच्या मार्गदर्शनाखाली. खरोखरच मॅम, ते ग्रेट आहेत- आमचे अजीज आहेत!''

जम्मू-दिल्ली-पुणे या विमानात ती कृष्णाच्या शवपेटिकेजवळ बसून होती आणि मनात त्याच्या आठवणी काढत होती. नंतर पुणे ते सातारा जिल्ह्यातील त्याच्या छोट्या गावापर्यंतचा प्रवास करताना ठिकठिकाणी त्यांचा मिलिटरी ट्रक थांबवून हजारो नागरिक फुले वाहत होते व 'कर्नल कृष्णा घोरपडे अमर रहे'चा घोष करत होते.

आपला नवरा महान आहे, हे राधेला माहीत होतं; पण त्याच्या बलिदानानं त्यानं हजारो लोकांच्या मनात देशप्रेमाची ज्योत पेटवली आहे, हे जम्मू-दिल्ली-

पुण–सातारा ते कृष्णाचं जन्मगाव या प्रवासात अनुभवताना ती विस्मयचकित होत होती. तिच्या मनातल्या विचारांना एक निश्चितता येत होती!

राधानं परंपरा नाकारत खुशी व वीरसेनसह आपल्या शूर नवऱ्याच्या चितेला स्वत: अग्नी देण्याचा निर्णय घेतला, तेव्हा तिला बलरामनं पाठिंबा दिला.

कृष्णाची चंदनी लाकडाची चिता पेटवत तिला प्रदक्षिणा घालताना राधा भडकलेल्या ज्वाला पाहत कृष्णाला मनोमन सांगत होती,

'सख्या, मी तुला प्रिय असणाऱ्या सैन्यात जाणार आहे. तुला अभिमान वाटेल अशी मी आर्मी ऑफिसर होऊन दाखवणार आहे. माझं हे तुला वचन आहे!'

*

पहाटे माळरानावर रनिंग करताना राधेचे पाय लटपटत होते. सारं अंग घामानं भिजलं होतं. पण काही झालं तरी आज पहिल्या दिवशी पाच किलोमीटर पळून कृष्णाच्या आत्म्याला आपल्या सैन्यभरतीच्या वचनाची खात्री करून द्यायची, असा तिनं निर्धार केला होता. पळताना मधे–मधे काही वेळ ती थांबायची, मग पुन्हा सारी ताकद एकवटून पळत सुटायची.

काल पहिला मासिक श्राद्धदिन पार पडताच तिनं साऱ्या गावकीपुढे बलरामला सांगितलं, ''भावोजी, ह्यांच्या–माझ्या कृष्णाच्या चितेला अग्नी देताना मी प्रतिज्ञा केली होती की, त्यांची परंपरा पुढे चालवण्यासाठी मी आर्मीत जाणार... मला स्टाफ सर्व्हिस सिलेक्शन बोर्डाच्या परीक्षेला वयात सूट देऊन बसण्याची परवानगी मिळाली आहे. साऱ्या घोरपडे कुटुंबीयांनी या सुनेला त्यासाठी खुशी–खुशी संमती द्यावी!''

दृढनिश्चयी भाव चेहऱ्यावर असलेल्या राधेकडे बलराम चकित होऊन पाहत राहिला. मग त्याच्या जाणीवेला तिचा निर्धार आकळत गेला आणि त्याचा चेहरा उजळला. तो प्रसन्नपणे म्हणाला,

''पोरी, हे आपलं अख्खं गावच सैनिकांचं गाव म्हणून महाराष्ट्रात प्रसिद्ध आहे. घरटी एक तरी माणूस सैन्यात आहे. पण आजवर एकही स्त्री सैन्यात गेली नाही. तू पहिली ठरणार म्हणायचीस. बेस, लई बेस! आम्ही सारे घोरपडे तुझ्या पाठीशी राहू!''

''थँक्यू भावोजी. माझी खात्री होतीच.''

''पण राधा, ही परीक्षा फार खडतर असते. त्याला फार उच्च दर्जाचा

फिजिकल फिटनेस हवा... तुला तर त्याचाच कंटाळा!''

कृष्णा जेव्हा सुट्टीवर गावी यायचा, तेव्हा तो सकाळी पळायला जायचा. त्या वेळी केव्हा लहर आली, तर राधा मोटरसायकलवर त्याच्यासोबत जायची. तो चित्त्याच्या वेगानं लांब-लांब ढांगा टाकत पळायचा. ती मोटरसायकलवर त्याच्या पाठोपाठ जायची. त्यावरून बलारामनं तिला कितीदा तरी चिडवलं होतं. अशी व्यायामाचा कंटाळा असणारी राधा आज सैन्यात जायचं म्हणत होती. तिचा निर्धार खरा आहे. नवऱ्यावर तिचं किती प्रेम होतं, त्याचा तिला किती अभिमान होता, हे त्याला माहीत होतं. पण तरीही या शारीरिक क्षमतेच्या अडथळ्यावर ती मात करू शकेल का?

''भावोजी, मी ठरवलं आहे आणि करून दाखवणार म्हणजे दाखवणार. तुम्ही फिजिकल फिटनेसचं प्राथमिक प्रशिक्षण द्या, मग पुण्याला आर्मी स्पोर्ट्स सेंटरला जाऊन स्वत:ला तयारी करीन.''

आज पहिला दिवस. तिनं प्रथमच ट्रॅकसूट घातला होता आणि बलराम-सोबत त्याचं अनुकरण करत प्रथम वॉर्मअप व स्ट्रेचिंग केलं. मग हळूहळू जॉगिंग करत पळायला प्रारंभ केला.

आपलं शरीर आरामानं किती सुखवस्तू झालं आहे आणि दोन मुलांना जन्म दिल्यावर लक्ष न दिल्यामुळे वजनही वाढलंय, त्यामुळे थोडं पळून होताच धाप लागलीय... श्वास फुलून आलाय. पण पहाटेचा रानवारा ताजगी देतोय आणि मनाशी धरलेला निश्चय देतोय आत्मबळ! पण पाय लटपटताहेत... तरीही आज पहिल्या दिवशी पाच किलोमीटर पळून स्वत:च्या शरीराला बजावायचं की, मला सैन्यभरतीची परीक्षा पास होण्यासाठी फिजिकल फिटनेस कमावला पाहिजे.

तिचं घामाघूम होणं पाहून बलराम दोनदा म्हणाला होता, ''पोरी, आज पहिला दिवस. एवढे श्रम नकोत.''

''नाही भावोजी, आज पाच किलोमीटर दौड पूर्ण करायची म्हणजे करायची आणि मग तुम्ही मला जिमलाही घेऊन जा....'' राधा म्हणाली, ''दुपारी चार वाजता मी आपल्या विहिरीत तासभर स्विमिंग पण करणार आहे.''

ठरवल्याप्रमाणे दीड तासात पाच किलोमीटर दौड, मग स्नान करून तासभर जिममध्ये घाम गाळणं आणि सायंकाळी तासभर पोहणं... तिनं शरीर चूर-चूर होत कोकलत होतं, तरी हा व्यायामाचा ठरवलेला कोटा तिनं निर्धारानं

पूर्ण केला. रात्री अंथरुणावर अंग टाकलं, तेव्हा खूप दमायला झालं होतं. पण समाधानही होतं.

आणि एकदम तिला काय वाटलं की– कबर्डमध्ये हँगरला लावलेला कृष्णाचा आर्मी गणवेशाचा शर्ट तिनं काढला. कृष्णाच्या तसबिरीपुढे हात जोडून तिनं म्हटलं, ''मला माफ कर... हा युनिफॉर्म मी अजून अर्न केला नाहीय, पण त्या दिशेनं आज पहिलं पाऊल टाकलं आहे. मला माझी मंजिल गाठण्यासाठी आणि स्वत:ला मोटिव्हेट करण्यासाठी याची गरज आहे. प्लीज फर्गिव्ह मी!''

तिनं तो शर्ट अंगात घातला आणि कबर्डच्या आरशात पाहू लागली. तिला वाटलं, आपल्यामागे कृष्णा युनिफॉर्ममध्ये उभा आहे अन् आपल्याला आरशात पाहत आहे.

त्या कडक युनिफॉर्मच्या स्पर्शानं तिची नाजूक रेशमी काया काहीशी रोमांचित झाली. ते रोमांच तिचा निर्धार पक्का करत गेले. आणि ती कृष्णाच्या तसबिरीवर ओठ टेकत म्हणाली,

''उद्याची कॅप्टन राधा घोरपडे रिपोर्टिंग सर!''

*

'जोश है, हममे जान है
और उमंगे है दिलमें जवाँ ।
क्या कहे तुमसे दोस्तो,
अब तो जाना है हम को कहाँ?'

ऑफिसर ट्रेनिंग अकादमी चेन्नईच्या मैदानात दिवसभरचे शारीरिक क्षमतेची पुरती कसोटी पाहणारे ट्रेनिंग या ओ.टी.ए.च्या सामूहिक गीतानं संपायचे. गेले वर्षभर हा क्रम अखंडित चालू होता.

साऱ्या महिला प्रशिक्षणार्थींसोबत राधाही आपल्या मधुर पण जोशपूर्ण आवाजात ते गीत आजही तेवढ्याच तन्मयतेनं म्हणत होती आणि तिच्या स्मृतीत कृष्णा जिवंत झाला होता. त्याच्या स्मृतीला जणू ती सांगत होती,

'सपने थे आँखों में जब हम
आये थे एक दिन यहाँ
हम चले, चलते रहे
और बनता गया कारवाँ ।

यादों के कुछ लम्हें है
जो की भुलाये न भूले यहाँ
और अगर हम ना रहे
यादे रह जाएगी बस् यहाँ ।'

गीत संपलं तेव्हा कमांडरनं जाहीर केलं, 'वेल डन लेडिज! यू ऑल हॅव सक्सेसफुली कंप्लिटेड शॉर्ट सर्व्हिस कमिशन कोर्स. उद्या एक खास परेडमध्ये कोर्स कम्प्लीशनची उद्घोषणा होईल व तुमच्यापैकी बेस्ट लेडी कॅडेटला प्रेस्टिजियस स्वोअर्ड ऑफ ऑनर मिळेल!'

राधा रात्रभर जागी होती. पण एक कृतार्थ भाव मोरपिसाप्रमाणे सुखद अनुभूती देत मनावरून फिरत होता.

'सख्या, तुझी सखी उद्याला प्रशिक्षण पूर्ण करून कॅप्टन होणार आहे. खूश आहेस ना?'

आजही तिनं कृष्णा वापरायचा तो टी-शर्ट आणि पायजमा झोपताना घातला होता. तिला वाटत होतं, तो आपलं सर्वांग कवटाळीत आहे. चिरविरहाची वेदना आहे, पण एक मनस्वी समाधानाचं दुर्मिळ फूल फुलून आलंय. त्याचा गंध कृष्णाच्या टी-शर्टला येणाऱ्या गंधासारखाच आहे. तो मला मिठीत घेऊन म्हणतोय, 'हॅट्स ऑफ टू यू राधा! यू डिड इट!'

दुसऱ्या दिवशी शानदार परेडमध्ये जेव्हा प्रतिष्ठेच्या 'स्वोअर्ड ऑफ ऑनर'-साठी तिचं नाव जाहीर झालं, तेव्हा तिचा क्षणभर आपल्या कानांवर विश्वासच बसला नाही. मग मन आनंदानं उचंबळून आलं. 'हे तुझं श्रेय आहे कृष्णा!' तिनं असं पुटपुटत आपला खालचा ओठ किंचित चावला. रात्री रंगात आला की, कृष्णा तिचा खालचा ओठ आपल्या ओठात घेत चोखायचा अन् मग हलकेच चावत दंश करायचा. अशा वेळी राधा गोड शहारून उठत चीत्कारायची.... आताही छातीत अशीच सूक्ष्म कळ उठली होती.

ती खाड्खाड् बूट वाजवत लष्कर उपप्रमुखांसमोर गेली व सॅल्यूट करून ताठ थांबली. त्यांनी तिच्या कमरेला ती मानाची बेस्ट कॅडेटला दिली जाणारी तलवार खोचली आणि ती 'पीछे मुड' करीत परत आपल्या साथीदारांना सामील झाली. लष्कर उपप्रमुखांनी लवकरच सैन्यात महिलांना कॉबॅट विंगमध्ये प्रवेश दिला जाईल, अशी घोषणा, केली. तसंच राधाचं स्वोअर्ड ऑफ ऑनर मिळाल्याबद्दल

अभिनंदन करत कर्नल कृष्णा घोरपडेचं शौर्य व बलिदानाची आठवण केली, तेव्हा राधाच्या डोळ्यांतून मुक्तपणे आसवं वाहत होती; पण ती ते आवरायचा-पुसायचा प्रयत्न करत नव्हती.

परेडची सांगता ओटीएच्या 'रोशनी' या सामूहिक गीतानं झाली. ते गीत सर्वांबरोबर गाताना राधाच कंठ अधिकच खुलला होता.

'भारत के हम जवान, पर्वत के है समान
हम देश को उज्ज्वल बनायेंगे
एकता, उमंग, वीरता के संग
बहादुरी की रोशनी फैलाएंगे
हम से है ये जहाँ, धरती ये आसमाँ
भारत देश है महान
इस धरती की है शान...!'

त्या पासआऊट परेडसाठी बलराम खास आला होता. कार्यक्रमानंतर ती त्याच्याजवळ गेली आणि त्याचे चरणस्पर्श करत म्हणाली,

''भावोजी, याचं श्रेय जसं कृष्णाच्या बलिदानाला आहे, तसंच ते तुमच्या परिश्रमाला पण आहे. मला आशीर्वाद द्या!''

तिला उठवत तिचा मस्तक थोपटत बलराम म्हणाला, ''विजयी भव राधा-विजयी भव! आणि 'रोशनी' गीताप्रमाणे बहादुरीची रोशनी फैलावत दाखवून दे की, तू झाशीच्या राणीच्या वारशाची आहेस!''

''होय भावोजी, उद्या आम्हा लेडी कॅडेटना कॉम्बॅट विंग मिळाली अन् लढाई झाली, तर मीही जीव कुर्बान करायला मागे-पुढे पाहणार नाही!''

तिच्याबाबत वाटणाऱ्या अभिमानानं व ममतेनं बलराम तृप्त हसला.

आता तिच्याभोवती पत्रकार व चॅनेलवाल्यांचा गराडा पडला होता. तिला मग नेहमीचा प्रश्न विचारला गेला,

''बेस्ट लेडी कॅडेट म्हणून मानाची तलवार मिळवली; आता या क्षणी काय वाटतं? काय भावना आहेत आपल्या मॅडम?''

राधाच्या चेहऱ्यावर काही क्षण कॅमेऱ्यांच्या फ्लॅशचा प्रकाश पडत होता. मग तो थांबला, तशी ती शांतपणे म्हणाली,

''माझं मन या क्षणी शांत आणि रिकामं आहे. आनंद नाही की खेद नाही.

माझे पती दिवंगत कर्नल कृष्णा घोरपडेंना प्रिय असणाऱ्या लष्करी सेवेत जाऊन त्यांच्याशी एकरूप व्हावं आणि त्यांना खरी श्रद्धांजली द्यावी, म्हणून प्रयास केला.... प्रसंग आला, तर लढताना मलाही शहीद व्हायला आवडेल कृष्णासारखं!''

*

दुरून सायरनचा आवाज आला. आता काही क्षणातच संरक्षण राज्यमंत्र्यांची कार समारंभस्थळी पोहोचणार होती. राधा त्यांच्या स्वागताला सज्ज होती.

त्याच वेळी खुशी आतून पळत आली. तिच्या हातात राधाला बेस्ट कॅडेट म्हणून मिळालेली मानाची तलवार होती. ती समोर करीत म्हणाली,

''ममा, ही घे..... विसरलीस ना?''

राधा प्रसन्नपणे हसली. ''थँक्यू बेटी!'' असं म्हणत ती तलवार आपल्या कमरेला खोचली. बलरामनं संतोषानं मान हलवत म्हणलं, ''खरी रणरागिणी शोभतेस बेटा आज तू!''

संरक्षणमंत्र्यांची कार समारंभस्थळी आली व थांबली. तत्परतेनं पुढे होत राधानं दार उघडलं. मंत्री महोदय बाहेर आले. त्यांना तिनं कडक सॅल्यूट ठोकला. तो स्वीकारत ते तिला म्हणाले, ''आय ॲम रिअली प्राऊड ऑफ यू माय डॉटर!''

मंत्र्यांनी मग कृष्णाच्या हाफबस्ट पुतळ्यावरील रेशमी आच्छादन दोरीनं ओढून सरकवत अनावरण केलं आणि छोटंसं स्फूर्तीदायक भाषण करत भारतीय सैन्याची व खास करून मराठा रेजिमेंटची तारीफ केली. तसा उपस्थित नागरिकांनी गगनभेदी जयघोष केला- ''जय भवानीऽऽ जय शिवाजीऽऽ'' साऱ्या उपस्थित नागरिकांच्या टाळ्यांचा प्रचंड गजरात तिनं मंत्री महोदयांकडून कॅप्टनपदाचं नियुक्ती पत्र स्वीकारलं!

मंत्री महोदय निघून गेल्यावर राधा आवेगानं कृष्णाच्या ब्राँझ पुतळ्याजवळ गेली आणि चबुतऱ्यावर आपली फौजी कॅप व छडी ठेवीत नतमस्तक होत तिनं हात जोडले व पुटपुटली,

कृष्णा, आज अंगावर तुझाच युनिफॉर्म घातलाय. तो घालण्यासाठी मी तुझ्या कसोटीप्रमाणे पात्र ठरलेय. आता शांत हो सख्या. तुझ्या अंतराळी भटकणाऱ्या अन् आमच्या काळजीनं घुटमळणाऱ्या आत्म्याला आज मी ग्वाही देते... तुझी शौर्याची परंपरा मी पुढे नेईन! जा, तुला मुक्ती मिळो!''

-०-०-०-

७.

प्रेमा, तुझी किती रूपे!

गेले तीन दिवस कंपनीमध्ये प्रिया येत नव्हती, की अमोलचा फोन घेत नव्हती. किंबहुना, तिनं आपला मोबाईल स्विच ऑफ केला होता आणि 'तब्येत बरी नाही' म्हणून कंपनीत ई-मेलनं कळवलं होतं व एका आठवड्याची सुट्टी टाकली होती.

अमोल व ती दोघे कंपनीच्या एका विशेष प्रॉजेक्टवर महिन्यापासून जोडीनं काम करीत होते. त्यांना आणखी दीड महिन्याने अमेरिकेतल्या एका बड्या एमएनसीसाठी एका सॉफ्टवेअर विकसित करून द्यायचं होतं आणि त्याची ट्रायल देणे, पहिले सहा महिने सिॲटलला मुख्यालयी राहून ते चालवणं व तेथील कर्मचाऱ्यांना ट्रेन्ड करण्यासाठी तीन महिन्यांनी जायचं होतं. दोघांचे व्हिसा तयार होते व वर्कपरमिटही.

मागच्या वीकएंडला ते दोघे आणि कंपनीतले आणखी पाच जण माळशेज परिसरात मॉन्सूनचा आनंद लुटण्यासाठी गेले असताना, वाटेवर एका छोट्या टपरीवजा हॉटेलमध्ये पावसात चहा पिण्याची हुक्की आली म्हणून थांबले असताना, तीन जणांचं एक टोळकं रॉयल एनफिल्डवर बसून तिथे येतं काय आणि पाहता- पाहता प्रिया भेदरून ओरडते काय... त्याबरोबर ते टोळकं चपापून क्षणभर तिच्याकडे पाहून घाईघाईनं पसार होतं काय... मग पुणं येईपर्यंत पांढऱ्याफेक चेहऱ्यानिशी डोळे मिटून प्रिया सईदाच्या खांद्यावर मान ठेवून बसते काय! ...अमोल बुचकळ्यात पडला होता.

आणि पुण्यात पोहोचल्यावर नित्याच्या शिरस्त्याप्रमाणे अमोलनं तिला आपल्या बाईकवरून तिच्या फ्लॅटवर सोडलं, तेव्हाही ती त्या वीस-पंचवीस मिनिटांच्या प्रवासात त्याच्याशी एक शब्दही बोलली नव्हती. त्यानं बोलायचा प्रयत्न केला, तेव्हा 'प्लीज' या एका शब्दानं त्याला गप्प केलं होतं. त्याला

पाचव्या मजल्यावरील फ्लॅटवर नेहमीप्रमाणे 'ये अन् कॉफी घेऊन जा...' असा नेहमीचा आग्रह पण केला नव्हता. ती सरळ लिफ्टमध्ये शिरली आणि त्याच्या नजरेसमोरून क्षणार्धात नाहीशी झाली.

आज तीन दिवस झाले, तिची गाठभेट नाही की बोलणं नाही. काल तो तिच्या फ्लॅटवर गेला, तेव्हा अपार्टमेंटचा वॉचमन त्याला ओळखून जवळ येत म्हणाला होता, ''सॉरी सर, मेमसाबने मेसेज दिया है की, आप को वो मिल नहीं सकती.'' तो हतबुद्ध होऊन परतला होता. एकाच वेळी त्याला तिनं भेट नाकारल्यामुळे अपमानित वाटत होतं आणि त्याच वेळी तिच्याबद्दल काळजी पण वाटत होती.

'आपलंच चुकलं' तो स्वत:च्या मनाशी समोरच्या कॉम्प्युटरच्या स्क्रीनवर विमनस्कपणे पाहत पुन: पुन्हा पुटपुटत होता. तिनं लग्न करण्यापूर्वी एक वर्ष लिव्ह इन रिलेशनशिपमध्ये राहून परस्परांना जाणून घेऊ या, असं अनेकदा सुचवलं होतं. पण तिच्या रेशमी सहवासाचा मोह होत असतानाही, घरच्या खानदानी मराठा संस्कारांमुळे 'आपण प्रथम एंगेजमेंट करू या व लग्नही लवकर त्यानंतर दोन-चार महिन्यांनी,' असं त्यानं ठामपणे सांगितलं होतं. तिनं ते मान्य केलं होतं. त्यांचा दोन महिन्यांपूर्वी साखरपुडाही झाला होता... तिचं म्हणणं ऐकलं असतं, तर तिच्यासोबत तिच्याजवळ आपण आज असतो आणि तिला या अवस्थेतून बाहेर काढायचा प्रयत्न करता आला असता.

विचारांच्या आवर्तात मन गरगरत असल्यामुळे डोकं दुखू लागलं होतं. मुख्य म्हणजे सिगरेटची तलफ आली होती. म्हणून स्क्रीन बंद करून अमोल उठला व कॉरिडॉर ओलांडत 'स्मोकिंग झोन' असलेल्या भागात आला. सिगरेट पेटवून खोलवर झुरका घेतला आणि त्याच वेळी त्याच्या पाठीवर थाप पडली. त्यानं वळून पाहिलं, तर शेखर उभा होता. तो पक्का चेनस्मोकर. त्यामुळे दर तासाला इथे यायचा.

''यार अमोल, परेशान दिसतोस? अलीकडे तू स्मोकिंगही पूर्ण बंद केलं असताना हे असं फासफस काय होतंय? प्रियाची काळजी वाटते का?''

''हां यार. तुझसे क्या छिपाना? रविवारी परतल्यापासून तिची भेट नाही, की बातचित. तिनं मोबाईल स्विच ऑफ केलाय आणि भेटतही नाही...''

शेखर क्षणभर विचारात पडला. मग म्हणाला, ''खरंय. माळशेजला चहाच्या टपरीवर त्या तीन ग्रामीण तरुणांचं टोळकं पाहून ती ओरडली आणि एकदम शांत झाली... काही तरी रहस्य दडलंय त्या घटनेत....''

''माझा कॅमेरा सुजितकडे होता, कारण मी त्याला धबधब्याच्या पार्श्वभूमीवर माझा व प्रियाचा टायटॅनिक स्टाईलनं फोटो काढायला सांगितलं होता.... तो त्याच्याकडेच आहे. तो त्याच्या सीडीज करून आपणा सर्वांना देणार होता.'' बोलता-बोलता अमोलला अचानक आठवलं आणि त्याचा चेहरा उजळला. ''त्यात कदाचित...''

''मलाही तुमची ती प्रसिद्ध पोझ आठवते.... सईदानं पण आग्रह केला होता तसा फोटो काढण्यासाठी, पण मी नाही म्हटलं. कारण तिच्या मागे मी दिसलोच नसतो...!'' शेखर मिस्कीलपणे म्हणाला.

त्याच वेळी शेखरच्या पाठीत एक जोरात बुक्का बसला. तो ''ओऽऽ या...र...'' करीत जरासा ओरडला. तो सईदानं मागून येत धपाटा घातला असणार, हे त्याला माहीत होतं. त्यानं वळून पाहिलं. समोर कमरेवर हात ठेवीत रागीट नजरेनं सईदा पाहत होती. त्याला पुन्हा तिला चिडवण्याची लहर आली. ''पाहा अमोल, जसं भरभक्कम शरीर तसाच भारी हात! त्या सनी देओलप्रमाणे ढाई किलो का नसला तरी एक किलोचा नक्कीच आहे. माझं काही खरं नाही बाबा लग्नानंतर... तिचं नाव बदलून चंडिका किंवा महिषासुरमर्दिनी ठेवलं पाहिजे....''

सईदाचा गौर पठाणी चेहरा लालबुंद झाला. ती शेखरजवळ आली. त्याचा कान पिळत अमोलला म्हणाली, ''तू समोर आहेस, नाही तर याला कच्चा खाऊन टाकला असता मी. सारखी माझी टिंगल करत असतो. अरे भाई, हम जमीनदार खानदान के खाते-पिते घर के है...''

अमोल क्षणभर आपली विमनस्कता विसरला होता. दोघांची ती मजेशीर लटकी भांडणं पाहत एंजॉय करत होता. तो मग शेखरला म्हणाला,

''धिस इज नॉट फेअर यार. अरे, प्रेमात पडताना पण ती अशीच हट्टीकट्टी, खाते-पिते घर की होती ना.... मग?''

''आणि अमोल, मेरे भाईजान, आता तर याचा डिवचण्यामुळे मी जिमला जाते आणि डाएट करतेय. पाहा हं शेखर, एक दिवस मी झीरो फिगर होईन... तेव्हा मी तुला ठेंगा दाखवून चक्क एखाद्या हीरोबरोबर अफेअर करेन... मग बसशील झुरत!''

''नको सईदा बेगम नको....'' दोन्ही हात कोपऱ्यापर्यंत जोडत नाटकी ढंगात शेखर म्हणाला. ''मला तू अशीच आवडतेस. ओ. के. हवं तर मी पण

तुझ्या जिममध्ये वेट गेन करण्यासाठी येईन म्हणतो... तुला शोभायला नको?''

आणि तो सातमजली हसला. आपला लटका राग विसरून सईदा पण त्या हास्यात सामील झाली. मग काही क्षणानं म्हणाली, ''आज दुपारची हाफ डे घेतलास ना? माहीत आहे ना, आपल्याला दुपारी रजिस्ट्रार ऑफ मॅरेजकडे जाऊन लग्नासाठी एक महिन्याची नोटीस द्यायचीय...?''

'हो. मी नोटीस माझ्या एका वकील मित्राकडून तयार करून घेतलीय.'' शेखर म्हणाला. ''यार अमोल, तू पण सोबत ये ना. आम्हाला तेवढाच धीर वाटेल...''

अमोल म्हणाला, ''मी बॉसला विचारलं तर तो नाही म्हणणार नाही. तुम्ही दोघं केवढे मोठं धाडस करत आहात – इंटरफेथ मॅरेज करीत. त्याचं मला भारी कौतुक आहे शेखर... पुन्हा तुम्ही दोघेही आपापले धर्म पाळणार आहात, हे महत्त्वाचं. मला तुमचा पुरोगामी विचार व कृतीचा अभिमान वाटतो.''

''पुरे अमोल.'' काहीशी सचिंत होत सईदा म्हणाली. ''जेव्हा मी माझ्या घरी सांगेन रामपूरला, तेव्हा काय गहजब होईल याची कल्पनाही करवत नाही. पुन्हा माझे अब्बा स्थानिक मशिदीचे पेश इमाम आहेत. देवबंदला शिकले आहेत. मला कधी कधी भीती वाटते. पण तुम्ही सारे आहात साथ द्यायला, म्हणून निश्चिंतही वाटतं.''

''माझं घरही तसंच. बाबांवर संघाचे संस्कार. पुन्हा 'कोब्रा' असल्याचा प्रचंड अभिमान!'' शेखर पण विचारमग्न होत म्हणाला.

''कोब्रा?'' काही न समजून सईदानं विचारलं.

''म्हणजे कोकणस्थ ब्राह्मण गं!'' शेखर म्हणाला.

''आम्ही... आय मीन, मी नाही– पण कोब्रा स्वत:ला सर्वांत श्रेष्ठ समजतात आणि जातीबाहेर लग्न म्हणजे तोबा... तोबा!''

अमोल म्हणाला, ''डोंट वरी. मी तुमच्याबरोबर आहे. यू नो, माझा बाप आमदार आहे सातारा जिल्ह्यात. त्यामुळे प्रसंग आला तर पोलीस प्रोटेक्शन मी तुम्हाला जरूर मिळवून देईन.'' आणि क्षणभर थांबून अमोल पुढे म्हणाला, ''मला त्यांचं राजकारण आवडलं नाही, म्हणून तर त्यांच्या मनाविरुद्ध चक्क भांडून पुण्याला आय.टी. लाईन जॉईन केली. त्यांनीही आमच्या लग्नाला थोडा विरोध केला... पण प्रियाचं उच्च शिक्षण, रूप, उच्च ब्राह्मण जात व घर पाहून संमती दिली आणि दणक्यात फाइव्ह स्टार हॉटेलमध्ये टिळा लावून दिला. सईदा... आय

मीन, एंगेजमेंटला आमच्या मराठा समाजात टिळा म्हणतात....''

पण तिची अस्वस्थता तिच्या भराभर झुरके घेण्यावरून दोघांनाही जाणवत होती. शेखर म्हणाला, ''सईदा, आपण स्मोकिंग सोडू या का? खरं तर मीही या वाटेला जायला नको होतं. आमच्या पूज्य पिताश्रींना नाही आवडत ते, तुझ्यासाठी तर ते निषिद्धच ना... मग किमान हे व्यसन सोडून घरच्यांना थोडं खूश करू या...''

''असं का म्हणत नाहीस की, तुला बायकांनी सिगरेट ओढलेली आवडत नाही?'' सईदा म्हणाली, ''पक्का पुरुषी आहेस. पण लक्षात ठेव, मला डॉमिनन्स चालणार नाही हं संसारात...''

''खरं तर हे मी म्हणायला हवं बेगमसाहिबा!'' शेखर पुन्हा मूळच्या मिस्कील स्वभावावर आला होता. ''अमोल तूच सांग. तू आम्हा दोघांना पण पाहतोस; कोण डॉमिनेट कुणाला करतं? माझं काही खरं नाही. आजवर करारी आईच्या कह्यात होतो, आता या कजाग बाईच्या....''

सईदाला पुण्याला इंजिनिअरिंगला असल्यापासून होस्टेलला राहणं व मराठी रूममेट असल्यामुळे मराठी चांगला बोलता येत होतं. पण असे निवडक-शेलके शब्द कळायचे नाहीत. तिनं त्यामुळे दोघांकडे प्रश्नार्थक नजरेनं पाहत म्हटलं, ''मला कळलं नाही, पण ठासून सांगते. आहेच मी डॉमिनेटिंग आणि मला नवऱ्याला मुठीत ठेवायला आवडतं. अजूनही विचार कर, लग्नाची नोटीस द्यायची आहे. हवं तर दुपारचा हाफ डे कॅन्सल करू शकतो आपण'' तिनं त्याला डिवचलं.

तिच्या खांद्यावर हात ठेवीत तिच्या मोठाल्या काळ्याभोर आणि बोलक्या डोळ्यांत खोल पाहत शेखर रोमँटिक होत म्हणाला, ''पण मला आवडतं ना तुझ्या मुठीत राहायला सईदा... हे खुशबूदार सौंदर्य... ही हुस्न-ए-मलिका माझी होतेय, हे का कमी आहे?''

अमोल किंचित खाकरत म्हणाला, ''अजूनही मी इथं आहे महाशय. मी चाललो, तुमचा चालू द्या लव्हसीन... पण बी अवेअर, हा स्मोकिंग झोन आहे. आणि प्रेमात खोकला नको...'' आणि हसत तो बाहेर पडला. पुन्हा आपल्या क्युबिकलमध्ये येऊन बसला आणि कामात मन गुंतवायचा प्रयत्न निश्चयानं करू लागला.

* *

प्रियानं स्विच ऑफ केलेला मोबाईल ऑन केला आणि दारं-खिडक्या बंद

करून व पडदे ओढून अंधार केलेल्या त्या शांत निवांत पण भकास बेडरूममध्ये क्षणार्धात एकामागून एक एसएमएस, मेसेजेस येण्याचा विशिष्ट आवाज निनादू लागला. तिनं चेक केलं.

अमोलचे चक्क आठ-नऊ मेसेजेस होते. 'कशी आहेस तू? काय होतंय तुला?'... 'मला तुला भेटायचं आहे...', 'चौकीदाराला सांगून मला भेटायला पण नाकारलंस... का? मी एवढा परका वाटतोय आज की, तुला तुझं दु:ख... तुझा प्रॉब्लेम शेअर नाही करायचा?'... 'आज कंपनी सुटल्यावर मी येणार आहे. चौकीदाराला सांगून ठेव, नाही तर त्याला फिजिकली बाजूला सारत मी तुझ्या फ्लॅटवर येणार आहे. तू दार उघडलं तर ठीक, नाही तर बंद दाराबाहेर रात्रभर बसून राहीन. जेव्हा तुला दार उघडावंसं वाटेल, तेव्हा उघड... जोवर तू मला घरात घेणार नाहीत तोवर मी परत जाणार नाही....'

प्रियाचं मन त्याच्या काळजी व प्रेमानं ओतप्रोत भरलेल्या मेसेजनं भरून आलं आणि डोळ्यांतून नि:शब्दपणे आसवं ओघळू लागली.

'खरंच मी असं करायला नको होतं. तीन दिवस तो माझी प्रतीक्षा करतोय, पण मी त्याला टाळतेय. अख्ख्या जगापासून मी स्वत:ला अलग करून घेतलंय... त्याची काय अवस्था झाली असेल?'

तिच्या आसवांनी भरलेल्या डोळ्यांसमोर त्याचा दाढी वाढलेला उदास चेहरा आला आणि ती अजून कळवळली. 'आय एम सॉरी अमोल, पण... पण... मी... मी फार डिस्टर्ब झाले होते त्या दिवशी. चहाच्या टपरीवरून परतताना तुला सारं सांगावंसं वाटत होतं, पण हिंमत होत नव्हती. मुख्य म्हणजे, माझी स्वत:ची मलाच घृणा वाटत होती. ते... ते... पार मी विसरले होते. पण आज तो माझा नकोसा किळसवाणा भूतकाळ पुन्हा नजरेसमोर आला... आणि वाटलं, तुझ्यावर मी अन्याय तर करत नाही ना?

'पण त्याच वेळी मनात एक आश्वासक भावना पण होती की, अमोल एक उदार, विशाल हृदयी पुरुष आहे. तो मला नक्कीच समजून घेईल. सारं कळल्यावरही त्याचं प्रेम कमी होणार नाही आणि तो मला आपलं करायला मागे-पुढे पाहणार नाही.'

ती स्वत:शीच मंद-फिकट हसली. दुसऱ्याच क्षणी एक विपरीत विचार मनात आला आणि 'ओह्... नोऽऽ' म्हणत ती मर्मांतक विव्हळली.

'मला त्याचं प्रेम हवंय, करुणा वा दया नकोय... उपकाराचं ओझं मला

सहन नाही व्हायचं.'

'पण असा का विचार करतेस तू प्रिया?' तिचं विवेकी मन व अमोलप्रतीचा ठाम विश्वास तिला बजावत होता. 'असं नाही होणार. तो प्रकार कळल्यावर प्रथम त्याची रिअॅक्शन तरी पाहू या. त्याच्या नजरेत काय उमटतं- प्रेम, करुणा, किळसवाण्या भावना की दांभिक सुधारकी भावना... पतितोद्धाराची? ती पाहा प्रिया, मग काय ते ठरव...'

आपण तीन दिवसांनी कदाचित आलेल्या मेसेजेसनं एका निश्चित विचारापर्यंत आलो आहोत, याचं तिला काहीसं समाधान वाटलं. तिनं आपली गालांवरून वाहणारी आसवं पुसली आणि मोबाईल हातात धरून त्याचे मेसेजेस पुन: पुन्हा वाचले. मग निश्चय करून तिनं त्याला एसएमएस केला.

'आज भेटेन तुला. कालच्यासारखे पुन्हा रिपीट होणार नाही. सॉरी. आज तू माझ्या फ्लॅटमध्ये राहणार आहेस. तुझे ते गावंढळ विचार गुंडाळून ठेव.'

तिनं मेसेज पाठवला. क्षणार्धात डिलिव्हर पण झाला. आणि एकदम तिला वाटलं, 'आपण हे काय कन्व्हे केलं अमोलला? आज तो नक्कीच त्याच्या ग्रामीण खानदानी पावित्र्याच्या संस्कारांना मुरड घालून नक्कीच आपल्या काळजीपोटी इथं फ्लॅटवर रात्री राहीलही, तेव्हा... तेव्हा आपल्या दोघांमध्ये त्या घटनेची छाया भिंत म्हणून उभी ठाकली तर? तो अपमानित होईल, का मला समजून घ्यायचा प्रयत्न करेल? प्रेमानं? करुणेनं की दयेनं? का कलंकित-उष्टावलेली अशी निर्भर्त्सना करीत माघारी निघून जाईल?'

'बये, किती विचार करतेस आणि स्वत:ला छळून घेतेस? आजवर ते सारं तू विसरून पूर्वीसारखंच जगत होतीस ना? माळशेजला तो त्या तिघांतला दिसला नसता, तर ते मनाच्या तळाशी दडवलेलं सत्य विसरलेला भूतकाळ म्हणूनच कायमचं दडलेलंच राहिलं असतं ना? पुन्हा अमोलचं नेहमीचं म्हणणं विसरलीस? ''प्रिया, आपण आज इंटरनेट युगात वावरत आहोत. आपण दोघांनीही तिशी पार केलीय... त्यामुळे दोघांनाही काही भूतकाळ असेलच- नव्हे, आहेच. पण मला तुझ्या भूतकाळातील बाबींशी काही देणं घेणं नाही. मला तू आवडतेस आणि तुझ्या असलेल्या गुणा-अवगुणांसकट मला हवी आहेस. बस्स्. त्यामुळे तू काही मागचं सांगू नकोस आणि मीही. अगं, वर्कप्लेस आणि फ्रेंडसर्कलमध्ये अपोझिट सेक्सशी जवळीक आपल्या आय.टी. फिल्डमध्ये तर नवी नाही. कधी, कुठे चुटपुट

आकर्षण, इनफॅक्चुएशन, डेटिंग, सेक्स कदाचित आणि ब्रेकअप... हे होतच असतं. पण जेव्हा आपण लग्नानं एक व्हायचं ठरवलंय, तर आता केवळ एकमेकांचे आजचे आणि उद्याचे- मरेपर्यंत. आपल्या कालमध्ये काय घडलं यात मला स्वारस्य नाही''...

त्या दिवशी तो फ्लॅटवर कॉफी पिताना बराच उमाळ्यानं बोलत होता. तेव्हा तिनं परस्परांचे भूतकाळ जाणून घेऊ या, असं सुचवलं होतं. त्या वेळी तिला ते सांगायचं होतं. त्या घटनेची ठसठसती जखम केव्हाच भरून आली होती. पुन्हा आपला त्यात काही दोष नव्हता, तर मग त्याचं ओझं का वागवायचं? या विवेकी विचारानं तिनं स्वत:ला त्या घटनेनंतर काही काळातच प्रयत्नपूर्वक सावरलं होतं. मग तिच्या आई-वडिलांना व संजूदादाला पूर्वीची उत्फुल्लतेनं सदैव वावरणारी व बागडणारी प्रिया परत मिळाली होती. तिलाही त्यामुळे हायसं वाटलं होतं आणि आईला एकदा म्हणून पण गेली होती, ''ममा, मी जशी सावरले, तसं माझ्यासारख्या व्हिक्टिम्सनी स्वत:ला दोषी ना मानता सावरत-सावरतच पूर्वीप्रमाणे जगायला हवं. त्यासाठी मला त्यांचं कौन्सिलिंग करायला आवडेल.''

पण तिच्या ओठावर बोट ठेवीत 'शू' म्हणत आई म्हणाली होती, ''माझी शपथ आहे प्रिया. ते सारं मनाआड करायचं... स्मृतिआड करायचं. त्याचा एकांतात पण स्वत:च्या मनाशी पुन्हा उच्चार करायचा नाही... माझी शपथ आहे तुला.''

तरीही त्या रात्री मनमुक्त बोलणाऱ्या अमोलला ते सांगावं, असं तीव्रतेनं प्रियाला वाटलं होतं. पण तिला थांबवत त्यानं 'तुझ्या भूतकाळात मला रस नाही. मला आजची असणारी प्रिया आवडली, जीव जडला... पुन्हा सांगतो- मला कालच्या प्रियाच्या भूतकाळात काही घडलं असेल, तर त्यात रस नाही,' असं म्हटलं होतं आणि तिला मिठीत घेतलं होतं.

त्या घटनेची सल नसलेली छाया मनात तरळत होती. पण जी भीती वाटत होती की, त्याच्या कणखर पुरुषी आवेगी मिठीत आपला देह कदाचित आक्रसला जाईल, ती निराधार ठरली होती आणि ती त्या जाणिवेनं सैलावत उत्तेजित झाली होती. आजवर तिलाच अज्ञात असलेल्या एक पिसाट ओढीनं पेटून उठली होती. त्याच्या मिठीत स्वत:ला झोकून देत आपले गोंडस उघडे बाहू त्याच्या गळ्यात पायांच्या टाचा उंचावून घालीत आणि आपले ओठ त्याच्या कानाजवळ नेत, त्याच्या कानाची पाळी किंचित चावत ती अभिसारिका होत पुटपुटली होती,

'मला तू हवा आहेस अमोल- पूर्णपणे...''

तोही तिच्या उत्कट प्रतिसादानं धुंदावत होता. त्याच्या बटणं उघडी पडलेल्या केसाळ मर्दानी छातीवर तिच्या उन्नत वक्षस्थळाच्या होणाऱ्या दाबानं आणि गोंडस बाहूंच्या रेशमी स्पर्शानं तोही पेटला होता. त्याच्या कानात तिचं पुटपुटणं की, 'तू मला हवा आहेस,' त्याला अधिक आक्रमक करत होतं. दोघेही आता बेडवर परस्परांच्या मिठीत एकमेकांना प्रेमानं घुसळू लागले होते.

...आणि तो भानावर आला. संयमानं स्वतःला प्रयत्नपूर्वक सावरत तो किंचित तिच्यापासून विलग होत म्हणाला, ''मला हा नजराणा मधुचंद्राच्या रात्रीसाठी जपून ठेवायचा आहे. त्या प्रतीक्षेत स्वतःला सावर प्रिया...''

पण अजूनही ती त्याच धुंदीत होती. त्याला पुन्हा बिलगत म्हणाली, ''काय हरकत आहे, आज आपण एक झालो तर? असं समज की, आपण आजपासून- या क्षणापासून लिव्ह इन रिलेशनशिपमध्ये आहोत. उगीच ते बाळबोध लग्नपत्रिकांचे विचार मला ऐकवू नकोस. मला आज तू फार हवा आहेस... सर्वस्वानं... सर्वार्थानं...''

तरीही त्यानं निग्रही संयमानं स्वतःला सावरलं होतं. तो म्हणाला होता, ''मला का तो सौख्याचा अनमोल ठेवा नकोय? मी काही ऋषी-मुनी नाही प्रिया... तरीही आपण पुढे नको जायला... मला माझ्या बापानं संमती दिलीय आणि लवकर टिळा- आय मीन साखरपुडा करू या, असंही सांगितलं आहे. तेव्हा आपण लवकरच ऑफिशियली एक होणार आहोत... सो...''

आताही प्रिया त्या धुंद पण अत्युच्च क्षणी स्वतःला सावरलेल्या संयमी अमोलच्या वर्तनाच्या स्मृतीनं तेवढीच प्रभावित होत भारावली होती, जेवढी त्या दिवशी झाली होती. ''तू खरंच मर्यादा पुरुषोत्तम राम आहेस अमोल. आय ॲम प्राऊड ऑफ यू.'' त्यावर तो शांतपणे म्हणाला होता, ''नो प्रिया. मी पण माणूसच आहे. माझ्यातही काही दोष नक्कीच आहेत गुणांसोबत. त्यामुळे उगीच मला देवत्व बहाल करू नकोस.'' ती अधिकच भारावून जात म्हणाली होती, ''का नको म्हणू वा मानू? आणि ही प्रांजळता - माझं ते मत दृढ झालेय.''

''पण प्रिया... विचार कर. उद्या कधी विपरीत कठोर वागलो, तुला न रुचणारं- तर मला दोष देऊ नकोस.''

...प्रिया अजूनही मोबाईलशी खेळत होती आणि विचारात हरवली होती.

मग काय वाटलं, कुणास ठाऊक- तिनं भराभर बोटं फिरवीत नवा मेसेज टाईप करून त्याला पाठवला, 'तू ये. पण मगाशी फ्लॅटवर राहा म्हणाले ते नको. तुझे ते गावाकडचे विचार मला पटतात बरं...'

आणि तिला हायसं वाटलं. ती उठली व किचनमध्ये गेली. तिला कडाडून भूक लागली होती. एक सँडविच व कॉफी बनवली. पुन्हा बेडवर सैलावत त्याचा आस्वाद घेतला आणि दोन्ही हात ताणून झकासपैकी आळस दिला. आणि पुन्हा रजई ओढून ती झोपली. तोंडावर रजई घेतल्यामुळे सभोवती अंधार दाटून आला. उघड्या डोळ्यांना तो सहन होईना, मग तिने डोळे घट्ट मिटून घेतले.

का आपण हा दुसरा मेसेज पाठवला? तिच्या मनात उठलेला हा प्रश्न तिला उरात सुरी खुपसल्याप्रमाणे विव्हळ करून गेला-'का? का?'

पुन्हा ती भीती, ती किळसवाणी भीती का जागृत होतेय- मनाआड झालेली? अमोल जर रात्री खरंच राहिला आज फ्लॅटमध्ये तर... तर, आपल्याला त्याच्याशी एकरूप होता येणार नाही, अशी सुप्त मनाला भीती का वाटतेय?

''ओ... नोऽ! तो...'' ती स्वत:शीच पण उच्च स्वरात ताड्कन म्हणाली आणि त्या शांत बेडरूममध्ये उमटलेल्या आपल्या चिरक्या रडव्या आवाजाची तिलाच काहीशी भीती वाटली.

तिनं रजई डोक्यावरून पुन्हा ओढून घेतली, पण ती काळी छाया आता दृश्यस्वरूप धारण करत होती. तिला एक वासनांध पुरुषी नजर लपेटत होती. त्याला रंग-रूप व एक चेहरा येत होता आणि कमालीचा आक्रमक व पशुत्वाचे रूप धारण करून जेत्याच्या आवेशात बोलणाऱ्या पुरुषाचं रूप त्या छायेनं नजरेसमोर धारण केलं होतं!

''ओरडऽ कितीही ओरडऽऽ इथं कुणीही मदतीला येणार नाही आणि मी ही जवानी मस्तपैकी लुटणार आहे....''

...आणि प्रियाचा देह आताही ताठरला- त्या एको होत घुमणाऱ्या आणि तिचं स्त्रीत्व अवमानित करणाऱ्या आवाजाच्या अन् त्यानंतरच्या पाशवी बलात्काराच्या कृतीच्या किळसवाण्या आठवणीनं! अवघ्या तन-मनात भीती व स्वत:बद्दलची किळस पुन्हा या क्षणी पण दाटून आली होती.

''मला... मला हे तुला त्या रात्री सांगायचं होतं अमोल, पण तू मला सांगू दिलं नाहीस. पण पुन्हा तो भूतकाळ जिवंत होत समोर आलाय... नाही, तो काही

हे रहस्य उघडं करणार नाही; पण मी हा कलंकित लांच्छनास्पद भूतकाळ घेऊन तुझी कशी होऊ?'

'आपण दुसरा मेसेज त्यामुळेच तर पाठवला; नाही? मे बी.' ती विचार करत होती. 'नक्कीच. येस, येस. तीच भीती पुन्हा जागृत झालीय आणि अशा स्थितीत अमोलच्या जवळिकीला मी... मी कदाचित प्रतिसाद देऊ शकणार नाही.... आपलं शरीर ताठरलं जाईल... कदाचित लाकडाप्रमाणे ताठ... निर्जीव होईल. येस, त्याचमुळे त्याला हा दुसरा मेसेज पाठवला असणार मी...'

तिनं रजई बाजूला केली आणि ताड्कन उठून उभी राहिली. मग बेडवरचे दिवे लावले आणि ती पुरुषभर उंचीच्या आरशात स्वत:ला पाहू लागली. एरवी तिला आपलं रूप व देहाकृती आरशात पाहताना अमोलचे आसक्त शब्द मन-मानसात महिरपीप्रमाणे वेढून टाकायचे! 'किती सुंदर आहेस तू प्रिया! हा खुबसूरत चेहरा, ही नितळ कांती आणि परफेक्ट फिगर... आणि त्याहून जास्त तुझं आंतरिक-भावनिक सौंदर्य. जाझ संगीताचा चाहता मी; पण तुझ्यामुळे व तुझ्या खुबसूरतीचं पुरतं आकलन व्हावं म्हणून जुनी रफी-मुकेशची रोमँटिक हिंदी फिल्मी गाणी ऐकू लागलो आणि ॲप्रिशिएट करू लागलो. पण त्या शब्दांतही पकडला जाणार नाही असा काही चार्म, अशी काही ब्युटी आहे तुझ्यात... आय हॅव नो इनफ वर्ड्स इन माय डिक्शनरी टू डिस्क्राईब...'

आजही ते त्याचे तिच्या सौंदर्याला दाद देणारे भारावलेले शब्द आठवले, पण ती मोहरून आली नाही. आपलं नितळ सौंदर्य तिला नितळ वाटेना...

आणि एका आतंरिक उर्मीनिशी तिनं अंगातला तो तलम रेशमी शुभ्र टू पीस गाऊनचा आऊटर गारमेंट काढला. आता तिला तिचा पुष्ट देह आरशात दिसत होता. उन्नत वक्षस्थळं आणि घाटदार गौर मांड्या... तिनं वळून पाहिलं आणि पुरुषी नजर आकर्षित करून घेणारा आपला पुष्ट पार्श्वभाग तिला दिसला. रविवारी तिला आरामात मस्तपैकी अंघोळ करायचा मूड असायचा. ती स्वत:चा देह अनावृत करत केस व पूर्ण शरीराला तेल लावायची आणि स्वत:चे मस्तपैकी लाड करायची. घरी गावी आई काल-परवापर्यंत मायेनं हे करायची. इथं पुण्याला ती स्वत:च आपल्या देहाचे लाड करायची. मग टबबाथमध्ये तास-दीड तास गरम पाण्याचा शेक घेत पहुडायची. कधी 'मिल्स अँड बून' सीरिजच्या रोमँटिक कादंबऱ्या वाचायची, तर कधी इयर फोन लावून धुंद रोमँटिक हिंदी गाणी ऐकायची. शॉवरखाली उभं राहून

साबणानं देहाला मालिश केल्यामुळे लागलेलं तेल काढायची. मग अंग पुसून टॉवेल गुंडाळूनच फ्लॅटमध्ये वावरायची आणि दुपारी थोडंसं काही तरी खाऊन ताणून द्यायची. मग सायंकाळी अभिसारिका बनत अमोलबरोबर त्याच्या हीरोहोंडावर मागे त्याला लगटून बसत सैरसपाटा. नंतर एखादा चित्रपट टाकणे किंवा मॉल्समध्ये जाऊन शॉपिंग करणे आणि मग उंची हॉटेलमध्ये जेवण. कधी कॉंटिनेंटल, कधी चायनीज, तर कधी भूक कमी असेल तर मॅकडोनल्डमध्ये पास्ता वा पिझ्झा... कधी त्याच्यासाठी 'शबरी' वा 'गिरिजा'मध्ये अस्सल मराठी जेवण... आणि मध्यरात्री परतणं. तिचं प्रत्येक वेळी मिस्कीलपणे त्याला दिलेलं धीट आमंत्रण, तो ते मान्य करणार नाही हे माहीत असूनही धुंद व मिस्कील स्वरात म्हणणं- 'आज राहा ना' असं... आणि तो 'नाही' म्हणून गेल्यावर बेडवर तो जवळ असता तर काय झालं असतं, या गोड रोमांचक आठवणीनं प्रफुल्लित होत ती दिवास्वप्नं पाहत कधी तरी झोपी जाणं... त्यापूर्वी कपडे बदलताना स्वत:चा अनावृत देह अमोलच्या आसक्त नजरेनं पाहत स्वत:च्या सौंदर्याची तारीफ स्वत:च करणं...

आताही आरशात आपला अर्ध अनावृत देह ती पाहत होती. मग पुन्हा पिसाट विचार करत तिनं स्वत:ला पूर्ण नग्न केलं.

आपला हा देह पूर्वीसारखाच नितळ-अम्लान आहे... त्यावर कसल्याच खुणा नाहीत त्या अत्याचाराच्या... तरीही तो नितळ का वाटत नाही?

'हे... हे तर परंपरागत पुरुषी विचार झाले प्रिया. तू अशी तथाकथित बूर्झ्वा विचार करणारी कधीच नव्हतीस. मार्क्स-लोहिया आपण कोळून प्यायलेलो आहोत, असा सार्थ अभिमान असणारी ती प्रिया जरा आठव...'

आणि पुन्हा कपडे करत ती शांत झाली होती. 'होय, मी त्याच्यासाठी योग्यच आहे. मला पुन्हा ते विसरायला हवं सारं काही...'

प्रिया स्वत:शी मंद हसली. आज... आज माझी नाही, तर अमोलची परीक्षा असणार आहे. ते कळल्यावर तो इथं राहील फ्लॅटवर? तो खचितच त्यात नापास होणार नाही.

आणि झाला तर...?

ओ... नो... माझं मन मला ग्वाही देतंय, तसं होणार नाही... काही तासांचीच तर बाब आहे.

प्रियाला स्वत:चंच नवल वाटत होतं. आपण किती चटकन सावरलो अन्

मनानं पुन्हा कणखर झालो. त्याचं प्रेम मला स्वीकारायला आजही आवडेल, पण त्याऐवजी मला त्याची करुणा मिळणार असेल तर... त्याला आज आपण 'गुडबाय... नेव्हर सी यू अगेन' म्हणायचं?

तिला आपल्या भावनांचं तुफान पेलवेना. तिनं आपलं डोकं गच्च धरलं होतं. पण मनात एक स्पष्टता होती...

मला अमोलचं प्रेम हवंय; दया, करुणा नकोय. त्याच्या नजरेत 'बिच्चारी..!' ही भावना दिसली तर... तर मला पाठ फिरवायलाच हवी.

ते... ते मला जमेल? शक्य होईल?

* *

अमोलनं आल्या-आल्या क्षणभरही दम न घेता जाहीर करून टाकलं, ''आज मी इथं राहाणार आहे. तुझ्या पहिल्या एमएमएसची आज्ञा शिरसावंद्य आहे. दुसरा मी डिलिट केलाय, त्यामुळे तो नाहीच आहे मुळी माझ्यासाठी... समजलं?''

ते ऐकून प्रिया खुद्‌कन हसली. सोफ्यावरून उठून त्याच्याजवळ जात आवेगानं त्याला बिलगली आणि इतका वेळ उसनं आणलेलं चंद्रबळ सरल्याची जाणीव झाली. मनाला विदीर्णतेची खोल भावना स्पर्शून गेली आणि तिची सारी विकलता डोळ्यांवाटे पाझरू लागली.

तो चकित होऊन पाहत राहिला. प्रथम तिला फुटलेला अस्फुट हुंदका, मग डोळ्यांतून झरणारे अश्रू आणि त्याची धाय मोकलून रडण्यात झालेली परिणती. अमोलचा डावा खांदा भिजून गेला. तिचा चेहरा ओंजळीत धरून तिचा तो सद्‌गदित झालेल्या विदीर्ण चेहरा निरखत राहिला. एक उदासवाणं सौंदर्य- फिकुटलेलं. त्याला ते सहन झालं नाही. तो आर्त स्वरात म्हणाला, ''प्रिया, अगं, हे काय?''

''प्लीऽजऽऽ'' त्याच्या ओठांवर आपली नाजूक लांबसडक बोटं ठेवीत प्रियानं त्याला चूप करत अजूनही रुद्ध असलेल्या कंठानं म्हटलं, ''मला रडू दे मनमुराद आणि मनात साचलेली सारी विदीर्णता, हताशता अन् अज्ञाताची भीती मला अश्रूंवाटे बाहेर काढू दे. त्याचा निचरा झाला पाहिजे नाही तर, मी वेडी होईन...''

मग त्यानं तिला मिठीत घट्ट गोळा करीत म्हटलं, ''ॲज यू प्लीज प्रिया! पण मलाही तुझ्या रडण्यानं रडू आलं, तर अनमान करू नकोस आणि मी जातिवंत मराठा असलो, तरी रडणं मला बायकीपणाचं वाटत नाही. ते... ते जिवंत मनाचं

आणि माणूस असल्याचं लक्षण आहे....''

आणि खरंच काही क्षणांनी तिच्या रुदनात त्याचाही अस्फुट घोगरा रडवेला सूर मिसळत गेला. तिला वाटलं, आपल्या मनातली धास्ती कमी होतेय...

अमोलला दुपारी सुजितनं कॅमेरा आणि माळशेजला वीकएंडला काढलेल्या फोटोंची सीडी दिली होती. ती त्यानं लॅपटॉपवर पाहिली पण होती. त्यात ग्रामीण तरुणांच्या टोळक्यांचे तीन-चार फोटो सुजितनं टिपले होते. त्यातला हिरवा शर्ट घातलेला तरुण किंचित भेदरलेला व बराचसा चकित अवस्थेतला वाटला. त्याच्याशी प्रियाचा काही तरी संबंध असावा. मग त्यानं आमदार वडिलांचा संपर्क वापरून पोलिसांमार्फत तासाभरात माहिती मिळवली. जेव्हा पोलिस इन्स्पेक्टर ती सांगत होता, तेव्हा अमोलला समूळ उन्मळून पडल्याची भावना जाणवत होती!

अशीच दोन वर्षांपूर्वी मुळशी धरण परिसरात मैत्रिणीसोबत प्रिया आली होती सहलीसाठी. सूर्यास्ताच्या वेळचे व अथांग जलाशयात सूर्याच्या पडलेल्या प्रतिबिंबाचे फोटो टिपताना मैत्रिणींपासून नकळत अलग झाली होती आणि तिथे तो तरुण आला होता. स्कर्टवर असलेली व केस मोकळे सोडलेली प्रिया पाहून त्याच्यातली वासना जागृत झाली. दूर पडत जाणाऱ्या अंधाराच्या सावल्या, एकांत आणि आसपास कुणीही नाही... समोर एक सुंदर देखणी तरुणी. त्यानं ती संधी साधली आणि तिची शिकार केली. तिचा जबरदस्त प्रतिकार न जुमानता तिला थपडा मारून, केस ओढून मोडून काढला आणि पाशवी बळानं आपली वासना तृप्त करून त्यानं पोबारा केला. पण तिच्या कॅमेऱ्यात त्याच्या वासनेला बळी पडण्यापूर्वी त्याची छबी तिच्या नकळत बंदिस्त झाली होती. तिनं स्वत:ला सावरत पोलीस स्टेशनला बलात्काराची तक्रार दाखल केली आणि जबाब देऊन ती तिच्या घरी औरंगाबादला पोहोचली. आईला तिनं सारं सांगितलं आणि पोटभर रडल्यावर मग ती अबोल झाली. रात्री तिला सडकून ताप भरला. त्यामुळे महिनाभर ती घरीच राहिली होती.

तिचा तो कलंकित भूतकाळ त्या वीकएंडला पुन्हा समोर आला होता. त्यामुळे गेले तीन दिवस ती अमोलला टाळत होती, पण आज त्याला आपली सारी मानसिक ताकद एकवटत सामोरी जात होती.

रडल्यानंतर व अश्रू वाहायचे थांबल्यानंतर जवळपास पंधरा मिनिटांनी ती शांत झाली. तो शांतपणे नि:शब्द होऊन तिच्या पाठीवरून, केसांवरून व

चेहऱ्यावरून हळुवारपणे हात फिरवत होता आणि तिला दिलासा देत होता.

''नाऊ आय फील रिलीव्हड अँड मच रिलॅक्सड्-'' ती त्याच्यापासून अलग होत म्हणाली. ''मी जरा चेहऱ्यावर पाणी मारून येते....''

तो सोफ्यावर डोळे मिटून बसला. आपण अस्वस्थ आहोत का? तिच्याबद्दल काय फील होतंय? या दोन प्रश्नांनी तो संत्रस्त झाला होता. मग त्याला तीव्रतेनं सिगरेट ओढावीशी वाटली. पण प्रियाला त्याचा वास सहन होत नाही. म्हणून तिच्यासमोर तो कटाक्षानं ओढत नाही. पुन्हा तिचा सतत लकडा की, आपलं लग्न होईपर्यंत तुझी स्मोकिंगची सवय पूर्णपणे जायला हवी. त्यानंही तिच्या आर्जवाखातर धूम्रपान सोडण्याचा प्रयत्न सुरू केला होता. पण या तीन दिवसांत तिनं संपर्क तोडल्यामुळे आणि आज ती बातमी कळल्यामुळे त्यानं चार दिवसांत एक पाकीट संपवलं होतं. ही शेवटची सिगरेट होती. त्यानं ती हातात धरली, ओठांवरून फिरवली. मग थोडं बेडर होत त्यानं लायटरनं ती पेटवली. एक दमदार झुरका अगदी खोलवर घेतला. त्या उंची तंबाखूच्या उग्र दर्पानं छाती भरून घेतल्यावर थोडंसं रिलॅक्स वाटलं.

आपण आल्या-आल्याच तिला इथं रात्री राहण्याबद्दल सांगून टाकलं होतं का? अमोल जळणाऱ्या सिगरेटकडे पाहत स्वत:च्या मनात डोकावून उत्तर शोधायचा प्रयत्न करत होता.

ती बातमी कळली तेव्हा आपली पहिली प्रतिक्रिया काय होती?

त्याच्या मनानं तत्क्षणी उत्तर दिलं- कलंकित, उष्टावलेली.

तो आपल्या पहिल्या 'रॉ' प्रतिक्रियेनं अवाक् झाला होता, भांबावला होता. आणि मग त्याचं विवेकी मन त्याला धिक्कारत पुन: पुन्हा म्हणत होतं, 'ही... ही टिपिकल पुरुषी रिॲक्शन आहे, ग्रामीण परंपरेतली. स्त्रीची अब्रू म्हणजे काचेचं भांडं- ते एकदा तडकलं की सांधलं जात नाही पुन्हा कधी. यू... यू डर्टी पिग! एवढा शिकला-सवरलास, तथाकथित मॉडर्न सोसायटीत वावरतोस... तिथं डेटिंग, शरीरसंबंध, लिव्ह इन, ब्रेकअप्स, न पटल्यामुळे अलग होणं आणि नवा जोडीदार गाठणं- हे आम आहे. तरीही तुला प्रियाबद्दल- वाग्दत्त वधूबद्दल असं वाटतं? कलंकित?'

विचारात मग्न असल्यामुळे सिगरेटचा चटका बोटाला बसला होता. पण त्यानं तो भानावर आला होता. अजूनही अर्धी सिगरेट शिल्लक होती. त्यानं

अस्वस्थपणे काही न कळून पुन्हा दीर्घ झुरका मारला.

पोलीस इन्स्पेक्टर पोतदार ती बातमी देत असताना अमोल कमालीचा हादरला होता. गौप्यस्फोटाचा धक्का, प्रियाची काळजी, ती कलंकित-उष्टी झाल्याची मनाचा पिच्छा न सोडणारी ग्रामीण पुरातन परंपरेतील भावना आणि एक प्रकारची मनस्वी करुणा- या साऱ्यामुळे मनात दाटलेली संमिश्र भावना त्याला बावचळून टाकत होती.

मघाशी प्रिया आपल्या खांद्यावर मान ठेवून मनसोक्त रडत होती, तेव्हा आपण तिला मूक दिलासा देत होतो. ते प्रेम होतं की अन्य काही?

पुन्हा मनावर उठलेलं स्पष्ट उत्तर- करुणा, दया.

या शब्दांपासून प्रिया कोसो दूर असते. तिला ते सहन होत नाही. तिला आपली भावना कळली तर? त्यानं एक दीर्घ नि:श्वास सोडीत डोळे उघडले.द्ध

बाथरूममधून प्रिया बाहेर येत होती. अमोल क्षणभर अविश्वासानं पाहत राहिला. खरं तर ती त्याच्यासमोर मघापासून अभिसारिका बनून होती. पण त्याचं लक्षच नव्हतं, कारण ती त्या वेळी त्याच्या गळी पडून रडत होती. आता बाथरूममधून चेहऱ्यावर पाणी मारून व पफ लावून ती येत होती. फ्रेश गुलाबी गौर चेहरा- बहुधा टर्किश टॉवेलनं खसाखसा पुसल्यामुळे चांगला रक्तवर्णी झाला होता. केसांचा सैलसर आंबाडा... त्यात तिच्या वाढदिवसाला त्यानं दिलेली तिच्या देहावरची उंची-तलम पांढरी रेशमी साडी व स्लीव्हलेस ब्लाऊज... यश चोप्राच्या सिनेमातील शुभ्रवस्त्रांकित हिरोइनच जणू! ती त्याच्यासाठी नटली होती. दोन महिन्यांपूर्वी झालेल्या तिच्या वाढदिवसाच्या रंगलेल्या दोघांच्या पार्टीत भसाड्या आवाजात एकमेकांच्या बाहूत झुलत डान्स करताना त्यानं एक फिल्मी गीतही तिच्या कानात ओठ जवळ नेत म्हटलं होतं, 'चांदनी, ओ मेरी चांदनी!'

-पण ही चांदणी त्या घटनेनं कलंकित झालीय.

अमोलला आपल्या मनाचा राग येत होता व स्वत:ची कीवही. हट्टी मुलाप्रमाणे त्याचं मन तिला बलात्कारामुळे पुन: पुन्हा कलंकित मानत होतं! पण त्याच वेळी त्याचं सावध, जागृत आणि विवेकी मन त्याविरुद्ध जात त्याला बजावत होतं... 'आपली ही भावना तिला समजता कामा नये, तिच्यासमोर प्रगट होता कामा नये.'

''कशी दिसते अमोल मी?'' प्रिया त्याच्याजवळ येत काहीशी फुरगुंटून

म्हणाली, ''तुझ्यासाठी... केवळ तुझ्यासाठी मी नटलेय; पण तुझं लक्षच नाही!''

''तसं काही नाहीय प्रिया-'' अमोल स्वत:ला सावरत म्हणाला, ''मघाची रडूबाई प्रिया कुठे गेली, या विचारात होतो. ही तर माझी एव्हरग्रीन ब्युटी क्वीन प्रिया जोशी आहे... माझी अभिसारिका...''

ती त्याला पुन्हा बिलगली आणि क्षणभर पूर्वीप्रमाणे तिचा प्रियकर होत त्यानं मिठी घट्ट केली. ती अस्फुट चीत्कारत हसली.

एकाएकी तो आक्रसत थंड झाला. तीही समजूतदारपणे काही न बोलला त्याच्यापासून अलग झाली. पाठमोरी थांबली, काही अंतरावर. तो पाहत होता. तिची गौर नितळ पाठ, पुष्ट पार्श्वभाग आणि एकूणच स्लीम-स्लेंडर फिगर. इतर वेळी तिला असं पाहिलं की, त्याचं पुरुषत्व अखंड चेतलं जायचं; पण आज तीच प्रिया तेवढीच सुंदर भासत असूनही तो थंड-आक्रसलेला होता. अमोलला स्वत:ची शरम वाटत होती.

मग ती त्याच्याकडे वळली आणि शांतपणे म्हणाली, ''तू येण्यापूर्वी सईदाचा फोन आला होता. तुला ते कळलंय... थांब, काही बोलू नकोस. कारण तू विसरलास तरी मी नाही विसरले. आज तुझा वाढदिवस. मी त्यामुळेच नटलेय तुझ्यासाठी आणि आता छानपैकी आपण डिनर करू या, इथंच फ्लॅटवर. आणि तू तर आज राहणार आहेस ना! आणि उद्या संडे आहे. तेव्हा आज काही बोलायचं नाही. लेट अस एन्जॉय क्वाइटनेस अँड टुगेदरनेस...''

ती किचनमध्ये निघून गेली. जाताना म्हणाली, ''तुला सिगरेट ओढायला हरकत नाही.''

आणि खरंच काही न सुचून त्यानं पुन्हा सिगरेट पेटवली, काही पफ् घेतले. पण ती त्यानं विझवून डस्टबीनमध्ये टाकली. वॉशबेसिनपाशी जाऊन तोंडावर पाण्याचे सपकारे मारले. तिच्या रायटिंग टेबलवर ठेवलेली खुशबूदार मिठी बडिशेप तोंडात टाकली आणि ती चघळीत आपले श्वास आत-बाहेर करत पाहिले. आता त्यातल्या सिगरेटचा दर्प येत नव्हता आणि मुख्य म्हणजे, त्याला काहीसं रिलॅक्सड् वाटत होतं.

ही संध्याकाळ, मग डिनर, रात्री एकाच बेडवर निजणं आणि उद्याचा अखखा दिवस तिच्यासोबत काढायचा आहे... मला असं उसनं, खोटं-खोटं, मुखवटे घातलेलं- सारं काही आलबेल असल्याप्रमाणे वागता येणार नाही. मुख्य

म्हणजे आपल्या मनातलं चेहऱ्यावर तेवढ्याच तीव्रतेनं उमटत असतं. प्रिया नाही तरी एकदा त्याला म्हणालीच होती, ''तुला मला स्वच्छ वाचता येतं. त्यामुळे नेहमीच तू मला खराखुरा अंतर्मनासह भेटतोस... त्यामुळेच आवडतोस. हां, कधी तुझ्या रिॲक्शन आवडत नाहीत, कधी सहन होत नाहीत. पण आपलं माणूस शंभर टक्के आवडावं, असं थोडंच आहे?'' तेव्हा त्याला त्याच्या नकळत हसू फुटलं होतं. तेव्हा त्यानं विचारलं पण होतं खट्याळपणे- ''मी किती टक्के आवडतो मग तुला? आणि किती टक्के खटकतो?''

''आज एकशे दहा टक्के आवडलास मला. कारण आऊटडेटेड असली तरी तुझी पावित्र्याची आणि लग्नसंस्थेवरचा विश्वास व ती भावना आवडली. कारण तुझं प्रेम संयमाच्या सीमारेषेत आहे, त्यामुळे तृप्तीबरोबर अतृप्तीही तू मागे ठेवून जातोस, प्रत्येक वेळी. त्यामुळे पुन्हा भेटायची ओढ निर्माण होते...''

त्याच्याप्रमाणे तीही आय.टी. इंजिनिअर असली तरी मराठी साहित्याचं तिचं वाचन अफाट आहे, त्यामुळे असं सुरेख बोलत राहते. कधी त्याला ते कळतं, कधी कळत नाही. त्या दिवशीपण तिच्या त्या गूढ काव्यमय संभाषणात तो हरवून गेला खरा; पण तरीही ती त्याला थोडी न कळणारी, अगम्य वाटत होती. तिच्या ते लक्षात येताच ती खुदूकन हसली आणि त्याच्या नाकाचा शेंडा ओढत म्हणाली, ''नको अशी अगम्य रिॲक्शन देऊस. मी पुन्हा साधं-सोपं बोलते, मग तर झालं? पण तुला खरंच बाई, प्रेमाची मराठी भाषा शिकवावी लागेल, असंच मला दिसतंय...''

देहबोली व चेहरा वाचण्यात प्रिया एक्सपर्ट होती. अमोलला वाटायचं- तिच्यापुढे मनानं आपण नेहमीच उघडे- अगदी पूर्ण नग्न असतो. आपल्या अबोलपणामागचं कारण तिला चट्दिशी कळतं. तिचेच शब्द उसने घेत त्यानं तिला 'माझा टिपकागद' म्हणायला सुरुवात केली. तेव्हा त्याचं चुंबन घेत ती खट्याळपणे म्हणाली होती, ''थँक गॉड! एकदा तरी माझ्या होणाऱ्या ग्रामीण भर्ताराला एक चांगला शब्द सुचला म्हणायचा...!'' मग त्यानं तिच्या 'ग्रामीण भर्तार' या शब्दप्रयोगाला उत्तर म्हणून उत्तर देत 'माझी कारभारणी' असं संबोधलं, ते तिला मनस्वी आवडलं. तरीही चिडवत तिनं टोला हाणलाच, ''आता पुढे जात 'माझं खटलं, माझं सामान' म्हणू नकोस- खबरदार...!'' तिला छेडायचं व चिडवायचं एक शाब्दिक हत्यारच तिनं त्याला यामुळे दिलं होतं.

दुसऱ्या दिवशी सकाळी त्यानं तिला मेसेज पाठवला होता, 'हाय माय खटलं, व्हेरी गुड मॉर्निंग.' तिचं आलेलं उत्तर, 'यू डर्टी पिग! माय ग्रामीण भर्तारा, शट अप. अँड नो गुड मॉर्निंग टू यू. कर्स यू टू हॅव हँगओव्हर होल डे वुईथ हेडेक.' त्याचा प्रति मेसेज. 'खरंच, डोकं दुखतंय. तुझा जातभाई शेखरनं जरा जास्तच पाजलीय. ये ना... डोकं चेपून द्यायला.' आणि खरंच तिनं त्या संध्याकाळी त्याचं डोकं चेपून दिलं होतं.

"मला रोज डोकेदुखी परवडेल, जर तू असं डोकं चेपणार असशील तर."

"पण ओव्हर ड्रिंकिंग काय, तू साधं प्यायलेलं पण मला लग्नानंतर चालणार नाही."

"भटीण कुठली- वरणभात ओरपणारी!"

"खरं की काय! माझ्या वुड बी ग्रामीण भर्तारा... पण डोंट वरी. सईदाकडून नॉनव्हेजची दीक्षा घेतेय. एकदा तुझ्यासोबत 'पुरेपूर कोल्हापूर'मध्ये येऊन तो पांढरा-तांबडा रस्सा कोपरापर्यंत ओघळ येत ओरपणार आहे."

"मग लई भारी काम होईल प्रिया... आपलं चांगलं जमेल!"

हे सारं त्याच्या मनात विद्युत्वेगानं तरळून गेलं. पुन्हा त्याचा एक दीर्घ सुस्कारा. अमोलला वाटलं, आता या क्षणाला निघून जावं. तिच्यापुढे नॉर्मल नाही वागता येणार. ती आपला अणू-रेणू जाणते. श्वास-निःश्वासावरून मन:स्थिती ओळखते. उद्याच्या सहजीवनात त्याचा विपरीत परिणाम होणार तर नाही?

पण त्याला आजची संध्याकाळ, रात्र व उद्याचा पूर्ण दिवस तिच्यासोबत घालावयाचा आहे. आपला चेहरा, देहबोली आणि ही धुमसणारी- स्वत:लाही नीट न कळणारी अस्वस्थता- त्यासह तिच्यासोबत राहायचं. पुन्हा आज त्याबाबत बोलायचं नाही, हे भलतंच कठीण...

त्याला नवा ताण जाणवत होता. पण दुसरा पर्याय तिनं ठेवलाच कुठे होता?

ती का मला आज अजमावणार आहे? येस. याचा कधी आपण विचार केलाच नव्हता.

पण का म्हणून मी स्वत:ला लपवायचं? तसा प्रयत्न करायचा? मुख्य म्हणजे, आपल्याला ते जमत नाही. टिपकागद असलेली प्रिया आपल्याला पुरता ओळखते- अथपासून इतिपर्यंत. ती आपल्याला पुरती वाचते.... नो एस्केप...

ठीक आहे. आजवर कधी प्रयत्न केला नाही स्वत:च्या स्वाभाविक

वर्तनाविरुद्ध जाऊन वागण्याचा. आज तरी का करायचा तसा निष्फळ प्रयत्न? त्यापेक्षा सरळ फेस करावं. आपल्याला न समजणाऱ्या आपल्या भावना, रिॲक्शन्स आणि सुप्त मनाच्या तळातले रिस्पॉन्सेस तरी प्रियामुळे कळतील.

त्याचा निश्चय झाला होता, पण तरीही त्याला ठामपणा वाटत नव्हता. पण जे होईल त्याला सामोरं जायचं, मुख्य म्हणजे स्वाभाविकपणे वागायचं त्यानं ठरवलं. पुन्हा दुसऱ्यांदा ती मिठी खुशबूदार बडिशेप त्यानं तोंडात टाकली. आपलं हिरमुसणं विसरून ती ओरडली, ''ती जेवणानंतर खाण्यासाठी आहे अमोल...''

तो हसला व किचनमध्ये जात पाठमोऱ्या तिला मिठीत गोळा करत म्हणाला, ''मला तुझा गोडसा, मिठा-मिठा किस घ्यायचा आहे.... मग सिगरेटचा वास नको जायला?''

ती वळली आणि आपले थरथरते ओठ त्याच्या समोर केले. त्यानं त्यावर आपले जाड मिशीसह ओठ टेकले आणि ते शोषले.

पण त्यात असोशी नाहीय... उबदार अधीरता आणि सर्वांग फुलून येणारी भावना नाहीय, हे त्याला जाणवलं. तिला तर ते नक्कीच जाणवणार.

झालंही तसंच. तिनं किंचित हसत स्वत:ला अलग केलं आणि पुन्हा शांत-समजूतदारपणे किचनकडे वळली.

ती तीच आहे. वनपीस. आपला वाढदिवस म्हणून आजही माझी चांदनी... माझी अभिसारिका म्हणून माझ्यासमोर आहे. आपल्याला आज कळला तिचा तो भूतकाळ; पण गेले दीड वर्ष तिला वेळी-अवेळी आवेगानं कवटाळताना पण ती तशीच सोकॉल्ड कलंकित होती. पण त्यानं काय फरक पडला होता? मग आजच सारं कळल्यामुळे का फरक वाटतोय? ती तीच असताना- तशीच सुंदर, आपल्या प्रेमात बुडालेली, स्वत्व व समर्पणाचं अनोखं कॉम्बिनेशन असलेली... मला बेहद्द भावलेली, मनात घर केलेली.

आजही मनात ती तेवढीच व्यापून आहे, तरीही हा अंतराय का? हा थंडपणा का?

''काय, पिठलं करतेस?'' त्यानं किचन ओट्यासमोर तिच्या बाजूला उभं राहत विचारलं.

''हो. तुला आवडतं तसं तव्यावरचं, खरपूस करतेय. आईकडून शिकून आलेय आणि तंदुरी रोटी... नॅचरल आइस्क्रीमपण ऑर्डर केलंय...''

''वा! फक्कड बेत आहे... मजा येईल.''

''हो. मला तुझा आजचा वाढदिवस काही झालं तरी स्पॉईल करू द्यायचा नाही. आय विल गो मेनी एक्स्ट्रा माइल्स फॉर युवर सेक अमोल... कॅन यू वॉक अॅलाँग वुईथ मी?''

आणि तो विरघळत गेला. त्याचं मन उचंबळून आलं. जाणवलं- तिच्याशिवाय आपलं अस्तित्व, आपलं जगणं संभवच नाही.... शी इज माय फ्युचर, माय होल लाईफ...

दोघांनी मिळून केलेला स्वयंपाक म्हणजे- तिच्या भाषेत त्याचं लुडबुडणं, तिचं काम हलकं न करता वाढवून ठेवणं. ती कांदे कापताना आलेलं पाणी ओठानं टिपते तसंच बोट कापलं की ओठांत धरून चोखते, म्हणून अट्टाहासानं बोटाला लावून घेत कांदे कापणं... आजही हा कार्यक्रम ठरल्याप्रमाणे झाला. मग त्यांचं छानपैकी जेवण झालं.

तिनं त्याला मग वाढदिवसाची भेट म्हणून रक्तवर्णी टाय दिला. त्यानं तो लगेच घालून पाहिला. म्हणजे तिलाच त्याच्या टायची नॉट करून द्यावी लागली.

''मी कसा दिसतो?'' या प्रश्नावर तिनं त्याचा टाय ओढत त्याला बेडरुममध्ये आणलं.

''हे म्हणजे कसाईखान्यामध्ये बोकडाला ओढून नेल्यासारखंच झालं कारभारणी!''

ती खुदूकन हसली. त्याला बेडवर धक्का देत पाडलं आणि ''मी आलेच चेंज करून'' म्हणत ती आत पळाली.

त्याचा नाईट ड्रेस बेडवर तिनं तिच्या नेहमीच्या शिस्तीत ठेवला होता. तो त्यानं घातला आणि पलंगावर दोन्ही हात डोक्याखाली घेत वर छताकडे पाहत पहुडला. मघापासून मस्त डिनर व झालेली नोकझोक मन हलकंफुलकं करीत तृप्त करून गेली होती.

...आणि एकाएकी त्याचं मन करुणेनं भरून गेलं. प्रिया त्या घटनेनंतर काय काय भावनिक प्रसंगांतून गेलीय. आणि तरीही तिनं किती हिमतीनं स्वत:ला सावरलंय. ते कळल्यापासून आपल्या तिच्यावरील प्रेमात करुणा मिसळलीय. तिला ते रुचणार नाही, पण माझीही भावना सच्ची आहे आणि खचितच कमीपणाची नाही. कमअस्सल तर नाहीच नाही.

ती काही मिनिटांत फिका निळसर रंगाचा तलम रेशमी गाऊन घालून आली. आता तिचे केस मोकळे, स्वैरपणे पाठीवर रुळत होते. त्यानं हात पुढे केला. तिनं आपला हात त्याच्या हातात सहजतेनं दिला. त्यानं तिला खेचलं अन् त्याच्या अंगावर ती कोसळली. त्यानं तिला काही क्षण तसंच धरून ठेवीत उत्तेजनेनं हिंदकळणाऱ्या तिच्या वक्षस्थळाची थरथर टिपली व मग बाजूला करीत कुशीत घेतलं. तिनं त्याच्या बुशशर्टची बटणं काढीत उघड्या केसाळ छातीत आपला चेहरा खुपसला आणि मग तोही उत्तेजित झाला... पाहता-पाहता विझून गेला. त्याला आपल्या देह-मनाचे ते विपरीत, नकोसे असलेले रिस्पॉन्सेस कळेनासे झाले होते. गात्रागात्रांत फुलून आलेला सुंदर सेक्स विरून गेला होता आणि मनात एकच शब्द घुमत होता- 'उष्टी, कलंकित! माझी प्रिया व्हर्जिन नाहीय...'

प्रियानं कितीदा तरी त्याच्याशी राममनोहर लोहियांचे स्त्रीत्वाबाबतचे बोल्ड व अत्याधुनिक विचार शेअर केले होते. योनिशुचिता हा किती एकतर्फी पुरुषी, विकृत व अशास्त्रीय विचार आहे, हे सांगितलं होतं. स्त्रीचं पावित्र्य काही एका अवयवावर अवलंबून असतं थोडंच? देहानं एकनिष्ठ पण मनात व्यभिचारी विचार ज्या समाजाला चालतात, त्या समाजाला प्रतिगामी व स्त्रीद्वेष्टा म्हणायचं नाही तर काय म्हणायचं? तिच्या आग्रहानं त्यानं इंग्रजीतून लोहिया वाचून काढला होता, तेव्हा त्याच्या बुद्धीला पूर्णपणे ते पटलं होतं; मग मनाचं काय?

त्याला आठवलं. एकदा त्याच्या नात्यातल्या एका डॉक्टर भावाच्या बायकोनं दोन मुलांनंतर कुटुंबनियोजनाची शस्त्रक्रिया-लॅप्रोस्कोपिक ऑपरेशन करून घेतलं होतं. ''तो डॉक्टर ना? मग त्यानं नसबंदी का नाही करून घेतली? ती किती सोपी असते. पुन्हा त्याची बायको गर्भपाताच्या आघातातून दोनदा गेली. मग तिनंच का लॅप्रोस्कोपी करायची?'' तिच्या या रोखठोक प्रश्नावर त्याच्या त्या डॉक्टर नातेवाइकाचं 'पण मी पुरुष आहे.. मला माहीत आहे की, नसबंदी सोपी आहे. तरीही मनाला पटत नाही.' हे उत्तर सांगितलं, तेव्हा ती अवघ्या पुरुषजातीवर किती खवळली होती.

''मला हेच तर खटकतं अमोल. या शंभर वर्षांत स्त्री शिक्षणानं बदलली, विचार करू लागली. आर्थिक दृष्ट्या स्वावलंबी झाली. म्हणून स्त्री-पुरुष समता व निर्णयप्रक्रियेत समान सहभाग मागू लागली. पण तुम्ही अप्पलपोटे, स्वार्थी पुरुष एवढ्या सहजासहजी हा अधिकार आम्हा स्त्रियांना थोडाच देणार आहात? आय

कर्स यू ऑल मेन अँड पिटी फॉर माय फेलो वुमन.''

तेव्हा अमोलनं ''मी नाही हं त्यातला. उगीच मला बिचाऱ्याला शाप देऊ नकोस– माझ्या त्या डॉक्टर नातेवाइकाच्या कृत्यामुळे–'' असं म्हणून लाघवी हितगुजी संभाषणात वेळ मारून नेली होती.

आज ती तिला अपेक्षित नसलेल्या माझ्या या टिपिकल पुरुषी वर्तनामुळे त्या दिवशीप्रमाणे पुन्हा उखडेल? शाप देईल?

पण ती शांतपणे अलग झाली. बेडवरून उतरून तिनं खाली एक सतरंजी अंथरली व त्यावर झोपत म्हणाली, ''तू वर झोप'' आणि तिनं दिवा घालवून डोळे मिटून घेतले. त्यानं आपल्याकडे अंधारातही पाहू नये, म्हणून तोंडावर रजई ओढून घेतली.

पहाटे–पहाटेपर्यंत अमोल तळमळत होता. त्याला स्वत:चा प्रचंड राग आला होता. पण सुप्त मनातले पुरातन पुरुषी संस्कार जसे नागानं सर्रकन फणा काढावा तसे फूत्कारत उभे राहिले होते आणि ते मन–मानसाला दंश करत होते. ते सनातनी कणखर योनिशुचितेचं जहर मनभर व विचारभर पसरत मेंदू व हृदयाला काळोखून टाकत होतं.

एकच शब्द एको यावा तसा मनात पुन: पुन्हा घुमत होता. 'प्रिया व्हर्जिन नाही. ती... ती उष्टावली गेली आहे.'

शरम, आत्मग्लानी, पुरुषी अहंकार आणि योनिशुचितेचे मनात रूतून बसलेले चिवट विचार यांचा एक संमिश्र कोलाज मन:पटलावर साकार झाला होता. आपल्याला वाटत असूनही आपण त्यात प्रेमाचे रंग भरू शकणार नाही.

प्रेम? –त्याच्या त्यालाच बोचणारा उपहासात्मक प्रश्न!

त्या वेळी संयम न राखता आपण प्रियाचं 'लिव्ह इन रिलेशनशिप'चं निमंत्रण स्वीकारून एकत्र राहिलो असतो तर... अमोल विचार करत होता. नॅचरली तेव्हा शरीरसंग झाला असता. तिचं मोहक आमंत्रण न स्वीकारणं सतत एकत्र असताना शक्यच झालं नसतं! त्या वेळीही घटना घडून गेली होती, पण तेव्हा कसलंच न्यूनत्व जाणवलं नसतं. आणि समजा, आज मघाशी माझ्या मनात ते योनिशुचितेचं भूत नसतं आणि संग झाला असता, तर काय फरक पडला असता?

त्याला प्रियाचे शब्द पुन्हा आठवले. एका चर्चेत ती गंभीर होत म्हणाली

होती, ''आपला समाज ना अमोल, अजगरासारखा आहे. त्यानं सर्व समाजसुधारक पचवले आहेत आणि तृप्त ढेकर देत तो पुन: पुन्हा झोपी जातो. काही काळकर्त्या सुधारकांच्या ढोसण्याने थोडी वळवळ करतो, पण त्यांचाच मग फडशा पाडतो. भारतीय पुरुष त्या अजगराप्रमाणे आहे- ढिम्म, न बदलणारा. त्याच्या मेंदूला एक वेळ पटेल, पण त्याच्या मनाला तसं काही पटत नाही. तो ते स्वीकारत नाही... म्हणून मला टोकाला जाऊन म्हणावंसं वाटतं, पुरुषाला फक्त मेंदू असावा, मन असूच नये. सहजीवनात एकाची- म्हणजे स्त्रीची भावना पुरेशी आहे. त्यामुळे स्त्रीला समता मिळू शकेल....''

तेव्हा अमोल तिच्या या जहाल पण तर्कशुद्ध आणि 'आऊट ऑफ द बॉक्स' विचारानं केवळ प्रभावितच झाला नव्हता, तर काहीसा हादरलाही होता. भ्यायलाही होता. आपण कसे पुरुष आहोत, या विचारानं.

आज प्रियाला काय वाटत असेल?

तिनं तोंडावर रजई ओढून घेतलीय खरी, पण ती जागीच असणार याची अमोलला खात्री होती. राममनोहर लोहिया पढवला तिनं, तसंच अजगररूपी समाजपुरुषाचा दाखला देत समतेची अपेक्षा पण व्यक्त केली होती अनेकदा. आपण मात्र आज प्रसंग आला तेव्हा कसे वागलो? बोललो काही नाही, पण तिच्या मिठीत देह आक्रसला गेला.... आपल्या मनातले विचार तिला नक्कीच समजले असणार.

त्यानं अविवेकी मनावर विचारानं मात करत धाडस केलं आणि खाली तिच्याशेजारी येऊन पडला. तिची रजई सारत त्यानं तिला जवळ ओढलं. पण तिनं त्याला दूर करत म्हटलं, ''नको. माझा पुन्हा असा अपमान करू नकोस. आणि एक सांगते... आता यापुढे आपण केवळ चांगले मित्र म्हणून राहू या.''

तो गप्प होता. काही बोलयचं धाडस पण होत नव्हतं. तिनं किती कणखरपणे आपले बदललेले 'मेलच्युवेनिस्ट' विचार ओळखून दूषित झालेलं प्रेमाचं नातं संपुष्टात आणत 'फक्त मित्र राहू या' असं सुचवलं होतं.

हे पण का कमी आहे? तिनं पूर्णपणे नाही तोडलं, मित्र म्हणून संबंध ठेवायचं म्हटलंय...

तो काही वेळानं हलकेच पण हिंमत बांधत म्हणाला, ''थँक गॉड! मला तू पूर्णपणे तोडून टाकलं नाहीस. पण माझी काही तक्रार नाही प्रिया... मी

खरोखरच तू म्हणतेस तसा मेलच्युवेनिस्ट आहे. आजवर मलाच अज्ञात असलेले माझे ते सुप्त भाव वर आले आहेत. ते मला पण अनपेक्षित आहेत. मला थोडा वेळ दे... मला तू हवी आहेस. तुझा विश्वास मला पुन्हा जिंकायचा आहे....''

''तो.... तो प्रेमानंच जिंकता येईल अमोल; दया, करुणेनं नाही'' प्रिया शांतपणे पण कणखर स्वरात म्हणाली. ''मला प्रेम समतेनं, निखळ हवं आहे. मला भिक्षा म्हणून ते नकोय. लक्षात ठेव– मी रामायणातली रामाचा पदस्पर्शानं उद्धार केलेली अहल्या कधीच होणार नाही, कारण मी पतित नाहीय...''

तो तिचा हात हाती घेत म्हणाला, ''मला ते माहीत आहे प्रिया. तू किमान मित्र तरी मानतेस ना मला... मग त्या नात्यानं जवळ ये... हग कर. दोघेही शांतपणे एकमेकांच्या कुशीत काही तास झोपू या...''

ती त्याच्याजवळ सरकली व मिठीत शिरली. पण ही प्रिया वेगळीच होती. ती आवेगी ओढ नव्हती, असणं शक्यही नव्हतं. तरीही त्यात एक प्रकारचा वत्सलभाव होता. आपली करुणा नाकारणारी प्रिया आपलं संत्रस्त मन व अस्वस्थता पाहून करुणामय ममतेनं थोपटत होती. पाठीवरून हात फिरवत होती.

मला दया-करुणा तिच्याप्रमाणे त्याज व नकोशा वाटत नाहीत, उलट त्यातूनही तिचं माझ्याबद्दलचं प्रेम जाणवतंय. मग ती ज्या भयंकर प्रसंगातून गेली त्यामुळे तिची मला दया वाटतेय, तर तिला ते का आक्षेपार्ह वाटतंय? 'दया- क्षमा- शांती, तेथे देवाची वस्ती' हा अभंग काय सांगतो? आणि देव म्हणजे विशुद्ध प्रेम. दया-करुणेच्या माध्यमातून जाणवणारा... ते...ते प्रियाला मी कसं पटवून देऊ?

जाऊ दे तो विचार. या क्षणी माझ्याजवळ मैत्रीण म्हणून का होईन, पण प्रिया आहे. तिचा हा ममतामयी स्पर्श माझ्या दुखऱ्या मनावर बाम लावतोय... त्यात मला सांत्वना मिळतेय... माझ्या अपराधांची. माझ्या पुरुषी, स्त्रीवर अन्याय करणाऱ्या प्रतिगामी विचारांची.

''प्रिया, आधी आपण मित्र झालो मग प्रेम जमलं. आता पुन्हा आपलं नातं मैत्रीवर मागे आणलंस तू, ते पुन्हा प्रेमात नाही का परावर्तित होणार?''

''ते... ते तुझ्यावर अवलंबून आहे.. जोवर तुझ्या मेंदूत माझा तो मांड्यांतला भाग कलंकित झालाय, उष्टावला गेलाय असे सडके विचार आहेत; तोवर शक्य नाही. नंतरचं मला माहीत नाही.'' प्रिया उठत म्हणाली.

''सकाळ झालीय. मी चहा करते दोघांसाठी आणि तू इथं राहू शकतोस आज दिवसभर आणि रात्रीपण. मला काहीही वाटणार नाही. मित्रा, मला माणसं तोडणं जमत नाही म्हणून मैत्रीही...''

ते तिचं प्रेमळ 'माझ्या ग्रामीण भर्तारा' संबोधन कुठे आणि आताचं करुणामय 'मित्रा...' म्हणणं कुठे! त्यानं दीर्घ सुस्कारा सोडला. पण हे... हे माझ्यामुळेच झालंय, मग मलाच प्रयत्न करायला हवेत.

त्यानं आपला चेहरा झाकून घेतला आणि आतून गदगदून आल्यामुळे प्रयत्नपूर्वक थोपवायचा प्रयत्न करूनही चुकार हुंदका निसटला. प्रियाच्या तीक्ष्ण कानांनी त्याचं अस्फुट रुदन टिपलं. ती त्याच्याजवळ आली. त्यानं अजूनच चेहरा झाकून घेतला होता. तिनं उकिडवं बसत त्याचं मस्तक कवेत घेतलं व केसांतून हात फिरवत म्हणाली, ''मित्रा अमोल, तुला रडायचं आहे तर रड. पुरुष म्हणून रडायचं नसतं असा काही नियम नाही, असं तूच म्हणायचास ना? तुला बरं वाटेल. कदाचित तुझ्या भावनांचा निचरा होईल...''

आणि अमोलनं मग तिच्या कुशीत विनासंकोच पोटभर रडून घेतलं. मग डोळे पुसत अलग होत म्हणाला, ''थँक्यू. बरं वाटतंय मला प्रिया. पण... पण...''

''आय अंडरस्टँड. अजूनही ते विचार मनात आहेत आणि माझ्याबद्दल मला नकोशी असणारी करुणा, दया वाटतेय... असंच ना?''

त्यानं काही न बोलता मान खाली घातली.

क्षणभर ती त्याच्याकडे एकटक पाहत राहिली. मग म्हणाली, ''अमोल, आपलं मित्राचं नातंपण मला आता निभावता येणं कठीण दिसतंय. मघाशी राहा म्हटलं दिवसभर आणि रात्री; पण नको राहूस. फार अवघडल्यासारखं होईल दोघांनाही. प्लीज, तू परत तुझ्या फ्लॅटवर जा...''

विदीर्ण चेहऱ्यानं काही न बोलता अमोलनं तिचा निरोप घेतला. तो जाईपर्यंत ती शांत व निश्चयी वावरत होती. त्याला 'बाय' करून दार लावलं आणि नि:त्राण होत दाराशीच बसकण मारली.

''अमोल, का असं वागलास? मला त्याची अपेक्षा नव्हती रेऽऽ. पण... पण मला तुझी करुणा नकोय. ती... ती मला भीक वाटते आणि मी भिकारी नाहीय प्रेमासाठी. पण... मी वाट पाहीन तुझ्या परिवर्तनाची. पण फार वेळ नको.

माझा ब्रेकिंग पॉइंट येण्यापूर्वी तू पूर्वीसारखा माझा ग्रामीण भर्तार होऊन ये. साद घाल... माझी कारभारणी! नाही तर.... नाही तर....''

आणि तिनं स्वत:ला बेडवर असहायपणे झोकून दिलं आणि पालथं पडत आपला चेहरा उशीत खुपसला. ''का ... का वागतोस? मी जा म्हटलं म्हणून काही न बोलता निमूटपणे निघून जायचं? का नाही थांबलास... हट्टानं, अधिकारानं? तुला माझ्यावर का नाही अधिकार गाजवासा वाटला? सहजनेनं फ्लॅटबाहेर गेलास. असाच जाणार जीवनातून ही?''

तिच्या कानांवर काही वेळानं कॉलबेलचा आवाज पडला. ती स्प्रिंगप्रमाणे ताड्कन उसळत उठली, दाराकडे धाव घेतली आणि तिच्या अपेक्षेप्रमाणे अमोल दारात उभा होता.

ती आश्चर्य, काहीसा आनंद व मघाशी काय घडलं याच्या आठवणीनं उदास-हताश अशा संमिश्र अवस्थेत काही न बोलता त्याच्याकडे पाहत राहिली. तो आत शिरला. दार लावून घेताच आणि तिला मिठीत घेत म्हणाला, ''एकदम आठवलं... अगं, आजही माझा वाढदिवस आहे. काल तारखेनं, तर आज तिथीनं. म्हणून म्हटलं, आजही मला कालच्याप्रमाणे एंटरटेन करशील... म्हणून परतलो. आज राहू ना इथं दिवसभर? जमलं तर रात्रीही?''

प्रिया मनोमन विरघळत गेली. तिला जाणवलं की, तिचा अमोल तिच्यापासून दूर जाऊच शकत नाही. पण त्यासाठी तिथीनं वाढदिवसाचा बहाणा कशासाठी? ती खुदूकन हसली. तिला ढोबळमानानं माहीत होतं की, तिथीनं वाढदिवस आधी येतो व काही दिवसांनी तारखेनं. तिनं हे त्याला सांगताच आपले दोन्ही कान पकडीत चक्क शरणागती पत्करत त्यानं म्हटलं, ''मला चांगली थाप पण सुचत नाही, तुला पटणारी. जाऊ दे, बहाणा पुरे झाला.'' आणि तिच्या डोळ्यांत खोल पाहत भावनाविवश होत म्हणाला, ''प्रिया, तू मघाशी मला निरोप देऊन फ्लॅटचा दरवाजा लावलास, पण जणू मी बाहेर जमिनीला खिळून थिजल्याप्रमाणे निश्चल झालो होतो. मला तीव्रतेनं जाणवलं की, मला... मला तुला सोडून या क्षणी कुठेही जायचं नाहीय... पण... पण तू ... तू मला परत घेशील का, हा प्रश्न होता. अखेरीस थोडा-थोडका नाही, पंधरा-वीस मिनिटे विचार केला आणि ठरवलं, तू बेल वाजवल्यावर दार तर निश्चितच उघडशील. 'जा' म्हणशील फार तर मला दारात पाहून. मग आपण तुझा विरोध न जुमानता आत यायचं असं

ठरवूनच बेल वाजवत म्हणायचं- प्रिया प्लीज आज मला इथं राहू दे... आणि जेव्हा वाटेल तेव्हाच माझा मी परत जाईन! नो इफ... नो बट्स मित्रा...!''

त्याच्या छातीवर लटक्या रागानं बुक्क्या मारीत आपले डोळे पुशीत म्हणाली, ''पुरे झालं. उगीच मला पुन्हा रडायला लावू नकोस...!''

आणि तो सरळ तिच्या बेडरूममध्ये जात बेडवर पडला. ''मघाशी चहा टाकते म्हणाली होतीस... पण जाऊ दे ते. आता चहा हवाय... करशील?''

''सॉरी... सॉरी मित्रा! तुला उठलं की बेड टी लागतो... मला माहितेय. पण विसरले... पण यार अमोल, ब्रश न करता बेड टी घेण्याची सवय घाणेरडी आहे. असं मला नाही चालणार नंतर... ल.. लग्न...'' आणि ती आपली जीभ चावत वाक्य अर्धं तोडत किचनकडे पळाली.

तिनं अर्धं तोडलेलं वाक्य त्याच्या मनात पुरं झालं होतं. 'असं... असं मला नाही चालणार नंतर ल... लग्नानंतर...' त्याचं मन उजळून आलं. 'येस, येस. तिच्या मनात मी अजूनही पूर्वीसारखाच आहे. पण मित्रा हे नवं, काल रात्रीपासून डार्लिंग ऐवजी संबोधन? त्याला आपणच कारणीभूत आहोत. मलाच पुन्हा मित्रा ते डार्लिंग हे अंतर पार केलं पाहिजे. तिच्या अपेक्षांच्या अटीवर... जमेल मला? अमोल, यू हॅव नो अल्टरनेटिव्ह. जमवावंच लागेल. कारण बंद फ्लॅटच्या बाहेर थिजल्याप्रमाणे थांबलं असताना हे लख्ख कळलंय की, प्रियाविना आपण राहूच शकणार नाही...!'

आता अमोल मनानं सैलावत होता. आपल्याला नेमकं काय करायचं याचं त्याला साफ आकलन झालं होतं. प्रश्न होता केवळ आपल्याला तिच्या मिठीत सिंदबादच्या पाठीवर बसलेल्या व न सोडणाऱ्या म्हाताऱ्याप्रमाणे आपल्या मनावर स्वार झालेल्या व जळवांप्रमाणे चिकटलेल्या त्या... त्या विचारांचा. जे झुगारून देता येत नव्हते पुरते. त्यामुळे आपण काल रात्री व आज पहाटे तिच्या मिठीत थंड होत दोनदा तिचा अवमान केला- त्याचा इजा, बिजा, नंतर तिजा नको. ती... ती फार मानी आहे. तेव्हा आपण प्रथम मित्राप्रमाणे सहजतेनं वावरायचं. मग पाहू पुढचं पुढे...

प्रिया चहा घेऊन आली. तसा तिच्या हातून चहाचा कप घेतला व ओठाला लावला. काहीसं सुचल्याप्रमाणे कप तिच्यासमोर करत म्हणाला, ''बहुतेक साखर कमी पडलीय, पाहा बरं...'' तिनं 'अरे, हे काय झालं आपल्या हातून!'

अशी चर्या करत त्याचा कप ओठाला लावला व चीत्कारली, ''यू चीऽट! चहा तर गोड आहे.'' अमोलनं हसत तो कप ओठाला लावून 'फुर्र...' आवाज करत दोन घोट घेत म्हटलं, ''मला जास्त गोड चहा लागतो, तो आता झालाय...'' तिच्या चेहऱ्यावर एक ताणरहित हसू उमटलं.

''आज ब्रेकफास्ट मी बनवणार प्रिया'' चहा पिऊन संपवत रिकामा कप तिला देत त्यानं जाहीर केलं. ''ॲज युजवल नो इफस्... नो बट्स फ्रॉम यू!''

''ठीक आहे बाबा, तुझी आज्ञा शिरसावंद्य!''

''ये हुई ना बात!'' तो पुन्हा बेडवर ऐसपैस पसरत म्हणाला. ''तू भटीण ना... पोहे अन् शिरा करतो... तू गाईड कर. आताच चहा झालाय. नऊ वाजता ब्रेकफास्ट बनवतो. ओके? तोवर मी जरा पडतो...''

''ठीक आहे, मी स्नान करून घेते तोवर!'' आणि त्याचे विस्कटलेले केस काहीसे सावरल्यासारखं करत ती त्याच्या गालावर लाडिक चापट मारून निघून गेली.

ती बाथरूमच्या दिशेनं जात आत शिरली व त्याच्या नजरेआड झाली. त्याला तीव्रतेनं म्हणावंसं वाटत होतं, 'मी आत येऊ?' पण तो मौन राहिला. मात्र, त्या क्षणी हेही जाणवलं की, मनात रोमँटिक भाव जागृत होतोय आणि ती भावना कमी होतेय. 'ब्रेव्हो अमोल... यू आर ऑन राईट ट्रॅक...!'

बाथरूममध्ये प्रियाही शॉवरखाली विचार करत होती- अमोल आपलाच आहे, पुन्हा पूर्वीसारखा... ते कळल्यानंतर पूर्वीचा व्हायला हवाय... त्यानंही ते ठरवलेलं दिसतंय. त्याचा हा मानसिक प्रवास करुणेकडून प्रेमाकडे पुन्हा व्हायला हवा... आज दिवसभरात तो हे अंतर पार करू शकेल? तर... तर आजच मी त्याची सर्वस्वाने होईन! पण...

ब्रेकफास्ट बनवताना अमोल पुरता सुटला होता. अखंड बडबडत होता. तिला 'हे असं करू, की तसं करू?' असे तद्दन निरर्थक प्रश्नही गांभीर्याचा आव आणत विचारत होता. प्रियाला जाणवत होतं की, तो मनापासून ते विसरायचा आणि करुणा व दयाभाव त्याच्या मनातून काढायचा निकरानं प्रयत्न करतोय. त्याला या त्याच्या आंतरिक झुंजीत आपण साथ दिली पाहिजे... त्याचा अणू-रेणू जाणते, त्याची मी टिपकागद आहे ना!

ब्रेकफास्ट झाल्यावर त्यानंही स्नान केलं आणि कपडे करून बेडवर तिच्या

बाजूला येऊन पहुडला. ती थोडं अंतर ठेवून होती. त्यानं समोरच्या टीव्हीवर गाण्याचे चॅनल आवाज कमी करत स्क्रीनवर प्रथम पाहत, मग थेट तिच्या बाजूने कूस करीत तिचा लोभस चेहरा पाहत हलकं-फुलकं, बरंचसं निरर्थक पण ताणरहित असं काहीसं मजेदार बोलायला त्यानं सुरुवात केली. प्रथम ती नुसता हुंकार भरीत होती, मग अभावितपणे सैलावत तीही त्याला प्रतिसाद देऊ लागली. कधी तरी मग त्यानं तिला हळुवारपणे त्याच्याही नकळत मिठीत ओढलं. तीही तेवढ्याच सहजतेनं निकट आली. तिच्या मोकळ्या केसांतून हात फिरवत त्यानं तिला हळुवार थोपटलं. ''झोप प्रिया, तुलाही झोपेची गरज आहे अन् मलाही'' म्हणत डोळे मिटले आणि परस्परांच्या स्नेहल मिठीत त्यांना काही मिनिटांतच शांत व गाढ झोप लागली.

केव्हा तरी पुन्हा कॉलबेलच्या आवाजानं दोघांनाही जाग आली. आपले केस रबरबँडनं बांधत उठत ती म्हणाली, ''मी पिझ्झा व केकची ऑर्डर केली होती मॅकडोनल्डमधून एक वाजता. डिलिव्हरी बॉय आला असेल.'' तो घड्याळ पाहत म्हणाला, ''बाप रे, दुपार झाली की! पण मस्त झोप झाली हं...!''

ती मंद हसली मनापासून आणि उठून बाहेर जात पिझ्झा व केक घेऊन किचनमध्ये ठेवून परत बेडरूममध्ये आली. मनात विचार होता की, अमोल आपल्या मिठीत सहजतेनं किती शांत झोपला होता. झोपेत त्यानं एक-दोनदा आपली चुंबनं पण घेतली होती. कालच्याप्रमाणे क्षणभरही त्याचा देह आक्रसला नव्हता! तो... तो आपल्या मनातल्या त्या विचारांवर मात करतोय... आणि कदाचित तो त्या यशस्वी होईलही...

''उठा महाशय, मला भूक लागलीय. खाऊन घेऊ या...''

''थांब जरा. झोपेचा मूड तरी कमी होऊ दे...!'' असं म्हणत तिला पुन्हा अमोलनं सहजतेनं जवळ ओढलं. तिनंही संकोच केला नाही. त्याचा आपल्या पाठीवरून फिरणारा हात स्नेहल आणि उबदार आहे, त्याला प्रेमाचा पदर आहे तसाच थोडासा करुणेचाही. पण या विचारनं ती दचकली नाही की अवमानित झाली नाही. पहाटे नाही का आपण त्याला रडताना वत्सलतेनं त्याचं मस्तक आपल्या कुशीत आईसारखं घेतलं... त्यात प्रेमाबरोबर मातृभाव होता... तो त्याला कुठे खटकला होता? स्त्री-पुरुषाचं नातं प्रेमाचं असतं, पण त्यात इतरही रंग असतातच की... करुणा, दयेसह.

काही वेळानं कडाडून भूक लागल्यावर दोघांनी चेहऱ्यावर पाणी मारून फ्रेश होत पिझ्झा एकमेकांना भरवत खाल्ला अन् कोक सावकाशपणे सिप घेत संपवला. ती म्हणाली, ''सायंकाळी सात वाजता कयानीचा केक ऑर्डर केला आहे. काल वाढदिवसाला कापायचा राहून गेला...!''

''पण आज नाहीये बर्थ डे माझा प्रिया... उगीच झूठमूट बोललो तिथीनं असल्याचं.''

''मला माहीत आहे. तरीही आज केक कापायचा. असं समज की, मला कयानीचा केक खायची लहर आलीय!''

''अमोल बेट्या, चैन आहे हं तुझी!'' अमोल तिच्याकडे मिस्कीलपणे पाहत स्वत:शीच मोठ्याने म्हणाला, ''असा खोटा-खोटा वाढदिवस वारंवार केलेला आणि केक भरवून घ्यायला मला आवडेल प्रिया!''

''आज तरी करते. पुढचं माहीत नाही. ते... ते तुझ्यावर....''

आता ते ड्रॉइंगरूममध्ये सोफ्यावर समोरासमोर वर्तमानपत्र वाचत म्हणा, की चाळीत बसले होते. तो मधेच तिला वाचलेली एखादी बातमी सांगत कॉमेंटस करीत होता. तीही त्याला संवादी प्रतिसाद देत होती.

''मला दर रविवारी दुपारी केसांना व अंगाला तेल लावून मॉलिश करायची असते. मी... मी आत जाऊ?''

त्याला हे माहीत होतं. तिनंच एकदा त्याला हे सांगितलं होतं, तेव्हा तो रोमँटिक होत म्हणाला होता, ''लग्नानंतर हे काम माझं!''

तेव्हा तिचं मिस्कील उत्तर होतं, ''मला ते झेपणार नाही. कारण ते... ते निष्काम असणार नाही. त्यानंतर माझे हाल-हाल करशील, त्याचे काय?''

''ते तर होणारच राणी सरकार. अखेर मी तुझा ग्रामीण मर्दानी भ्रतार जो होणार आहे...''

अमोलच्या मनात क्षणार्धात हे त्यांचं संभाषण तरळून गेलं. तिच्याही मनात त्याची आठवण बहुधा जागृत झाली असणार.

ती त्याच्याकडे अबोध पाहत राहिली.

अमोल तिची नजर चुकवत काही क्षण खिडकीबाहेर पाहत होता. मग वळून तिच्यासमोर येत तिचे खांदे धरीत म्हणाला,

''आज... आज मला हे तुझं काम करू दे. मी... मी लहानपणी माझ्या

आजोबांना सुट्टीत गावी गेलो की दररोज पाठीला तेल लावत असे... मला छान मॉलिश जमते. कॅन आय...?''

प्रियाला त्याच्या या गोड 'ऑफर'चा क्षणभर मोह पडला. पण पुन्हा निकट येत त्याचं शरीर त्या आठवणीनं ताठरलं गेलं तर? मला पुन्हा तो अपमान नाही सहन होणार. पण मघाशी त्याच्या कुशीत झोपताना त्याचा स्पर्श किती उबदार अन् आश्वासक होता. त्याची त्या वेळी वैषयिक भावना चाळवली गेली नव्हती, हे खरं; पण आपण त्याला 'मित्रा' म्हणायला सुरुवात केल्यावर हे साहजिकच नव्हतं का?

''प्लीज प्रिया, तुझा... तुझा तसा अपमान होणार नाही. बिलिव्ह मी. तसा झाला तर पुन्हा तुला तोंड नाही दाखवणार...!''

''ठीक आहे अमोल!'' प्रिया काहीशा निश्चयानं पुन्हा एकदा त्याची परीक्षा पाहायला, त्याचा विपरीत परिणाम होण्याची शक्यता जमेस धरूनही तयार झाली. त्याच्याही मनावर ताण आहेच, हे ओळखून ती त्याला मोकळं करण्यासाठी म्हणाली,

''तशी मी बरीच आळशी आहे मित्रा! आणि तेलमॉलिश कसबी हातांनी करून घेण्याची मजा काही और असते. पाहा बरं... मॉलिश छान व्हायला पाहिजे...''

ती आता बेडरूमध्ये खाली जमिनीवर मॅटवर नग्नावस्थेत कमरेखाली टॉवेल झाकून पालथी पडली होती. तिनं दिलेलं सुगंधी तेल हातावर घेत त्यानं पाठीवर चोपडलं आणि हळुवारपणे त्याची बोटं तिच्या गौर व रेशमी स्पर्शाची अनुभूती देणाऱ्या पाठीवरून फिरू लागली. ती समाधानाचे हुंकार देऊ लागली. त्याला बरं वाटलं. ती म्हणाली, ''खरं सांगू, माझ्या पाठीवरून जणू माझ्या आईची बोटं फिरत मॉलिश करत आहेत, असं मला वाटलं क्षणभर!''

''ही मी कॉम्प्लिमेंट समजू प्रिया? अगं, मी मॉलिश करताना माझे आजोबा, म्हणायचे की, माझी अकाली निर्वतलेली आजी... त्यांची बायकोच जणू मॉलिश करतेय असं वाटतंय!''

''काय गंमत आहे नाही प्रेम-स्नेहाची! त्यात किती विविध भावनांचे रंग असतात!''

अमोलला वाटत होतं, प्रियाच्या पाठीवर बोटं फिरवत मॉलिश करताना तो

पूर्वीचा अमोल होतोय. त्याची ती किळसवाणी भावना कमी कमी होतेय... आणि तिच्या समाधानी हुंकारात त्यालाही कणाकणानं त्याची पूर्वीची प्रिया सापडतेय! मग तिच्या सूचनेनं त्यानं तिचे पाय, पोटऱ्या व मांड्यांना तेल लावलं. मग तिनं उताणी होत आपली वक्षस्थळं दाखवत खांदे, मान व खाली तेल लावायला सांगितलं. तिचे ते अनावृत सौंदर्य तो एवढ्या जवळून प्रथमच पाहत होता. त्यानं तो स्तिमित होत होता आणि तिच्या सूचनेप्रमाणे तिच्या शरीराच्या विविध भागांना सहजतेनं तेल लावत होता.

''किचनमध्ये साजूक तूप आहे का? अमूल किंवा गोवर्धनचं?'' त्यानं तिच्या देहाला तेल लावून मॉलिश संपवताना विचारलं.

''हो, आहे की. पण, कशाला?''

तिच्या प्रश्नाचं उत्तर न देता तो किचनमध्ये गेला आणि गोवर्धन तुपाची बाटली घेऊन आला. त्यातलं चमचाभर तूप हातावर घेत तिच्या पावलांच्या तळव्यांना हळुवारपणे लावू लागला. ती आतून भरून आली होती. त्यानं तिच्याकडे पाहिलं आणि तिची भारलेली अवस्था पाहून तिला त्यातून बाहेर काढण्यासाठी तो फिल्मी स्टाईलनं म्हणाला, ''ये तुम्हारे पाँव बडे हसीन है। इन्हे जमींपर मत रखियेगा!''

''पाकिजाचा डॉयलॉग? आणि मीनाकुमारीची सुंदर पावलं?''

''करेक्ट! तुझे पण काही कमी नाहीत प्रिया. लेकिन अफसोस की बात... तुला ते दररोज जमिनीवर सँडल, बुटात ठेवावे लागतात. पण त्यानं खुबसूरती कमी होते ना...! त्यावरचा हा उपाय आहे तूप लावणं! मी... मी हेही काम दररोज करायला तयार आहे... आजन्म!''

ती स्वप्नाळू सलज्जतेनं त्याच्याकडे काही क्षण अनिमिष नेत्रानं पाहत राहिली. तो त्या नजरेनं धुंदावला आणि त्याला काय वाटलं कुणास ठाऊक तिच्या दोन्ही पावलांच्या तळव्यावर आळीपाळीनं ओठ टेकत तो त्यांना चुंबू लागला. इतक्या असोशीनं की, सारे तूप त्याला चाटून-माटून फस्त करायचे होते जणू! काही वेळानं तो जीभ चाटत तिला म्हणाला, ''आपल्या धर्मात पायाचं तीर्थ घेण्याची परंपरा आहे, पण ही माझी आज इन्व्हेंट केलेली प्रेमतीर्थ घेण्याची बाब आहे. तिचं परंपरा म्हणून रोज पालन करायची माझी आयुष्यभर तयारी आहे... बस्, तुझी परवानगी हवीय!''

आणि ती किंचित उठत त्याला मिठी घालत म्हणाली, ''पुरे फार लाडात

येऊ नकोस. पुरती तेलीण झालेय. जास्तच तेल लावलंस....''

''ते काढायची पण जिम्मेदारी घेतो मित्रा मी... तुला अंघोळही घालू शकतो... विल यू अलाऊ मी?''

त्याच्यात तिला मित्राची सहजता व आई-बापाचं वात्सल्य आणि प्रेम, करुणा जाणवत होती. त्याच्यापुढे पूर्ण नग्न होताना संकोच नव्हता, की भीती नव्हती. त्याचाही प्रतिसाद आश्वासक होता. प्रेम अधिक होतं. थोडी मुलीवर करावी तशी माया होती आईसारखी आणि थोडी करुणा-दयाही. पण आता खटकणं कमी झालं होतं. त्याबाबतची तिची तीव्र प्रतिक्रियेची धार बोथटली होती आणि त्याचं तिला समाधान वाटत होतं! त्या समाधानात तिनं होकार भरला.

बाथरूममध्ये शॉवरखाली तो केवळ ब्रीफवर होता आणि ती पूर्ण नग्न. त्यानं तिला साबण लावून हळुवार चोळत अंघोळ घातली. ते करत असताना त्यानं टबबाथमध्ये पाणी सोडून साबण स्प्रे करून तो फेसानं पूर्ण भरून टाकला होता आणि स्वत: बरोबर टबबाथमध्ये एका बाजूला तिलाही आत येणाचं निमंत्रण दिलं. तीही अंगावर फेस घेत टबबाथमध्ये शिरली. त्यानं टबबाथवरील छोट्याशा शोकेसमधली तिच्या आवडीची 'मिल्स अँड बून' सीरिजमधली एक कादंबरी काढून दिली व एक स्वत: घेतली.

''आय नो, तुला असं टबबाथमध्ये रोमँटिक वाचायला आवडतं. मलाही तो अनुभव घेऊ दे...'' आणि त्यानं आपलं डोकं हेडस्टँडला टेकवत वाचायला सुरुवात केली. तीही सैलावत पुस्तक वाचू लागली.

मघाशी तिला स्नान घालताना त्याच्या स्पर्शात, त्याच्या निकटत्वात काय नव्हतं? प्रेम होतं, हळुवार स्पर्श होता, संरक्षक पित्याची व ममतामयी मातेची स्निग्धता होती; नव्हती ती पुरुषी वैषयिक भावना. अंहं... तसं नाही- त्याची पुरुषी आक्रमक ओढ जाणवत होती, पण तो ती संयमानं आवरत होता. कदाचित त्याच्या मनावरही दडपण असणार. बस्, आता त्यानं आक्रसू नये- ताठरून जाऊ नये...

असं आत कुठे तरी खोलवर वाटतंय की, त्यानं कदाचित आता त्या विचारांवर मात करीत आणली आहे. तो... तो आता मला मिठीत घेतल्यावर आक्रसणार नाही, थंड पडणार नाही... मला... मला हे असं झालेलं खूप-खूप तीव्र ओढीनं हवंय... मला मिळेल? माझं प्रेम माझ्यावर आज मेहरबान होईल?

काही वेळातच त्याच्या पायाच्या बोटांचे आक्रमक दंश तिच्या पावलांना,

पोटऱ्यांना जाणवू लागले. पुस्तकांच्या पानात चेहरा दडलेला होता, पण पुस्तकाच्या कडेनं त्याला चोरटेपणानं ती पाहत होती. त्यानं आपल्या हातातलं पुस्तक केव्हाच बाजूला ठेवून दिलं होतं आणि तिच्या चेहऱ्यासमोर धरलेल्या पुस्तकातून एक्स-रेप्रमाणे त्याच्या आत घुसून तिचा चेहरा जणू पाहायचा प्रयत्न करीत होता!

मग ''आता पुरे हाईड अँड सिकचा गेम'' असं म्हणत त्यानं तिच्या हातातलं पुस्तक ओढून घेतलं, दूर भिरकावलं आणि आपले बाहू फैलावत म्हटलं, ''ये जवळ प्रिया... खूप.. खूप. आय विल नॉटलेट डाऊन यू... धिस टाइम. मोस्ट प्रॉबेबली!''

अजूनही त्याच्या शब्दांत काही पाच-दहा टक्के साशंकता होतीच, तरीही तो धाडस करत होता. मुख्य म्हणजे धुंद आशिक झाला होता. प्रियाला वाटलं, लेट अस फेस! आपणही मनातला दया-करुणेचा फणकारा बाजूस सारून त्यासह त्याचं प्रेम स्वीकारावं... म्हणजे तोही आक्रसणार नाही...

ती त्याच्याजवळ सरकली. टबबाथ असल्यामुळे त्याच्यापुढे ती पाठ करून त्याच्या मिठीत बसली. त्याच्या केसाळ छातीवर ती विसावली.

-आणि वाटलं की, जे हवहवंसं वाटतंय ते घडणार आहे आता. तो... तो क्षण निकट आलाय. मला कोणताही किंतू मनात न ठेवता त्याला सामोरं जायचं आहे. त्याचं प्रेम अभंग असेल, तर त्यासोबतची थोडी प्रेमातून व काळजीपोटी उमटलेली दया असेल तर ती पण चालेल...

तिच्या कानाची पाळी चावत तो तिच्या कानात घोगऱ्या स्वरात कुजबुजला, ''मला तू आत्ता या क्षणी पूर्णपणे हवी आहेस... आज मला संयमाच्या व माझ्या स्वत:च्या खुळचट विचारांच्या सीमारेषा पार करायच्या आहेत.... विल यू सपोर्ट मी? वॉक वुईथ मी?''

प्रियानं सहज हुंकार भरला. ''वेड्या, मला पण हे हवं आहे... पण फार फार वेळ लावलास रे त्यासाठी... आता क्षणाचाही वेळ लावू नकोस!''

बेडवर पहिल्या तृप्त मीलनाची धुंदी ओसरल्यावर प्रियाकडे पाहत अमोलनं शेखरला फोन लावला व म्हणाला,

''आजपासून मी इथंच राहणार आहे. आमचं लिव्ह इन रिलेशनशिप सुरू झालंय... लग्नापूर्वीचा आमचा हनिमून पिरिएड सुरू झालाय आजपासून!''

''यू टू ब्रुट्स...'' शेखरची पलीकडून आलेली प्रतिक्रिया प्रियाला ऐकू

जावं म्हणून अमोलनं मोबाईलचा स्पीकर बोलण्यापूर्वी ऑन केला होता. ''काय म्हणालास शेखर?''

''लग्नाची नोटीस दिल्यानंतरचा पहिला रविवार. फ्लॅटवर तू नाहीस म्हणून सईदाला बोलावलं होतं. आणि... आणि...''

''समजलं... उत्तम! आता तिला फ्लॅटवरच ठेवून घे... तुम्हीही आमच्यासारखे एन्जॉय करा... आता मी तिथं येणार नाही!''

''तुमची आज्ञा शिरसावंद्य गुरू महाराज!''

सईदाचं खळखळून हसणं आणि शेखरच्या पाठीत जोराचा धपाटा घालणं... त्याचं कळवल्यासारखं करीत ''खरंच सईदा, तुझा हात आता बहुतेक ढाई किलो का झालाय, असं वाटतंय'' म्हणणं... आणि मग सईदाचं फोनवर अमोल व प्रियाला उद्देशून म्हणणं, ''काँग्रेट्स... आय ॲम प्राऊड ऑफ यू अमोल... तू ते झालेलं कळूनही तिला आपलंसं केलंस... एक स्त्री म्हणून आज माझ्यासाठी तू आभाळाएवढा मोठा झाला आहेस. ग्रेट, सिंपली ग्रेट!'' आणि मग तिचं फोन ठेवून देणं.

आता प्रिया त्याच्या कुशीत आवेगानं शिरली आणि म्हणाली, ''सईदाप्रमाणे मीही म्हणते, आय ॲम प्राऊड ऑफ यू!''

त्यानं तिला घट्ट मिठीत ओढलं आणि काही न बोलता तिच्या स्पर्शाची जादू अनुभवू लागला. त्याचं मन तिच्या प्रेमानं भरून आलं होतं आणि त्या... त्या विचारांचा मागमूसही नव्हता.

तिलाही हवा तसा पूर्वीचा अमोल गवसला होता!

–०–०–०–

८.

'तुला मुकाबला तर केलाच पाहिजे!'

समोर तीन टेबले सोडून तो कोणतंही वैशिष्ट्य नसलेला आणि सामान्यत: कुणाच्याही नजरेस न भरणारा एक तरुण बसला होता. त्याची नजर इतरांप्रमाणे आपल्यावरही एक-दोनदा सहजपणे पडली असणार... त्यात संशय घेण्यासारखं काय आहे?

पण तरीही मनोमन एक सूक्ष्मशी भीती का वाटते आहे? आणि अस्वस्थ करणारी बेचैनीही?

''कुठे लक्ष आहे सानिका? अगं, किती दिवस असं स्वत:च्या कोशात स्वत:ला दडवून ठेवायचं?'' तिची मैत्रीण मनकवडी होती. ''स्वातीताईचं जे झालं, ते कल्पनेपलीकडचं होतं- मान्य. तुझ्या पूर्ण फॅमिलीसाठी हा मोठा धक्का होता- हेही मान्य. पण... पण त्यातून बाहेर नको का यायला?''

''मला पटतं ऋता, म्हणून तर आज तुला फोन केला आणि आपण इथं कॉफीसाठी आलो. जरा चेंज हवा म्हणून...'' ऋताकडे कृतज्ञतेनं पाहत सानिका म्हणाली.

''मलाही त्यामुळे बरं वाटलं बघ.'' ऋता तिचा हात स्निग्धपणे कुरवाळत म्हणाली. ''आता पुन्हा अभ्यासाला लागलं पाहिजे. अवघ्या दोन महिन्यांवर एम.पी.एस.सी.ची मेन एक्झाम आली आहे. आय ॲम शुअर, तू या वर्षी डेप्युटी कलेक्टर नाही तरी डी. वाय. एस.पी. नक्कीच होणार...''

''पण ते... ते पाहायला ताई असणार नाहीय...'' पाहता-पाहता सानिकाचे डोळे भरून आले. ''माझी ती केवळ बहीणच नव्हती, तर सर्वांत जास्त जवळची मैत्रीण होती. त्याहीपेक्षा गाईड व फिलॉसॉफर अधिक होती... तिच्याविना

कशातच मला रस वाटत नाहीय...''

ऋता काही क्षण तिचा हात आपल्या हाती धरून तिच्याकडे मृदू आस्थेवाईक नजरेनं पाहत आणि त्याद्वारे तिला नि:शब्द दिलासा देत राहिली.

सानिकानंच मग स्वत:ला सावरत आपले भरून आलेले डोळे कुडत्याच्या बाहीनेच पुसले. तिची नजर तिला मघापासून पाहणाऱ्या त्या सामान्य व्यक्तिमत्त्वाच्या तरुणाकडे पुन्हा गेली आणि पुन्हा पाहता-पाहता ती मनानं आक्रसली गेली.

तिचा चेहऱ्यावरची व नजरेमधली सूक्ष्म भीती अन् तिटकाऱ्याचे भाव ऋताच्या लक्षात आले होते. मघाशीही ती अशीच आक्रसलेली जाणवली होती. 'समथिंग इज रॉंग वुईथ हर!' असा मनात विचार येऊन गेला. पण आशंका नको म्हणून ऋतानं विचारलं, ''काय झालं सानिका? अशी तू...''

सानिकानं हलक्या भीती-कंपनयुक्त स्वरात थोडंसं पुढे झुकत आणि आपल्या दोन्ही हातांची ढोपरे टेबलावर रुतवून त्यावर आपली हनुवटी टेकीत म्हटलं, ''तो... तो बघ तरुण. मागे वळून बघ. तीन टेबलं सोडून एकटा बसलेला... माझ्याकडे एकटक बघतोय...''

''तू आहेसच तशी देखणी सानिका.... रस्त्यानं चालताना सहज कुणी पाहिलं तरी त्याच्या काळजाचा एखादा ठोका जरूर चुकेल!''

''प्लीज ऋता...'' एकदम तीव्र स्वरात सानिका आवाज चढवीत म्हणाली. मग जाणीव होताच वरमून आवाज कमी करत म्हणाली, ''तुला माझी मन:स्थिती कळतेय ना? तरीही अशी थट्टा?... आग लागो माझ्या सो कॉल्ड सौंदर्याला.... मला त्याचं ओझं वाटू लागलंय आताशी.''

''ए वेडाबाई, मी सहज तुझा मूड चांगला व्हावा म्हणून थट्टा केली.'' ऋता काहीशा अजीजीच्या स्वरात म्हणाली, ''ओ.के.'' असं म्हणत तिनं मागे वळून पाहिलं, पण ते टेबल रिकामं होतं.

''अगं... खरंच तो तिथं होता. मला एकटक पाहत होता.'' ऋताच्या नजरेतली अविश्वसनीयता जाणून स्पष्टीकरण देत सानिका म्हणाली.

''तुला... तुला भास तर झाला नाही ना?''

आता सानिका बुचकळ्यात पडली. 'तो... तो तरुण नक्कीच बसला होता तिथं अन् माझ्याकडे एकटक पाहत होता आणि स्वत:शीच काही तरी पुटपुटतसुद्धा होता, हे नक्की.'

''नाही, तो भास नव्हता ऋता. मी पूर्णपणे भानावर आहे...''

''ओ.के., ओ. के. होतं असं कधी कधी. हॉटेल व इतर ठिकाणी अनेक पुरुष मुलींकडे असे पाहतात डोळे फाडून... आपल्या समाजात ही विकृती....''

एकदम काही तरी आठवल्यासारखं करत आपली ओढणी छातीवर नीट ओढून घेत सानिका म्हणाली, ''माझा हा ड्रेस ट्रान्सपरंट तर नाही ना? कॉफी पिताना, गप्पा मारताना ओढणी छातीवरून घसरली तर नाही ना? नेमकी तिथंच मेल्याची नजर तर गेली नसेल ना? आय फिअर.''

आणि ती आपल्या छातीकडे पाहू लागली. मग बाजूला भिंतीवरच्या आरशात निरखू लागली. तिला जाणवलं की, मघाशी ऋता म्हणाली ते काही खोटं नव्हतं. आपलं देखणेपण आपल्यालाही आकर्षक वाटतंय, मग पुरुषी नजरेला ते... ते खुणावणारच...

आपली स्वातीताई पण अशीच देखणी. तिचं ते तसं त्यामुळेच तर झालं नसेल ना?

''आपलं असणं-दिसणं आई-वडिलांची व देवाची देणगी असते. तिचा माज करायचा नसतो की न्यूनगंडही बाळगायचा नसतो.'' ऋता शांतपणे म्हणाली. ''माझा बॉयफ्रेन्ड मला मादक-सेक्सी म्हणतो. तशी मी आहे. त्यामुळे कधी कधी इतरांनी मला लाळ पाघळत पाहिलं की चिडतो, भडकतो. पण म्हणून का मी घाणेरडं, गबाळं राहायचं? माझ्या रूपाची मीच भीती बाळगायची?''

''मला आज खरंच भीती वाटतेय ऋता. तू मला वेडी म्हण, पण वाटते'' सानिका कापऱ्या स्वरात म्हणाली. ''माझ्या देहसौंदर्यावर रेंगाळणाऱ्या पुरुषी नजरेनं- मला कबूल करते की- आजवर छान वाटायचं मनोमन. पण ताईचं ते तसं घडलं आणि मला माझ्या रूपाची भीती वाटू लागली. आज ती पुन्हा ती मला थरकापवून गेली...''

ऋता अचंबित झाली होती. सानिकाच्या भीतीचं कारण तिला जाणवत होतं, पण पटत नव्हतं. पटत नाही असं तरी कसं म्हणावं? तिच्या मनात प्रश्न उठला. स्वातीताईचं उदाहरण डोळ्यांपुढे असताना... एक विमनस्क हसू तिच्या ओठी आलं.

आणि त्याच वेळी सानिकाचा मोबाईल वाजू लागला. त्यानं तिच्या सुप्त मनातली भीती व साशंकता उफाळून आली आणि चेहरा पांढराफेक करून गेली.

सानिकाच्या हाताची आपल्या हातावरची पकड घट्ट झाल्याचं ऋताला जाणवलं.

"मी... मी घेते फोन..." असं म्हणत ऋतानं फोन घेतला व कानाला लावत म्हटलं, "हॅलो..."

सानिका स्वत:ला सावरत तिच्याकडे एकटक पाहत होती. जणू एखादं गूढ रहस्य फोनद्वारे काही क्षणात उलगडलं जाणार आहे, असं काही तरी वाटत होतं.

"हॅलो... हॅलो... हू आर यू? तुम्हाला सानिकाशी.... माझ्याशी बोलायचं आहे ना? बोला ना... हॅलो... हॅलो..."

आणि किंचित उद्वेगानं ऋतानं फोन बंद केला. "ब्लँक कॉल होता..."

"ही... ही त्याची सुरुवात तर नाही?" प्रगटपणे पण स्वत:शीच सानिका पुटपुटली. पण ते कानी नेमकं पडल्यामुळे ऋता म्हणाली, "कशाची सुरुवात सानू?"

"स... स... स्टॉकिंगची... स्वातीताईबाबतही त्याची सुरुवात अशीच ब्लँक कॉलनं झाली होती! आणि..."

तिच्या नकळत सानिकाच्या घशातून हलकासा हुंदका फुटला. पण आपण बरिस्तामध्ये आहोत, या जाणिवेनं तिनं ओढणीचा काठ बोळा म्हणून तोंडात घालीत तो आतल्या आत जिरवला.

ऋताचा निरोप घेऊन तिच्या 'एल' टॉवरच्या पाचव्या मजल्यावर जाताना लिफ्टमध्ये मोबाईल वाजला.

पुन्हा ब्लँक कॉल... पलीकडून ऐकू येणारा नुसता जलद श्वासोच्छ्वास, का ही आपल्या छातीतली धडधड आपल्याच कानी पडत आहे?...

रात्री जेवणापूर्वी तिसरा व चौथा ब्लँक कॉल मध्यरात्री मघाशी... जो आपली झोप उडवून गेला आहे...

आपण अशा किती वेळापासून तरी खिडकीला लगटून विमनस्कपणे बाहेर संततधार लागून राहिल्यामुळे चिंब झालेल्या रस्त्यावर आणि त्यावर परावर्तित होणाऱ्या स्ट्रीट लॅम्पच्या सोडियम व्हेपरच्या लाइटच्या सोनेरी प्रकाशाकडे उगाच पाहत आहोत– मनातल्या त्या प्रश्नाचं उत्तर शोधण्याच्या प्रयत्नात.

कोण आहे तो? का ब्लँक कॉल करतोय?

पलाडिओ नामक शहरापासून दूर व हायवेपासून आत साधारणपणे किलोमीटरभर अंतरावर असलेल्या वीस टॉवरच्या त्या टाऊनशिपमध्ये 'चेन

स्नॅचिंग' व घरफोडीच्या घडलेल्या काही प्रकारांमुळे सोसायटीनं सुरक्षाव्यवस्था मजबूत केली होती. त्यामुळे दर तासाला पूर्ण टाऊनशिपमध्ये पेट्रोलिंग करणारे कर्मचारी सिक्युरिटी चीफला 'सब ठीक है.। कोई गडबड नहीं' असा पुकारा करीत सर्व काही आलबेल असल्याचा अहवाल द्यायचे. आताही तसा पुकारा झाला आहे.

आपल्यासाठी– आपल्या घरासाठी कुठे काय आलबेल आहे? स्वातीताईसाठी कुठे काय ठीक–आलबेल होतं?

आणि पुन्हा तिचा मोबाईल वाजला. सानिका पुन्हा भेदरली. पण उंदरा–मांजराच्या या ब्लँक कॉलच्या खेळानं संतप्त पण झाली. त्या तिरमिरीत तिनं फोन उचलत दात–ओठ खात आक्रमकतेनं म्हटलं,

''भ्याड माणसा, कोण आहेस तू? हिंमत असेल तर बोल ना... समोर पण ये. मग पाहतेच तुला. मी... मी नाही भीत तुला!''

पलीकडून फक्त जलद श्वासोच्छ्वासाचा आवाज. मग काही वेळानं फोन बंद होणं.

सानिकाच्या पायांतलं बळ आता सरलं होतं. तिला वाटलं, आपण जर असंच खिडकीशी अजून काही वेळ उभं राहिलो, तर आपला तोल जाईल... ती स्वत:ला सावरत कशीबशी वळली. खिडकीचं सरकतं दार बंद केलं. त्यावर पडदा ओढला आणि बेडवर येत स्वत:ला त्यावर झोकून दिलं. मग तिला रडू मात्र कोसळलं. त्या निवांत मध्यरात्री, सरलेल्या उत्तरसमयी जगाचा काही संकोच करण्याचे कारण नसल्यामुळे ती मुक्तपणे आसवं ढाळू लागली.

स्वाती गेल्यानंतर त्या दिवशी अनिवार रडल्यानंतर आई–बाबांना सावरण्यासाठी तिला कोरडं व्हावं लागलं होतं. आपण चुकूनही डोळ्यांतून पाणी काढायचं नाही, मनानं विकल व्हायचं नाही– असं तिनं ठरवलं होतं. स्वातीच्या मागे ठाम उभे राहत झगडताना आणि त्या अनन्यसाधारण परिस्थितीशी सामना करताना ताण पडून बाबांना हृदयविकाराचा एक तीव्र झटका येऊन गेला होता. आईचे डोळे पंधरा दिवस झाले तरी अखंड झरत होते. आता मलाच सावरलं पाहिजे त्यांना, म्हणून त्यासाठी त्या आधी स्वत:ला सावरलं पाहिजे– हा परिस्थितीनं आलेला समंजसपणा तिला पेलवत नव्हता. पण शर्थीनं ती गेले पंधरा दिवस तो दाखवत वावरत होती.

पण आज उत्तररात्री एकटं असताना विकल असहायपणे तिला रडू फुटलं होतं आणि त्यात भीतीचं विष कालवलं गेलं होतं! उद्या सकाळी आपण पुन्हा जेव्हा बेडरूमच्या बाहेर येऊ, आपल्याकडून आई-बाबापुढे तोच समंजस कणखरपणा दिसायला हवा- हेही ती स्वत:च्या मनाला गदगदून रडतानासुद्धा बजावत होती.

सानिकानं डोळे मिटत डोक्यावरून रजई ओढली आणि झोपण्याचा प्रयत्न करण्यासाठी डाव्या कुशीवर वळली. त्याच वेळी मेसेज आल्याचा आवाज मोबाईलनं आवाज केला. भीत-भीत अन् स्वत:च्या छातीची धडधड नियंत्रित करीत तिनं तो उत्तररात्री आलेला मेसेज वाचला.

'उद्या बोलेन मी दिवसभरात केव्हा तरी फोनवर. उद्या सकाळी दुसरा मेसेज पाठवणार आहे. तो वाचायला-पाहायला विसरू नकोस!'

बये सानिके, तुझं स्वातीप्रमाणेच स्टॉकिंग सुरू झालं आहे. काल सायंकाळी बरिस्तामध्ये कॉफी घेताना एकटक पाहणारा तो सामान्य तरुण तर नाही या ब्लँक कॉल आणि मेसेजमागे?

स्टॉकिंग... पाठलाग करणं, नजर ठेवणं... पिच्छा पुरवणं... कोण-कोण करतंय स्टॉकिंग? का? काय हवंय त्याला?

*

हातात स्वातीची पर्सनल डायरी होती. ती सानिका चाळत होती. खरं तर तिची डायरी उघडून इतरांनी वाचायला स्वातीची सक्त मनाई होती. 'मी माझं मत, माझं खासगीपण या डायरीत मी लिहीत असते. स्वत:साठी. स्वत:चे सुप्त मनोविकार जाणून घेण्यासाठी. स्वत:चे गंड, भीती व चिंता स्वत:पुरतं नेमकं जाणून घेण्यासाठी. म्हणून ही डायरी कुणाच्या हाती लागली तर त्यानं/ तिनं ती कृपया वाचू नये.'

काल तिच्या फोटोचे अल्बम आईनं आणायला सांगितले होते म्हणून स्वातीचं कपाट उघडलं असताना कपड्या खाली सानिकाला तिची डायरी सापडली.

आता ती नाही, तर तिची डायरी तिची इच्छा डावलून वाचावी का? असा सानिकाला क्षणभर प्रश्न पडला होता. पण स्वातीचं जाणं हे आजही आपल्या घरासाठी एक प्रश्नचिन्हच बनून राहिलं आहे. त्याचं उत्तर गेले पंधरा दिवस ती व आई एकमेकीशी स्वातीचं एक-एक वागणं-बोलणं आठवून-आठवून मिळवण्याचा प्रयत्न करीत होत्या आणि ते मिळत नसल्यामुळे हताश होत होत्या.

कदाचित ते उत्तर डायरीत सापडेल का?

म्हणून काल दुपारी सानिकानं डायरी वाचायला घेतली. त्यात ती ज्या इन्फोसिसमध्ये नोकरी करीत होती, तिथल्या कामाच्या, सहकाऱ्यांबाबतच्या काही सामान्य स्वरूपाच्या नोंदी होत्या.

मग त्यानंतर सलग आठ-दहा दिवस एकही नोंद नव्हती, त्याचं सानिकाला कोडं वाटलं. कारण ती दररोज चार ओळी का होईना, नोंद करायची. तिच्या मागील चार वर्षांच्या डायऱ्यावरून सानिकाला हे जाणवलं होतं. मग हा आठ-दहा दिवसांचा गॅप कशासाठी होता? त्याचं उत्तर सानिकाला गॅपनंतरच्या नोंदीनं काहीसं मिळाल्यासारखं वाटलं.

*

'आता माझी खात्री पटलीय की- गेले काही दिवस, काही आठवडे कुणी तरी माझ्यावर नजर ठेवून आहे. मला सतत फॉलो करत आहे. आज मला सकाळी-सकाळी त्या अनाम व्यक्तीचा व्हॉट्स अ‍ॅप मेसेज आलाय. त्यानं लिहिलं होतं... मेनी मेनी रिटर्न्स ऑफ द डे स्वाती. मला तू किती आवडतेस म्हणून सांगू? त्याचं प्रतीक म्हणून एक भेट पाठवतोय...! स्वीकार करशील?''

'आज माझा वाढदिवस. दर वर्षी सर्वप्रथम सकाळी-सकाळी माझी आई माझ्या कपाळाची पापी घेऊन विश करायची, आशीर्वाद द्यायची. मग बाबा मला न चुकता, आता मला लाखभर पगाराची नोकरी करत असले तरी एखादी महागडी भेटवस्तू आणायचे आणि न चुकता हमखास म्हणायचे... माझं प्रेम अबोल असतं बेटी, जे मला शब्दांनी व्यक्त नाही करता येत. म्हणून अशा रीतीने प्रकट करतोय. मग माझ्या जीवाची ठेव असलेलं माझं लहान कोकरू- माझी धाकटी बहीण सानिका मला कधी पेंटिंग तर कधी पर्स, सेंट अशी भेट द्यायची आणि आज रात्री मला राहुल डिनरला घेऊन जाणार आहे, वाढदिवस साजरा करायला. ते सोडून आता हा कोण उपटसुंभ दिवसाच्या प्रारंभी सर्वांत आधी विश करतोय?

'मी चांगलीच खट्टू झाले होते. मी ब्रश करून बाथरूममधून बाहेर आल्यावर आमची कामवाली मावशी लालभडक गुलाबांचा भला मोठा बुके घेऊन आली व देत म्हणाली, ''कुरिअरवाला आला होता...''

'मला नाइलाजानं तो बुके घ्यावा लागला. त्यावर सेलोटेपनं एक कार्ड चिकटवलं होतं- 'हॅपी बर्थ डे फ्रॉम......' आणि पुढे गिचमिड्या अक्षरातली

सही. तो बुके मी संतापानं कोपऱ्यात भिरकावला.

'मला मनस्वी अपमानित वाटलं होतं. माझ्यावर नजर ठेवून पिच्छा करणाऱ्या त्या अनामिक माणसानंच तर बुके पाठवला नसेल ना? त्याला कसं माहीत माझा आजचा वाढदिवस? माझ्या आपल्या माणसांआधी हा मला विश करण्याचा आगाऊपणा करतोय. मला ते मंजूर नाही. पण....

पुन्हा त्याचा दुसरा मेसेज. इच्छा नसतानाही उघडून पाहिला. व्हॉट्सॲपमध्ये लाल फुलांच्या गुच्छाचा फोटो आणि खाली लागट मजकूर- मी पाठवलेला बुके रागानं फेकून दिला असणार. म्हणून हा व्हर्च्युअल बुके वुईथ मेनी मेनी बेस्ट विशेश...

'आज दिवसभरात घरून बाहेर ऑफिससाठी पडताना कंपनी बसमध्ये, कंपनीत, बाहेर क्लायंटसोबत मेरिएट हॉटेलमध्ये लंच मीटिंग करताना आणि रात्री राहुलबरोबर डिनरच्या वेळी पण कुणी तरी मला दुरून आरपार न्याहाळत आहे- पाठलाग करत आहे, असं जाणवत होतं.

'पण कोण आहे तो अनामिक? तो दिसत नव्हता. समोर नजरेच्या टप्प्यात येत नव्हता. पण त्याचं अस्तित्व, त्याची काळी-भीतिदायक छाया अस्पष्टपणे पण नेमकी जाणवत होती.

'ते सारं विसरून मी डिनरच्या वेळी मनावर दडपण असलं तरी ते न जाणवून देता राहुलशी बोलत होते आणि त्याची कंपनी एन्जॉय करत होते. आम्ही दोघे लवकरच एक होणार, हे दोन्ही घरांनी गृहीत धरलं होतं. त्यासाठी त्यांची संमती होती. म्हणून राहुलची नि:संकोच धिटाई वाढत होती. आजही त्याचं एक पाऊल पुढे होतं. आणि मला तरी ते नकोसं कुठं होतं?

तरीही माझ्या मनातली सूक्ष्म अस्वस्थता राहुलनं टिपकागदाप्रमाणे नेमकी टिपली होती. त्यानं काळजीनं विचारलं, तेव्हा मला रहावलं नाही. त्याला सकाळचा तो आलेला मेसेज व पाठवलेल्या बुकेबाबत सारं काही सांगून टाकलं. मला वाटणारी भीती मी प्रकट केली. माझं ऐकून तोही चांगलाच गंभीर झाला होता.

''स्वाती, हा स्टॉकिंगचा- stalking चा प्रकार दिसतोय. काही दिवस काळजीपूर्वक लक्ष दे- त्या स्टॉकरचा शोध घेण्यासाठी. पण हा प्रकार असाच सुरू राहिला, तर पोलीस कम्प्लेंट करू या.''

'घरी आल्यावर 'स्टॉकिंग'चा अर्थ डिक्शनरीत पाहिला आणि मनातली भीतीची छाया गडद झाली.

'Stalking is defined as repeated behaviour of a man towards a woman through contacts, or attempts to contact such a woman to foster personal interaction repeatedly.'

'ओ माय गॉड...! आजचा प्रकार काही एक वेळचं स्टॉकिंग असणार नाही...

'माझी ही शंका खरी ठरली होती. डायरी लिहिताना रात्री अकराच्या सुमारास त्या अनामिकाचा व्हॉट्सअ‍ॅप मेसेज आला. त्यानं चक्क माझा गडद निळ्या स्कर्टमधला फोटो पाठवून त्या खाली लिहिलं होतं- किती सुंदर दिसतेस तू. माझी तुला दृष्ट न लागो! सोबत एक गाणं पाठवलं होतं- जादू तेरी नजर, खुशबू तेरा बदन... तू हां कर, या ना कर, तू है मेरी किरन!

'हा निळा ड्रेस मला राहुलनं घेऊन दिला होता. मॉलमध्ये तो ड्रेस घालून बाहेर त्याला दाखवायला आले तेव्हा किंवा आज डिनरला राहुलबरोबर घालून गेले होते, या दोन प्रसंगांपैकी केव्हा तरी त्या स्टॉकिंग करणाऱ्या माणसानं मोबाईलच्या कॅमेऱ्यानं माझी निळ्या स्कर्टमधली छबी टिपली असणार, हे नक्की!

'माझं रूपच माझं वैरी झालं होतं, जे त्या बिनचेहऱ्याच्या माणसाला ऑब्सेसिव्ह करीत माझा पिच्छा करायला- स्टॉकिंग करायला प्रवृत्त करत होतं. मी... मी पार भेदरून गेले होते. तो... तो पागल, पछाडलेला माझं काही बरं-वाईट तर करणार नाही ना?

*

'आज त्याचा चक्क ई-मेल आला आहे. तो वाचून केवळ हादरलेच नाही, तर मी भयभीत पण झाले आहे. माझा स्वत:वरचा विश्वास उडाल्यासारखा झाला आहे. पुन्हा मला धीर द्यायला राहुल नाहीय. कंपनीच्या एका प्रॉजेक्टसाठी तो ऑस्ट्रेलियाला सहा महिन्यांसाठी गेला आहे आणि तो गेल्यापासून याचं स्टॉकिंग वाढत चाललं आहे.

'आज ई-मेल पाठवून त्यानं साऱ्या सीमारेषा पार केल्या होत्या. त्यानं लिहिलं होतं... माय डार्लिंग, राहुल सहा महिन्यांसाठी म्हणून गेला असला तरी तो काही भारतात परतणार नाही, हे नक्की. तू फार साधी-भोळी आहेस स्वाती

आणि तो महाचालू. इथंही त्याच्या 'निकट'च्या अनेक मैत्रिणी होत्या. तिथं तर सारं रान मोकळं आहे त्याला. तिथं सारं काही फ्री-उन्मुक्त. तुला तो एव्हाना विसरूनही गेला असेल. मार्क माय वर्ड्स.

...आणि इकडं मी तुला दर दोन-तीन दिवसाला जुन्या हिंदी रोमँटिक गाण्याच्या लिंक्स पाठवून तसेच तुला साहित्याची आवड आहे म्हणून माझ्या एका मराठीच्या प्राध्यापक मित्राकडून उत्तमोत्तम प्रेमकविता मिळवून त्या पाठवून माझ्या भावना प्रकट करत आहे. तुला माझं प्रेम कळत नाही का? माझ्या एकाही मेसेजला तुझं उत्तर नाही की प्रतिसाद नाही. प्लीज, असं करू नकोस. आज माझ्या भावना पुन्हा एका गाण्यातून सांगतो, 'दिल को देखो, चेहरा न देखो, चेहरे ने लाखों को लुटा, दिल सच्चा और चेहरा झूठा! माझं दिल- माझं मन खरं आहे आणि राहुलचा चेहरा खोटा, मुखवट्याचा आहे.

'...मला काही तरी प्रतिसाद दे, म्हणजे मला माझी आयडेंटिटी तुझ्यापुढे प्रकट करता येईल. प्लीज, फार तरसवू नकोस. माझी सहनशक्ती संपत आलीय. मला भीती वाटते, ती संपली तर मी काहीबाही करायला प्रवृत्त होईन... नो... नो, ही धमकी नाहीय. पण मला तुझ्याकडून प्रतिसाद हवा म्हणजे हवाच आहे. एक खूणगाठ मनाशी पक्की बांध- तू माझी आहेस आणि माझीच राहशील. तुझ्या जीवनात दुसरा कोणी आलेला मला चालणार नाही. एक राहुल होता, पण तो परत आता येणार नाही. मी तसं होऊ देणार नाही, हा माझा तुला वादा आहे.

'मी तुला सोडणार नाही कधीच, सोडूच शकत नाही. कारण तू माझी आहेस, माझीच राहशील. पुन्हा एका फिल्मी गीतातून माझी भावना सांगतो-

'सौ बार जनम लेंगे, सौ बार फना होंगे
ए जाने वफा फिर भी, हम तुम न जुदा होंगे ।'

'त्याच्या या स्पष्ट धमकीवजा एकतर्फी प्रेमाच्या प्रकटीकरणानं मी किती वेळ तरी सुन्न झाले होते. एकाच वेळी भीती व काळजी वाटत होती. स्वत:वरचा विश्वास कमी झाला आहे, असं पण वाटत होतं...!'

*

डायरीमध्ये यानंतरच्या नोंदी त्रोटक पण स्वातीची मन:स्थिती दर्शवणाऱ्या होत्या.

'मला इन्सोमेनिया झाला की काय, असं वाटतंय. नेहमीच्या डॉक्टरकाकांकडे

न जाता मी अनोळखी डॉक्टरांकडे गेले. त्यांनी झोपेच्या गोळ्या लिहून दिल्या आहेत. त्या क्वचित प्रसंगी घ्यायचा त्यांचा सल्ला धुडकावून मी दररोज त्यांचं सेवन सुरू केलंय.

'काय करू? मनात गडद झालेली भीतीची काळी छाया संत्रस्त करतेय. एकही क्षण असा जात नाही की, त्या माणसाची आठवण पिच्छा सोडत नाही. त्याचं स्टॉकिंग आता अधिक वाढलं आहे. दररोजचं झालं आहे. रोज तो माझा एक फोटो मला पाठवतो आणि माझ्या सौंदर्याची तारीफ करणाऱ्या एखाद्या फिल्मी गाण्याची लिंक सोबत देत, त्या गाण्याचे शब्द अघळपघळ वापरत माझी स्तुती करतो. वर आक्रमकपणे बळजोरी म्हणता येईल अशी प्रेमयाचना करतो...

'तो उद्या समोर साक्षात आला अन् त्यानं आपला परिचय दिला तर?... नुसत्या कल्पनेनंसुद्धा माझ्या जीवाचा थरकाप उडतो. त्याला मी कसं फेस करू शकेन? काहीच कळत नाही... पण काही तरी केलं पाहिजे. बाबांना विश्वासात घेऊन सांगितलं पाहिजे. ते प्राध्यापक आहेत. त्यांचे अनेक विद्यार्थी पोलिसांत आहेत. येस...'

*

सानिकाला डायरीची ही नोंद वाचताना त्या दिवसाची आठवण झाली, ज्या दिवशी रात्री बाबा घरी जखमी अवस्थेत आले होते. त्यांना घरी परतताना अंधारात चार लोकांनी गाठून काठ्यांनी मारलं होतं आणि रक्तबंबाळ केलं होतं....

स्वातीनं त्यांना त्या अवस्थेत पाहिलं, तेव्हा केवढा मोठा हंबरडा तिनं फोडला होता आणि पुन: पुन्हा एकच बोलत होती, ''सॉरी बाबा, माझ्यामुळेच झालं हे.''

दोघांनीही त्या घटनेनंतर मौन धारण केलं होतं याबाबत. मी व आईनं खोदून-खोदून विचारलं होतं, पण दोघेही तोंडात गुळणी धरून बसले होते. आज डायरी वाचताना त्याचा काहीसा अंदाज येतोय. पुढील नोंद त्याला पुष्टी देणारी आहे.

*

'त्याचा ई-मेल पुन्हा आलाय. त्यात त्यानं किती भयंकर लिहिलं आहे की-

'मी तुला चेतावणी दिली होती अनेकदा की, पोलिसांकडे जाऊ नकोस. काय झालं गेल्यामुळे? मला ते पकडू शकले? नाही ना? उलट तुझ्या बापाला-

सॉरी, माझ्या भावी सासऱ्याला मारहाण- तीही या उतारवयात सहन करावी लागली. ती कुणी केली- अंहं, घडवून आणली, हे पण सांगायला हवं?

'समझनेवालों को इशारा काफी है म्हणतात. तुला पुरेसा आहे ना? सायबर ब्रँचपण या ई-मेलद्वारे माझा मागोवा काढू शकणार नाही. समजलीस? पुन्हा असा वेडेपणा करू नकोस!'

*

'बाबा अन् मी पोलिसांकडे पुन्हा जायचं ठरवलं, पण त्याच रात्री बाबांना हृदयविकाराचा जोरदार झटका आला. मी व सानिकानं धावपळ करून त्यांना दवाखान्यात वेळेवर भरती केलं' म्हणून वाचले ते. नाही तर... त्यामुळे मी पोलिसांत जाण्याचा विचार मनातून काढून टाकला.

'तो स्टॉकर समोर येत नाही, की त्याचा मागोवा घेता येत नाही. पण गेल्या दोन महिन्यांत रात्र-रात्र झोप लागत नाहीय- प्रसंगी झोपेची गोळी घेऊनही. झालंच तर भूक न लागणं आणि अधूनमधून तीव्र उदासीनतेचा किंवा अनावर संतापाचा झटका येणं यामुळे स्वाती नामक एक जीवनवादी, हसरी आणि जगावर-माणसांवर प्रेम करणारी, माणसांच्या चांगुलपणावर विश्वास ठेवणारी तरुणी संपलीय. वजन झपाट्यान कमी झाल्यामुळे पार रया गेलेल्या देहाला भरकटलेल्या भ्रांतचित्त मनाचं ओझं पेलवेनासं झालं आहे. माझं जणू जिवंत अशा कलेवरात रूपांतर झालंय!

'बाबांच्या अभिमानाचा, आईच्या प्रेमाचा आणि सानिकाच्या आदराचा विषय असणारी व घरचा केंद्रबिंदू असणारी स्वाती आता संपत चाललीय.'

*

हे वाचताना सानिकाला थोडासा अंदाज बांधता येत होता की, तिनं आपला आत्मघात का करून घेतला असावा?

त्या समोर न येणाऱ्या पण तिची घराबाहेरची प्रत्येक हालचाल डिटेक्टिव्हप्रमाणे टिपणाऱ्या आणि सतत स्टॉकिंग करणाऱ्या त्या माणसाच्या भीतीमुळे स्वातीचं मन किती अस्वस्थ होतं, कुंठीत झालं होतं- हे डायरीच्या प्रत्येक शब्दातून प्रकट होत होतं! आणि तिचे प्रतिसादात्मक अतार्किक विचार... ते वाचताना सानिकाला थक्क व्हायला होत होतं, तसंच संतप्त धुमसायलाही होत होतं.

*

'मी मेट्रो सिटीच्या रिवाजाप्रमाणे आणि मला शोभूनही दिसत असल्यामुळे मॉड ड्रेस परिधान करायची. स्कर्ट, मिडी व बरंच काही. राहुलला ते सारं आवडायचं आणि त्याच्या आसक्त नजरेनं मी मोहरून जायची. पण त्यानंच तर घात केला ना! तो अनामिक तरुण माझ्या आसपास वावरतोय, पण नजरेच्या टप्प्यात न येता. त्याच्या कदाचित भुकेल्या आसक्त नजरेची मी बळी तर ठरणार नाही?

'अलीकडे मी स्टॉकिंगबाबत बरंच काही इंटरनेटवर गुगल सर्च करत वाचलंय. प्रसंगी स्टॉकरची मजल लैंगिक अत्याचारापर्यंत जाते, कदाचित रेपही... आईऽ गं! नुसती कल्पनाही किती असह्य वाटते. अंगावर भीती व किळसाचे काटे फुलवते. यातून मार्ग काढायचा झाला तर आता मला डिग्लॅमराईज झालं पाहिजे. स्वत:ला कुरूप केलं पाहिजे. त्यासाठी अंगभर विटके, भयानक रंगाचे कपडे घातले पाहिजेत. आणि ही गौर तजेलदार कांती मला उन्हात दररोज बसून अनाकर्षक, काळवंडलेली केली पाहिजे. माझे स्त्रीत्व- आकर्षक करणारे माझे टपोरे उरोज आणि घाटदार नितंब डाएट करून पुरुषी वासनामय नजर त्याकडे जाणार नाही, असं काही तरी केलं पाहिजे.'

*

सानिकानं डोळे पुसत डायरी क्षणभर मिटली. 'ताई तू काय काय सहन केलंस! आई-बाबांना विश्वासात घेतलं नाहीस ते ठीक; पण मी तुझी मैत्रिणीसारखी तुला समजून घेणारी बहीण होते ना... माझ्याशी का नाही शेअर केलंस? मी हे जाणून फार दुखावले गेलेय स्वातीताई. पण तुझ्याशी लटकं भांडावं म्हटलं, तर आहेस कुठं तू इथं? किती दूर जीवनाच्या सीमारेषेपलीकडे निघून गेलीस.

'पण स्वातीताई, तू त्या दुपारी मी कॉलेजला गेले असताना, आपल्या रूममध्ये सिलिंग फॅनला लटकून आत्महत्या करण्याचा निर्णय कोणत्या बिंदूवर आणि का म्हणून घेतलास? मला हे जाणून घ्यायचं आहे.'

सानिका पुन्हा मनाचा धीर एकवटत स्वातीची डायरी पुन्हा वाचू लागली.

*

'आज स्काईपवर राहुलशी संवाद असा झालाच नाही. कारण माझं बदललेलं प्राणतत्त्व, हरवलेलं व काळवंडलेलं रूप पाहून तो म्हणाला- स्वाती, तूच आहेस समोर की तुझं भूत? आणि त्यानं एक-दोन मिनिटं जुजबी बोलून स्काईप बंद केला.

'मी विचार करत बेडवर अस्वस्थ पडले होते. राहुलचं आजचं वर्तन किती अनपेक्षित होतं. त्याचं प्रेम दैहिक होतं म्हणायचं तर! त्या स्टॉकरच्या भीतीनं अनाकर्षक दिसण्यासाठशी मी जे जाणीवपूर्वक प्रयत्न केले, त्यामागची माझी काळीज कुतरडणारी भीती राहुलनं लक्षात घेतली नाही; उलट माझं उतरलेलं- काळवंडलेलं रूपचं नेमकं टिपत विपरीत असा प्रतिसाद दिला. राहुल- यु टू ब्रूटस....!'

*

'आज त्या अनामिक माणसाचा पुन्हा ई-मेल आला. तो लिहितोय की-

'माय डिअर स्वाती, आय नो- माझ्या नजरेतून तू उतरावीस म्हणून स्वत:ला कुरूप, अनाकर्षक करत आहेस. हा माझ्यावर अन्याय आहे. मला रूपसुंदरी स्वाती हवीय जीवनात. अशी नीरस व कुरूप बाई नकोय.

'मी आज प्रथमच तुला वॉर्न करत आहे की, हे अघोरी प्रयत्न सोड. पुन्हा चार महिन्यांपूर्वी होतीस तशी सुंदर गुलाबपुष्पासारखी हो... तुला असं अनाकर्षक होऊन माझा पिच्छा सोडवून घेता येणार नाही, हे लक्षात घे. एका महिन्यात मला बदल दिसला पाहिजे. नाही तर पाहाच मी काय करतो ते!'

*

स्वातीच्या डायरीतल्या शेवटच्या पानाकडे आता सानिका आली होती. आत्महत्येच्या आदल्या दिवशी पण तिनं डायरी लिहिली होती.

'त्यानं पाठवलेली ती व्हिडिओ क्लिप पाहून तर मी पार हादरून गेलेय. ती डॉक्टर्ड आहे, एडिटेड आहे- हे मला माहीत आहे. पण उद्या ती त्यानं व्हायरल केली तर? सोबत त्याची घाणेरडी कॉमेंट... मला तू अशी व्हायटल स्टॅटिस्टिक असणारी व सेक्सी दिसणारी हवी आहेस. एका महिन्यात तुला असं कुरूप होण्याचा अधिकार नाहीय. कारण तू माझी आहेस, फक्त माझी!'

'त्याला मी त्याच्या ई-मेल आयडीवर उत्तर पाठवलं ती व्हिडिओ क्लिप पाहून की- मी नाही पुन्हा पूर्वीसारखी होणार. होऊ पण इच्छित नाही. कारण माझी आता जगायची - आनंदी जगायची इच्छा पूर्णपणे संपलीय. का असा माझ्या मागे हात धुवून लागलास? काही झालं तरी तुला पूर्वीची ती स्वाती नाही दिसणार- मिळायची गोष्ट तर दूरच राहिली. मी मनानं पार खचून गेलेय- दुबळी झालेय. कशी होणार पूर्वीसारखी? तरीही मी तुला स्पष्ट सांगते की- तुला जे हवंय,

ते कधीच मिळणार नाही. माझा नाद सोड...

'त्याचा व्हॉट्सअपवर जहरी प्रतिसाद क्षणार्धात आला- मग ठीक आहे. तू आहेस आणि मी आहे.'

'सारी रात्र मी जागी होते. धुमसत होते, तळमळत होते, स्वत:वर चिडत होते. पण काहीही करता येणं शक्य नव्हतं. फार-फार अगतिक झाले होते. काही विपरीत झालं तर बाबांचं नाजुक झालेलं हृदय पट्दिशी बंद पडायचं... त्याची पण भीती होती. मी मात्र अकारण मनस्ताप व भीतीच्या भोवऱ्यात सतत गरगरतेय. माझी काहीएक चूक नसताना. काय करू मी? काही सुचत नाही. कोणता मार्गही दिसत नाहीय.

'मी ज्या वर्तुळात वावरत होते, तिथे स्त्री-पुरुषामधली निकोप मैत्री आहे. लिंगसुलभ संयत प्रतिक्रिया असायच्या. पण मला पुरुषाची भीती कधीही वाटली नाही, जी आता त्या अनामिक स्टॉकर पुरुषामुळे वाटतेय. माझं स्त्रीत्व भेदरून सोडतेय... त्याच्या लेखी केवळ माझा आकर्षक देह आहे- बाकी काही नाहीय. त्याचा मनस्वी राग येतोय- पण तो वांझोटा आहे.

'त्या काळच्या माझ्या आकर्षक व सुंदर देहाचे त्यानं स्टॉकिंग करत असंख्य फोटो काढले होते. ते वापरून तांत्रिक करामती करीत किती घाणेरडी क्लिपिंग तयार करून मला पाठवली आहे आणि अशी सेक्सी व व्हायटल स्टॅटिस्टिकवाली मी झाली पाहिजे, अशी धमकी दिलीय...

'मला एक प्रश्न मुळापासून राहून-राहून भेदरवून सोडत आहे. माझा मान-सन्मान, अब्रू व सामाजिक स्थान प्रश्नांकित आहे...

'मी... मी काय करू?

'उद्या ही व्हिडिओ क्लिप व्हायरल झाली, तर जगाला कसं तोंड दाखवू?'

*

सानिकाच्या हातून स्वातीची डायरी गळून पडली होती. मन ओलं होत डोळ्यांवाटे झरू लागलं होतं.

अचानक काही तरी आठवल्याप्रमाणे ती उठली आणि तिनं स्वातीचं कपाट उघडलं. तिचा मोबाईल ड्रॉवरमधून काढला आणि चार्जिंगवर ठेवला. आता सानिका बेडरूममध्ये इकडून-तिकडे अस्वस्थपणे येरझाऱ्या घालत होती. ती व्हिडिओ क्लिप स्वातीनं आपल्या आत्महत्येपूर्वी डिलिट तर केली

नसेल? पुरेसं चार्जिंग होताच मोबाईल सुरू करून ती व्हॉट्सअपमध्ये गेली आणि तिच्या आत्महत्येच्या आदल्या दिवशीची तारीख असलेला पहिलाच मेसेज उघडला. ती व्हिडिओ क्लिपच होती. सानिकानं ती धडधडत्या मनानं सुरू केली.

दुसऱ्या कुणाच्या तरी विवस्त्र देहावर स्वातीची हसरा चेहरा प्लांट केला होता आणि विभिन्न कोनांतून तिचे स्त्रीत्वाचे अवयव ठळकपणे दाखवले जात होते. दीड मिनिटाची केवळ फोटो दाखवणारी ती क्लिप होती. त्या अनामिक स्टॉकरच्या विकृतीची ही परिसीमा होती, जी स्वातीला स्वत:ला संपवत सीमारेषेपलीकडे जीवन घेऊन जायला मजबूर करून गेली होती!

सानिकाला वाटलं, डिलिट करावी ती अश्लील क्लिप... पण नंतर वाटलं ती कायम ठेवावी. ती व स्वातीला आलेले ई-मेल्स आयटी विझार्ड असलेल्या ऋताला द्यावेत- त्या स्टॉकरला ट्रेसआऊट करण्यासाठी.

होय, त्या विकृत माणसाला शोधून काढलंच पाहिजे आणि जबर शिक्षा पण केली पाहिजे. माझी ताई परत येणार नाही, पण किमान तिच्या आत्म्याला त्यानं समाधान तरी लाभेल!

*

सानिका आज सकाळपासून त्या ब्लँक कॉलवाल्याचा मेसेज व फोनच्या प्रतीक्षेत होती. काळीज सशासारखं होत धडधडत होतं आणि त्याच वेळी स्वातीताई आत्महत्त्या करण्यापूर्वी कोणत्या मानसिक तणावातून गेली होती याचा अंदाज बांधता येत होता.

तिला स्वत:चा पण राग येत होता. आपणही का एवढे कावरेबावरे झालो आहोत? ताईच्या व्यक्तिमत्त्वाचा भाग असलेलं असं मानसिक दौर्बल्य आपल्या स्वभावात नाही. तरीही-

कारण हा स्टॉकर पुढे येत नाहीय, पण सतत मागावर आहे. त्यामुळे अज्ञात हिंसेची भीती वाटतेय.

आणि तिला फार वेळ वाट पहावी नाही लागली. त्याचा व्हॉट्सॲप मेसेज आल्याचा विशिष्ट आवाज मोबाईलवर आला. तिनं धडधडत्या उरानिशी स्वत:च्या भेदरलेल्या मनावर कसंबसं नियंत्रण मिळवत धीर धरून तो वाचला.

'तू किती स्वातीसारखी दिसतेस डार्लिंग! क्षणभर तुला पाहिल्यावर वाटलं,

तीच जिवंत होऊन परत आलीय की काय! असो. वो नहीं, तू सही. मला आता तू कालपासून फार हवीशी वाटू लागली आहेस. मी तुला मिळवणार- जिवंतपणी. आय प्रॉमिस! आणि ही गाण्याची लिंक पाठवतोय तुझ्या सौंदर्याला सलाम करण्यासाठी...'

ते गाणं होतं- 'चौदहवी चाँद हो या आफताब हो, जो भी हो तुम खुदा की कसम लाजबाब हो...'

मेसेज वाचताना ती स्वत:शीच थरकापत होती. स्वातीचा पिच्छा पुरवणारा तो स्टॉकर आता आपल्यामागे पागल पिसाटाप्रमाणे हात धुऊन लागला आहे तर...! तो.... तो कोणत्याही विकृत स्तराला जाऊ शकतो. स्वातीची त्यानं बनवलेली ती घाणेरडी व्हिडिओ क्लिप... त्याला जणू स्त्रीच्या कपड्याच्या आतील देहाला कल्पनेनं नग्न करीत नजरेनं उपभोगण्याची विकृतीच जडली असावी...

पण... पण त्याला ताईप्रमाणे माझंही पुरुषी नजरेला चेतवणारं देहसौंदर्य कारणीभूत आहे. आपले हे विचार किती अतार्किक व वेडेपणाचे आहेत. पण मी आता खरंच अंतर्बाह्य भेदरले आहे. त्यामुळे ते मनाआड-विचाराआड होत नाहीत, प्रयत्न केला तरी.

सानिकाला मनोमन काय वाटलं कुणास ठाऊक ती उठून समोरच्या ड्रेसिंग टेबलासमोर जाऊन उभी राहिली आणि पुरुषभर उंचीच्या आरशात स्वत:ला न्याहाळू लागली. तिला जाणवलं की, खरंच आपण स्वातीताईसारख्याच दिसतो. तशीच सुंदर. त्या स्टॉकरच्या स्वातीकडून ज्या अपेक्षा होत्या, त्याप्रमाणे आपल्या अवयवाचे व्हायटल स्टॅटिस्टिक आहेत, म्हणून तर तो पिसायटलाय...

ताईनं उपाय केला तसा आपणही केला पाहिजे. स्वत:ला कुरूप, डिग्लॅमराईज केलं पाहिजे. भरपूर तेल लावून चपचपीत वेणी, तेलकट चेहरा, म्हाताऱ्या माणसाला शोभणारा काळ्या फ्रेमचा मोठा बिननंबरचा चष्मा... गबाळे कपडे...

आणि उन्हात थांबून चेहरा व बाहूंची त्वचा काळवंडणं...

पण त्यासाठी मला बाहेर उघड्यावर जावं लागेल... आणि तिथं तो दबा धरून असणार- पाठलाग करायला. मागे-मागे येत घाणेरड्या वासनामय नजरेनं पाहत मनानं उपभोगायला...

सानिकाच्या मनात तीव्र किळस दाटून आली. एवढी की, बाथरूममध्ये

जाऊन ती भडाभडा ओकली आणि निस्त्राणशी होत बेडवर पहुडली...

आणि मेसेज आल्याचा आवाज... त्याचाच होता.

'आज क्लाससाठी बाहेर नाही पडणार मेरी जान? मी प्रतीक्षेत आहे, तुझा सुंदर मुखडा पाहायला...!'

त्यापाठोपाठ फोन वाजला. ती ताठरली गेली. पण नकळत फोन उचलला गेला. ''हॅलो...''

''सानिकाच ना? असा खोल आवाज का? तू... तू ठीक आहेस ना?'' हा जमिलाचा फोन होता. सानिकानं मनोमन सुटकेचा नि:श्वास टाकला होता.

''हो, ठीक. तू कशी आहेस?''

''माझं काय- संसारात अडकलेय. निकाहनंतर मियाँनी दोन वर्षांत दोन पोरं काढली... अजून दोन हवीत म्हणे... म्हणजे काय, घरात अन् बुरख्यातच माझी जिंदगी बसर होणार!'' एक दीर्घ सुस्कारा टाकीत जमिला आपल्या शाळकरी वयापासूनच्या मैत्रिणीपुढे मनाचा सल उकलून दाखवत होती. ''या अल्लाह, मी पण काय घेऊन बसले? मी फोन केला तो वेगळ्याच कामासाठी सानू. अगं, मागच्या वेळी आले तेव्हा पावसात भिजल्यामुळे बुरखा तुझ्याकडे ठेवून आले होते आणि मियाँची गाली पण खाल्ली होती. तो बुरखा पाठवतेस कुणाबरोबर तरी?''

''कुणाबरोबर कशाला, मीच येते घेऊन तुझ्याकडे!'' सानिका म्हणाली. ''तुला भेटते आणि तुझ्याकडूनच कोचिंग क्लासला जाते...!''

''वा! बहोत ख़ूब!''

''आणखी एक जमिला- मी आज किनई तुझा बुरखा घालून तुझ्याकडे येणार आहे. पाहू या कसा अनुभव आहे बुरखा घालण्याचा!''

आणि जमिलाच्या प्रतिक्रियेची व प्रत्युत्तराची वाट न पाहता तिनं फोन ठेवला.

ती कपाटाकडे वळली. तो काळा रेशमी बुरखा काढला आणि अंगावर चढवला. त्याचा जाळीचा पडदा तोंडावर घेतला, तेव्हा तिच्या नजरेसमोर एकदम अंधारून आलं. श्वास गुदमरल्यासारखा झाला. तिनं घाईनं चेहऱ्यावरचा- मुखावरचा जाळीचा पडदा मागे सारला.

समोर आरशातली बुरखाधारी सानिका तिलाच अपरिचित वाटत होती. पण मग मनात विचार आला की, यामुळे मला पुरुषांची विकृत नजर चुकवता

येईल. श्वापद होत मोकाट वावरणाऱ्या आजच्या पुरुषांच्या दुनियेत स्त्रियांसाठी बुरखा हे बचावाचं एक साधन होऊ शकतं! सानिका मनाशी विमनस्क हसली.

तिला बंडखोर मल्याळी कवयित्री कमला दास आठवली. बिनधास्त लैंगिक स्वातंत्र्याचा पुरस्कार करणारी कमला दास उत्तर आयुष्यात धर्मांतर करून बुरखा घालू लागली होती आणि स्त्रीच्या सुरक्षिततेसाठी त्याचं हिरीरीनं समर्थनही करू लागली होती.

मला बुरखा पटत नाही. पण आज त्या पाठलाग करणाऱ्या विकृत माणसाची विषारी-विकृत नजर टाळण्यासाठी हत्यार म्हणून उपयुक्त वाटतोय...

बुरख्यात सानिकाला कमालीचं गुदमरल्यासारखं वाटत होतं. त्याहून जास्त आपलं स्त्रीत्व अपमानित होत आहे, असं वाटत होतं. आपण दुबळेपणानं स्वत:लाच असं बंदिस्त करून घेत आहोत, नाही का? पण किमान त्याची नजर तरी चुकवता येईल. त्याला कळणार नाही की, टाऊनशिपमधून बाहेर पडणारी बुरखेवाली सानिकाच आहे.

ती स्कूटर न काढता ऑटोरिक्षानं जमिलाच्या घरी गेली. तिला बुरख्यात आलेली पाहून जमिलानं विचारलं, ''हे काय खूळ? कुण्या मुस्लिमाची बुरखेवाली बीबी व्हायचा तर इरादा नाही ना?''

सानिकाच्या डोळ्यांत खळ्कन पाणी आलं. ते पुसत ती म्हणाली, ''कसं सांगू तुला जमिला... माझी आपबिती... पण आज नको, पुन्हा कधी तरी.''

जमिलाही सुज्ञपणानं विषय बदलत हलकं-फुलकं बोलू लागली. फार दिवसांनी मैत्रीण घरी आली म्हणून आवभगत करीत सानिकाला तिनं भरपेट नाश्ता खाऊ घातला. त्यानंतर चहाचे घुटके घेत असताना तिचा नवरा उमर अचानक बाहेरून तिथं आला आणि बुरख्यातल्या पण पडदा वर केल्यामुळे चेहरा दिसणाऱ्या सानिकाकडे तो आ वासून पाहत राहिला.

सानिकाला त्याच्या नजरेतील वासना आणि विकृतीची झाक जाणवली. तोही तिला कपड्याच्या आत एक्स-रे नजरेनं नग्न पाहत होता जणू आणि कल्पनेनं तिचं नग्न सौंदर्यही! तिनं मान वळवत पडदा चेहऱ्यावर ओढला. तसा उमरनं बायकोशी काही तरी बोलून निरोप घेतला.

जमिला विषण्ण शांत होती. तिचा चेहरा वरकरणी निर्विकार वाटत होता, तरी अंतर्यामी ती शरमिंदी झाली होती. ते सानिकाच्या ध्यानात आलं आणि तिनं

एक सुस्कारा सोडला.

बुरखासुद्धा स्त्रीला विषयी नजरेपासून वाचवायला फारसा उपयोगी नाही तर...! आणि मॅट्रिक होताच लग्न झालेल्या व विशीतच दोन मुलांची आई झालेल्या जमिलाची फरपट काही न बोलता समजून येत होती. उमरची सानिकावर रेंगाळलेली ती विषयासक्त नजर हेच सांगत होती की, जमिलाचा संसार सुरक्षित नाहीय. तिचा नवरा उद्या बाळंतपणामुळं शरीराची रया गेली म्हणून तिला सहजसुलभ तलाक देऊन घराबाहेरसुद्धा काढेल... किंवा तिला सवत सहन करावी लागेल.

एका तिरमिरीत सानिकानं बुरखा काढला आणि जमिलाला देत म्हटलं, ''तुलाच तो लखलाभ होवो! पण बये, तो तुला त्यागता येणार नाही.''

जमिलानं उत्तर न देता असहाय शांतपणे चेहरा अधोमुख केला. सानिकाच्या मनानं ताड्‌कन तिला बोचरा सवाल केला, 'तू तरी कुठे धीट आहेस? तूही त्या स्टॉकिंग करणाऱ्या माणसामुळे गळपटून गेलीसच की!'

आपल्या मनात उठणाऱ्या या तुफानी विचारांचं वादळ तिला पेलवेनासं झालं होतं. पण त्यातून अवचितपणे ऋताच्या आलेल्या फोननं काहीशी सुटका व्हायला मदत झाली.

''सानिका, अगं, आज कोचिंग क्लासमध्ये नव्यानं आलेल्या थेट आय.पी.एस. असणाऱ्या महिला पोलीस अधीक्षक शोभना चतुर्वेदीचं लेक्चर आहे...''

''गुड! मी येतेच आहे.''

''हो बाई, उद्याची तू डी. वाय.एस.पी. ना... तुला आलंच पाहिजे.''

सानिकाच्या मनात एकदम उल्हासाची एक लहर दौडून गेली. आता तिला उत्साही तरोताजेपणा वाटू लागला होता.

'अहो उद्याच्या डी. वाय. एस.पी. सानिका मॅडम...' तिचं तीक्ष्ण-धारदार बोचरं मन जणू तिला विचारू लागलं होतं. 'आजचं काय? त्याला कसा सामना करणार?'

उत्साह व निराशेच्या हिंदोळ्यावर ती झुलत संभ्रमितपणे कोचिंग क्लासला जात असतानाच तिचा मोबाईल वाजला. अनोळखी नंबर होता. त्यामुळे मनाला घट्ट बिलगलेल्या भीतीनं पुन्हा हतोत्सित व्हायला झालं. पण त्याचा काही

ठावठिकाणी– अतापता कळेल, म्हणून तिनं फोन उचलला.

''हाय, मघाशी मला बुरखा घालून चकवा दिलास ना? पण माझ्या कसबी नजरेनं हुडकून काढलंच तुला.'' एका कुत्सित हास्यासह त्याचा आवाज कानी पडला. ''मला आता जुन्या सिनेमातली बुरखा घालणारी साधना नटी आठवतेय. तिच्यापेक्षा तू कमी हसीन नाहीस.''

''प्लीज, माझा पिच्छा सोड. तुला काय मी स्वातीताईप्रमाणे मरून जायला हवंय?'' सानिका आवेगानं थरथरत्या आवाजात बोलून गेली.

''ओ नो डिअर....'' पलीकडचा स्वर. ''मला तू हवी आहेस, पण जर मला मिळणारच नसशील तर... तर–''

''तर.... तर?''

''वेट अ‍ॅण्ड सी!'' गर्भित धमकीच्या स्वरात बोलत त्यानं फोन बंद केला.

सानिका चालता-चालता थबकली. जमिलाच्या घरापासून कोचिंग क्लास दहा मिनिटांच्या अंतरावर असल्यामुळे ती चालत निघाली होती. 'हे चुकलं आपलं. त्याला पुन्हा नजरेच्या टप्प्यात सापडले.'

काही मिनिटे ती रस्त्याच्या बाजूला फुटपाथवर एका झाडाखाली थांबून राहिली. स्वत:च्या मनातील भीतीवर नियंत्रण मिळवण्यासाठी आणि छातीची धडधड थांबून श्वास पूर्ववत् होण्यासाठी...

कोचिंग क्लासमध्ये पोलिसी ड्रेसमध्ये रुबाबदार पावलं टाकीत सुहास्य मुद्रेची शोभना आली, तेव्हा सानिका तिच्याकडे स्तिमित होऊन पाहतच राहिली. मग तिच्या भाषणात मनानं वाहत गेली, भारावत बुडून गेली.

'मला... मला उद्या असंच आत्मविश्वास पूर्ण कणखरपणे वागता... वावरता येईल?'

शोभनाच्या लेक्चरनंतर संचालकांच्या रूममध्ये चहापानाच्या वेळी ऋताला घेऊन सानिका प्रवेश करती झाली. संचालकांच्या परवानगीनं तिनं शोभनाला म्हटलं, ''मॅडम, मला तुमची मदत हवीय...!''

आणि तिनं हिंमत धरत संकोच न बाळगता तो सारा प्रकार सांगितला.

''आय सी.'' सानिकाचं सांगणं झाल्यावर काहीशी विचार करत गंभीर स्वरात शोभना म्हणाली. ''एक लक्षात ठेव– तुझ्या बहिणीप्रमाणे जीवनापासून पराभूत व्हायचं नाही... डट कर मुकाबला करायचा. स्वत:हून मरण्यापेक्षा मुकाबला

करणं चांगलं नाही का? पुन्हा मी आहे– माझं पोलीसदल आहे तुझ्या मदतीला. पण हिंमत तुलाच बांधली पाहिजे... मुकाबला तुलाच केला पाहिजे... समजलं?''

सानिकाला तिच्या आश्वासक बोलण्यानं धीर वाटत होता. ती शोभनाकडे पाहत कृतज्ञ हसली.''थँक्यू व्हेरी मच मॅम!''

आणि तिचा फोन वाजला. त्याचाच असणार. पण सानिकाला यापूर्वी प्रत्येक फोन कॉलच्या वेळी किंवा त्याचे आलेले मेसेजेस वाचताना वाटणारं भय पूर्ण नाही, पण बरंचसं कमी झाल्यासारखं वाटत होतं.

''पोलिसांची मदत घेतलीस तरी काही उपयोग नाही. मी तुला असा सहजासहजी सोडणार नाही, कारण तू माझी आहेस... कळलं?''

''तू केवळ नीच नाहीस तर विकृत पण आहेस... पण मी स्वातीताईसारखी दुबळी नाहीय, हे लक्षात घे. आणि हे पण की– मी तुझ्या माग काढणार... तुला शोधणार आणि कायद्यानं शिक्षा करणार. अंडरस्टँड...?''

सानिकाचा चेहरा दृढनिश्चयानं उजळून निघाला होता. मनात मघाशी थोडीशी असणारी भीतीपण आता पूर्णपणे संपली होती.

उद्याच्या डी. वाय.एस.पी.नं असं घाबरून चालणार नाही.... त्या नराधमाला शोधून आणि शिक्षा करून मला स्वत:ला सिद्ध करायचं आहे की, मी रफ अँड टफ अशा पोलीस जॉबला फिट आहे...

''माझा नाद सोड, नाही तर तुझी खैर नाही. आय वॉर्न यू!''

शोभनानं तिला मिठीत घेत थोपटत अभिमानानं म्हटलं, ''आय ॲम प्राऊड ऑफ यू माय सिस्टर... कीप इट अप!''

–o–o–o–

९.

स्त्रीत्व संकोचत कवचाआड दडणारी स्त्री

''सॉरी सर! अर्जंट होतं, म्हणून न विचारताच......''

सबइन्स्पेक्टर मानेनं टपाल बंद करीत नजर वर करीत पाहिलं. समोर जिल्हा परिषद हायस्कूलच्या मुख्याध्यापिका पुष्पा देसाई उभ्या होत्या. संताप व उद्वेगानं थरथरणारा चेहरा, ओले डोळे आणि जलद श्वासोच्छ्वासानं खालीवर होणारा ऊर.... मानेचा चेहरा गंभीर झाला. त्यानं इशारा करीत पुष्पाला खुर्चीवर बसायला सांगितलं. पुष्पानं निस्त्राण होत झप्कन खुर्चीवर बसकण मारली आणि समोरच्या टेबलावरचा भरलेला पाण्याचा ग्लास उचलला व एका दमात रिकामा केला. मग चेहरा काहीसा ओशाळवाणा करीत म्हटलं, ''पुन्हा सॉरी. न विचारताच पाणी प्यायल-''

''ठीक आहे मॅडम. तुम्ही जरा शांत व्हा, मग बोलू आपण.'' मानेनं पुन्हा टपाल उघडीत व पेनचं टोपण काढीत म्हटलं, ''पाचेक मिनिटात मी हे संपवतो, मग शांतपणे बोलू.''

पुष्पानं मान हलवीत अस्पष्टसा होकार दिला. तिच्या पाठी उभ्या असलेल्या मीनलचा खुर्चीच्या पाठीवर ठेवलेला डावा हात हाती घेत तिनं थोपटला. ''पोर त्या प्रकारानं भेदरली आहे, तिला दिलासा आपणच दिला पाहिजे.'' मीनलनं तिच्या वयाला न शोभणाऱ्या समंजसपणे आपल्या आईचे खांदे दाबले, मूकपणे सांगण्यासाठी की, शिस्तीत घे.....

माने टपाल पाहत होता आणि एकेका पत्रावर शेरे मारून सही करत होता. पण त्याच वेळी मनोमन विचारपण करत होता. जिल्हा परिषद शाळेत काही तरी विपरीत घडलं असणार, त्याविना देसाई मॅडम अशा भयभीत अवस्थेत पोलीस

स्टेशनला येणार नाहीत. कालच आपण शाळेत मुलींच्या बँड पथकाचं राष्ट्रगीत कसं बसलंय, हे पाहण्यासाठी गेलो होतो. त्या वेळी मॅडमचे शिक्षणाबाबतचे विचार ऐकून त्या हाडाच्या शिक्षिका आहेत, हे पटलं होतं. उगीच नाही त्यांना राज्यस्तरीय आदर्श शिक्षिकेचा पुरस्कार मिळाला..... मग आज असं काय अघटित घडलंय की–

''सर, मी शाळा सोडून आलेय, तेव्हा.....'' पुष्पानं म्हटलं, तसं माने मान वर करून म्हणाला, ''ओके. आता आपण शांत झालेल्या दिसता. मघाशी आलात तेव्हा थरथरत होतात– कदाचित संतापानं..... ओके. बोला मॅडम.''

''म... मला एफ.आर.आय. नोंदवायची आहे.''

माने चमकला. पुष्पाच्या मागे शाळेच्या गणवेशात उभ्या असणाऱ्या तेरा–चौदा वर्षांच्या कोवळ्या गोड मुलीकडे त्याचं लक्ष गेलं. तिच्याबाबत तर काही विपरीत घडलं नसेल? छे, ती फक्त बावरलेली दिसतेय. कदाचित आपल्या पोलीस स्टेशनच्या वातावरणाचा परिणाम असावा. मग दुसरं काही–?

''एफ. आर. आय.? तुम्हाला नोंदवायची आहे?''

''होय. आमच्या शाळेचे शिक्षक जाधवसरांच्या विरुद्ध. ते आज उशिरा शाळेत आले, म्हणून मी त्यांचा आठवीच्या वर्ग घेत होते. ते अर्ध्या तासानं सरळ वर्गात आले आणि मला अर्वाच्च बोलत चक्क सर्व विद्यार्थ्यांसमक्ष थोबाडीत मारली.... हे- हे पाहा- अजूनही वळ आहेत डाव्या गालावर!''

मानेचा आपल्या कानांवर क्षणभर विश्वासच बसला नाही. माध्यमिक शाळेतला कनिष्ठ पदावरचा एक शिक्षक मुख्याध्यापिकेला वर्गात मारतो? शॉकिंग होतं! मानेनं पुष्पाच्या चेहऱ्याकडे क्षणभर रोखून पाहिलं. तिच्या डाव्या गालावर खरंच पाची बोटांचे वळ उठले होते.

बोलत असताना घडलेलं पुन्हा आठवत असल्यामुळे की काय, पुष्पाचा आवाज कातर होत गेला.

''सर..... मला सहन होत नाहीय. फार–फार अपमानास्पद वाटतंय. हा जिल्हा एवढा प्रगत–पुरोगामी समजला जातो, तिथं स्त्रीवर ज्ञानाच्या मंदिरात चक्क पुरुषाकडून हात टाकला जातो? स्वप्नातही याची कधी मी कल्पना केली नव्हती.''

क्षणभर ती बोलता–बोलता थांबली. मनोमन काही निर्धार केल्याप्रमाणे निश्चयी चेहरा करत एकेका शब्दांवर जोर देत पुष्पा म्हणाली,

''आपण आत्ताच्या आत्ता माझी एफ. आय. आर. नोंदवून घ्या. मी जाधवरना असं सोडणार नाही. ही माझी मुलगी मीनल, त्या वर्गात होती प्रसंग घडला तेव्हा. ती साक्षी आहे. तसंच वर्गातल्या उपस्थित सर्वच विद्यार्थ्यांना पण आपण शाळेत येऊन विचारू शकता..... प्लीज, माझी एफ. आय. आर. नोंदवून घ्या.''

मानेनं काही न बोलता कॉलबेल वाजवली. तसा दारात एक शिपाई आला. ''रीडरला पाठवून दे.....''

काही क्षणात एक प्रौढ पिकल्या केसांचा, कनवाळू चेहऱ्याचा, कपाळी गंध लावलेला स्थूल बुटका पोलीस आला.

''काशीनाथ, मॅडमची एफ.आय.आर. नोंदवून घ्यायची आहे. त्या हेडमिस्ट्रेस आहेत. त्या जे काही सांगतील, ते-ते लिहून घे- इथंच माझ्यासमक्ष!''

''होय सर.'' काशीनाथ मानेंच्या काटकोनात टेबलासमोर बसला आणि त्यानं रजिस्टर उघडलं. ''बोला ताई.''

तोच फोनची कर्कश घंटा वाजली. तेव्हा रिसिव्हर उचलत नजरेनं त्यानं काशीनाथला थांबायची सूचना केली व म्हटलं, ''हॅलो...''

आणि पलीकडचा आवाज कानी पडताच हडबडत माने उभा राहिला. ''सर, मी जरा अँटिचेंबरमधून तुमचा फोन घेतो. चालेल?'' मग फोन हाती घेत वायर सांभाळात अँटिचेंबरमध्ये जात पुष्पाला म्हणाला, ''आलोच मी मॅडम, एवढा फोन घेऊन...'' त्यानं इशारा केला म्हणून काशीनाथही रजिस्टरसह त्याच्या पाठोपाठ अँटिचेंबरमध्ये गेला....

पुष्पाला जाणवलं की, इथं आल्यापासून मीनल बावरलेल्या-अवघडलेल्या अवस्थेत आपण बसलेल्या खुर्चीमागे उभी आहे. ''बेटा, समोर ये. माझ्या बाजूच्या खुर्चीत बस.''

मीनल निमूटपणे तिच्या बाजूच्या खुर्चीत येऊन बसली. तिचा चेहरा अजूनही तसाच संभ्रमित व काहीसा भयभीत होता. पुष्पा तिच्या डोईवर थोपटत म्हणाली, ''मीनल, शांत हो... तुला माहित्ये, तुझी आई किती धीराची आहे ते... तुला सांगते, आता माघार नाही!''

मीनल फिकट हसली आणि आईच्या खांद्यावर डोकं ठेवत म्हणाली, ''तरीही ममा....''

''शांत हो. मी पाहते सारं!'' पुष्पा म्हणाली, तशी मीनल शांत नाही पण गप्प झाली.

थोड्या वेळानं माने व रीडर काशीनाथ ऑंटि चेंबरमधून बाहेर येतील तेव्हा घडलेला प्रसंग व्यवस्थितपणे कसा सांगावा, याची पुष्पा मनोमन उजळणी करत होती.

* *

आज नऊ ऑगस्ट. क्रांतीदिन.

जिल्हा परिषदेच्या आदेशानं शाळेमध्ये आज विशेष ध्वजारोहण समारंभ होणार होता आणि या प्रसंगी विद्यार्थ्यांना क्रांतिदिनाबाबत काही खास माहिती पुष्पा सांगणार होती. काल तिनं त्याची काही पुस्तकं वाचून व इंटरनेटवर विकिपीडियाच्या नोंदी पाहून तयारी केली होती.

शाळेत क्रीडाशिक्षकानं 'एक साथ शुरू कर' असा आदेश देताच मुलींच्या खास बँड पथकानं राष्ट्रगीत सुरावर वाजवायला सुरुवात केली. ते ऐकताच पुष्पाच्या चेहऱ्यावर समाधान पसरलं. गतवर्षी पदोन्नतीनं मुख्याध्यापिका म्हणून नागेवाडीला आल्यापासून मुलांप्रमाणे मुलींच्याही विविध कला-क्रीडा गुणांना वाव देण्यासाठी ती प्रयत्नशील होती. त्याचाच एक भाग म्हणून मुलींचं बँड पथक तिनं निर्माण केलं होतं. आधीच्या गावच्या शाळेत मीनल बँड पथकात होती. ती इथं पथकप्रमुख झाली होती. आज ती अत्यंत सफाईनं संचलन करत बँडवर साथीदार मुलींसह राष्ट्रगीत वाजवत होती.

पुष्पाची आणि मीनलची क्षणभर नजरानजर झाली. दोघीही मंद हसल्या. त्याचं कारणही खास होतं. यंदाच्या तालुक्याच्या ध्वजारोहण समारंभासाठी त्यांच्या शाळेच्या बँड पथकाला राष्ट्रगीताबरोबर 'जयोस्तुते' आणि 'सारे जहाँ से अच्छा' हेही वाजवायचं निमंत्रण कालच गटशिक्षण अधिकाऱ्यांनी शाळाभेटीच्या वेळी लेखी दिलं होतं. आज ९ ऑगस्टच्या समारोहात त्याची अनायसे रंगीत तालीम होत होती.

राष्ट्रगीतानंतर माईकसमोर येत पुष्पा बोलू लागली,

''आज क्रांतिदिन. महात्मा गांधींनी 'चले जाव'चा नारा देताना दुसरा एक मंत्र दिला होता- 'करो या मरो', हजारो नव्हे, तर लाखो लोकांनी देशभर ब्रिटिशांविरुद्ध उठाव केले. त्यात महिलाही मागे नव्हत्या. आज मी तुम्हाला दोन

बहादूर स्त्री सेनानींच्या कथा सांगणार आहे.''

पुष्पाचं वक्तृत्व रसाळ आणि अस्खलित म्हणून ती पहिल्यापासून ज्या ज्या शाळेत होती, तेथील विद्यार्थिप्रिय शिक्षिका होती. आपलं विज्ञानाचं अध्यापन करीत ती प्रत्येक ठिकाणी हौसेनं सांस्कृतिक कार्यक्रमांची जिम्मेदारी स्वत:वर घ्यायची. मुख्य म्हणजे, मुलांप्रमाणे ग्रामीण भागातील विद्यार्थिनीही बहुश्रुत व धीट-सक्षम व्हाव्यात, असा तिचा प्रयत्न सतत असायचा.

आज ती विद्यार्थ्यांना अरुणा असफअली व इंदूताई पाटणकरांच्या 'चले जाव' चळवळीतल्या शौर्यगाथा सांगताना स्वत: रंगली होती आणि विद्यार्थीही रंगून गेले होते.

''९ ऑगस्टच्या आदल्या रात्री बापूजी, नेहरू आदींना अटक झाली होती. पण ठरल्याप्रमाणे ९ ऑगस्टला मुंबईच्या गवालिया टँक मैदानात अरुणानं काँग्रेसचा ध्वज फडकवला आणि ताबडतोब भूमिगत झाली. जंग-जंग पछाडूनही ती ब्रिटिशांना शेवटपर्यंत सापडली नाही.....

''आणि कासेगाव-सांगलीच्या इंदूताई पाटणकर. त्या नाना पाटलांच्या पत्रीसरकार आंदोलनात सहभागी होत्या. पोहणं, घोडेसवारी व पिस्तुल हाताळणं यात त्या निष्णात होत्या...''

पुष्पानं शेवट करताना नेहमीप्रमाणे आशावादी विचार मांडला, ''मुलांप्रमाणे मुलींनीही जीवनाच्या सर्व क्षेत्रांत आघाडीवर राहण्याचा प्रयत्न केला पाहिजे. कारण दोघेही समान आहेत. नव्हे, एकाच वेळी अनेक कामं करण्याची क्षमता- म्हणजे मल्टिटास्किंगचा उपजत गुण असल्यामुळे स्त्रिया असतील तर कांकणभर सरसच असतात पुरुषांपेक्षा- हे दोघांनीही लक्षात ठेवावं. म्हणजे मुले मुलींना कमी लेखणार नाहीत.''

क्रांतिदिनाच्या कार्यक्रमानंतर एका व्यापाऱ्यानं खाऊ म्हणून बिस्किट्स व केळी पाठवली होती. त्यांचे वाटप सुरू झाले. पंधरा मिनिटांनी टोल पडल्यावर शाळा नेहमीप्रमाणे सुरू होणार होती.

पुष्पा समाधानाने आपल्या ऑफिसकडे वळत असताना शाळेच्या लिपिका शामाबाईनं तिच्या जवळ येत सांगितलं की, अजून जाधवरसर आले नाहीत. ते ऐकताच पुष्पाच्या कपाळावर नाराजीची आठी पडली. तोंडी सूचनांचा काही परिणाम होत नाही म्हणून काल त्याला पुष्पानं लेखी मेमो दिला होता आणि

शाळेत उशिरा येण्याबद्दल 'सेन्शुअर' (निंदा) करीत यापुढे वेळेवर येण्याची ताकीद मुख्याध्यापिका म्हणून प्राप्त अधिकाराचा वापर करून दिली होती. तेव्हा जाधवरनं एक शब्दही न बोलता तो मेमो घेतला होता खरा पण तो प्रचंड दुखावलाय, त्याहीपेक्षा अपमानित वाटून घेतोय, असं पुष्पाला वाटलं. एक तर तो वेळेवर यायचा नाही, पुन्हा त्याचा शिकवण्याच्या तक्रारी; त्यामुळे मेमो देणं हे आपलं कर्तव्यच होतं, याबाबत ती नि:शंक होती.

"मॅडम, माझा वर्ग तुम्ही यापुढे घेण्याची तसदी घेऊ नका... मी आठवी सायन्सचा पोर्शन नीट पूर्ण करतो."

काही दिवसांपूर्वी त्याला वर्गात विद्यार्थ्यांनी शंका विचारली असताना, ती निरसन करता येत नाही म्हणून जाधवर भडकला होता. तेव्हा एका मुलानं धीटपणे म्हटलं होतं, "सर, हा धडा शिकवायला देसाई मॅडम असत्या, तर त्यांनी छानपणे त्याचं निरसनही केलं असतं.... तुम्ही आमच्यावर फुकाचं ओरडू नका."

आजवर जाधवरला शाळेत कोणत्याच मुख्याध्यापकानं मेमो देत चाप लावण्याचा प्रयत्न केला नव्हता. त्यामुळे पुष्पाची कृती त्याला अपमानास्पद वाटत होती. आधीच त्याला एका स्त्रीच्या हाताखाली काम करणं पहिल्यापासून खटकायचं, पण नाइलाज होता. पुन्हा तो उशिरा आला की, त्याच्या वर्गावर जाऊन पुष्पा विज्ञान शिकवायची. तेही उत्तम रीतीनं. त्यामुळे पुष्पा व जाधवरच्या अध्यापनाची तुलना करून विद्यार्थी त्याला डावा ठरवायचे. त्याच्या दुखावलेपणाचं हेही एक कारण होतं.

काल कबूल करूनही जाधवर आज क्रांतिदिनाच्या कार्यक्रमाला तर आला नाहीच; पण अर्धा तास वर्ग उशिरा सुरू होणार असला तरी तो अजून उगवला नव्हता, हेच लिपिक शामाबाई पुष्पाला सांगत होती.

"ठीक आहे, मीच आठवीच्या वर्गावर जाते शिकवायला." पुष्पा चट्‌दिशी म्हणाली व फ्रेश होऊन वर्गावर गेली. त्याच वर्गात तिची मुलगी मीनलही शिकत होती. आज तिला हेही आठवलं की, इतर काही मुलींप्रमाणे मीनलनंही एकदा तक्रार केली होती की, जाधवरसरांची नजर चांगली नाही. सुरुवातीला पुष्पाला प्रश्न पडला होता की, जाधवरपुढे हा विषय तरी कसा काढावा? अन् कशाच्या आधारे त्याची कानउघाडणी करावी? पण तक्रारींचं प्रमाण वाढलं, तेव्हा तिनं तालुक्याच्या गटशिक्षण अधिकाऱ्याच्या कानी घातलं. तेव्हा त्यांनी जाधवरला

बोलवून त्याची चांगलीच खरडपट्टी काढली होती. तेव्हापासून मुलींची तक्रार नव्हती. पण आज वर्गात प्रवेशताना पुष्पाला का कोण जाणे, ते आठवलं. जाधवर याबाबत खरंच सुधारला असेल? मागे काही वर्षांपूर्वी तो एका दूरच्या गावात केलेल्या घाणेरड्या प्रकरणामुळे काही काळ निलंबितही झाल्याचं पुष्पाच्या कानांवर आलं होतं.

वर्गात प्रवेशतानाच सर्व विद्यार्थ्यांनी उभं राहत 'एक साथ नमस्ते'चा उद्‌घोष करीत तिला आनंदानं अभिवादन केलं. त्याचा स्वीकार करत ती खुर्चीवर बसली आणि विज्ञानाचं पाठ्यपुस्तक उघडलं. तिला जाधवरची वरकरणी सरळ पण छद्मी असलेली विनंती आठवली, 'माझे वर्ग तुम्ही कृपया घेऊ नका. तुमच्याइतकं चांगलं नाही, पण बरं नक्कीच शिकवतो. मलाही गतवर्षी जिल्हा परिषदेचा उत्कृष्ट शिक्षकाचा पुरस्कार मिळालाय, हे लक्षात ठेवा मॅडम!'

क्षणभर पुष्पाला वाटलं, आज तरी आपण निदान आठवीच्या वर्गावर जाधवर आला नाही म्हणून शिकवण्यासाठी यायला नको होतं. खैर... तिनं एक सुस्कारा सोडला आणि मनातले नकोसे विचार झटकून टाकीत ती शिकवू लागली. काही वेळानं उठून ब्लॅकबोर्डजवळ जाऊन आकृत्या काढू लागली. त्या काढतानाच तिचं स्पष्टीकरणात्मक विवेचन चालूच होतं.

पाहता-पाहता पुष्पा नेहमीप्रमाणे शिकवण्यात रंगून गेली होती आणि विद्यार्थीही शिकण्यात तल्लीन झाले होते.

"वा ! मॅडम, तुमचं शिकवण्याचं प्रेम फारच उतू जातंय?"

पुष्पानं वळून पाहिलं. काहीसा तोल जात असलेला जाधवर दरवाज्याला लगटून उभा होता. तो पिऊन आलाय की काय आज शाळेत? पुष्पाच्या मनात शंका तरळली. तो उच्च स्वरात संतापानं म्हणाला,

"तुम्हाला काय मिळतं मॅडम विद्यार्थ्यांपुढे माझी बदनामी करण्यात? मी लेट येतो- नीट शिकवत नाही- वगैरे वगैरे"

पुष्पाला त्याची ही उर्मट भाषा आणि वर्ग चालू असताना उशिरा येऊन अध्यापनात व्यत्यय आणणारी कृती रुचली नव्हती. पुन्हा तो नशेत असल्याची शंका नव्हे, तर खात्री होती. ती हुकमी आवाजात म्हणाली,

"पुरे जाधवरसर, तुम्ही स्टाफरूममध्ये जा. मी वर्ग संपवून येते. मग बोलू."

''नाहीऽ आत्ताच बोला मॅडम, मला ऐकू तर द्या!''

''तशी बोलायची काही गरज नाही.'' पुष्पा सात्त्विक संतापानं म्हणाली, ''आज क्रांतिदिनाला पण लेट, झेंडावंदनाला पण दांडी! विद्यार्थी काय संस्कार घेणार तुमच्यासारख्या कामचुकार शिक्षकाकडून?''

''म- माझी बदनामी करता मॅडम?'' त्याचा आवाज आता चिरका होत फाटला होता. ''मी कामचुकार? ज्या घरात वंशपरंपरेनं पोलीस पाटीलकी आहे, ज्याची आई सरपंच आहे; त्याची बदनामी आणि तीही मुलांसमोर?''

''तुम्ही ती आपणहून ओढवून घेतलीय सर. मी तुम्हाला निक्षून सांगते, विद्यार्थ्यांसमोर मला फुकाचा तमाशा नकोय.''

तो दात-ओठ खात तिच्यापुढे येत म्हणाला, ''माझं वागणं-बोलणं तमाशा वाटतो? साली दीडदमडीची बाई तू- नवऱ्याला सोडलेली... मला-मला- या खानदानी जाधवर पाटलाला सुनावतेस? फार माज चढलाय..... तुझा हा माज मला उतरवलाच पाहिजे.''

आणि त्यानं पुढं होत तिच्या केसांचा सैल अंबाडा डाव्या हातानं पकडला आणि सरळ तिच्या डाव्या कानाखाली सणसणीत थप्पड ठेवून दिली. पुष्पा मर्मांतक विव्हळत ओरडली, ''आईऽ गंऽऽ!'' आणि निस्त्राण होत जमिनीवर मटकन बसली.

मीनल धावत पुढे आली आणि आईजवळ बसत म्हणाली, ''ममा, ममा... तू ठीक आहेस ना?''

आता वर्गात एकच हलकल्लोळ माजला होता.

आपण संतापाच्या भरात काय करून बसलो, हे जाधवरला जाणवताच तो सटपटला आणि त्यानं वर्गातून पाय काढता घेतला. क्षणार्धात बुलेट सुरू झाल्याचा आवाज झाला. जाधवर शाळेतून पसार झाला होता.

कुणी तरी आपल्या दप्तरातून पाण्याची बाटली काढून पुष्पाला दिली. घोटभर पाणी प्यायल्यानं तिला हुशारी वाटली. ''थँक्यू पराग बेटा...''

मग ती उठली व मॉनिटरला म्हणाली, ''पुढच्या तासाचे सर येईपर्यंत साऱ्यांची उजळणी घे. कुणीही वर्ग सोडायचा नाही.''

तिच्यापाठोपाठ मीनलही वर्गाबाहेर पडली. पुष्पा आपल्या ऑफिसमध्ये येऊन बसली. टेबलावर आजची वृत्तपत्रं पडली होती. त्यात क्रांतिदिनाच्या पान

पान जाहिराती होत्या आणि पंतप्रधानांचा नवा नारा होता, 'संकल्पसे सिद्धी तक!'

कसला संकल्प पंतप्रधान महोदय? इथं ग्रामीण भागात मोकाट पुरुष स्त्री शिकारीचा संकल्प दररोज सोडतात अन् तो निर्लज्जपणे सिद्धीसही नेतात. पण तुम्हाला त्याची जाणीव कशी असणार?

पुष्पा एकदम उठली व मीनलला म्हणाली, ''चल बेटी, आपण पोलीस स्टेशनला जाऊ, तक्रार नोंदवायला.''

* *

अँटिचेंबरमधून माने केव्हा येतोय याच्या प्रतीक्षेत पुष्पा होती. कुणाचा बरं त्याला फोन आला असावा? आपल्यासंदर्भात तर नसेल? त्याची आई जवळच्या एका छोट्या गावची सरपंच आहे, पण त्यामुळे काय फरक पडणार आहे? आपण आता गॅझेटेड क्लास टू मुख्याध्यापिका आहोत. पोलिसांना एफ.आय.आर. नोंदवून घ्यावीच लागेल.

मीनल शांतपणे पोलीस स्टेशन पाहत होती. पण मनातली भीती कमी होत नव्हती. जाधवरसर किती नीच आहे! आपल्या आईच्या थोबाडीत त्यांनी भर वर्गात विद्यार्थ्यांसमोर मारली... आणि मग तिला आपला दारुडा बाप आठवला. तो दारू पिऊन डोक्यात दारू चढली की, आईला अशीच मारहाण करायचा. एक दिवस मीनलला घेऊन पुष्पा घराबाहेर पडली आणि तिनं घटस्फोट घेतला. मीनलला कोर्टानं विचारलं, तसं 'आपण आईबरोबर राहू' असं म्हटलं होतं. ते आठवताच तिला आईचा वाटणारा अभिमान पुन्हा जाणवला. आपली आई खरंच आदर्श माता आहे, आदर्श शिक्षक तर आहेच आहे. पण कर्तबगारीत कुठेही कमी नसताना तिच्या नशिबी असंच पुरुषाकडून मार खाणं का? आज तर.....

माने अँटिचेंबरमधून बाहेर आला व म्हणाला, ''मॅडम, एस्क्यूज मी. हायवेवर ॲक्सिडेंट झालाय, मला गेलं पाहिजे. तुम्ही शाळा सुटल्यावर सायंकाळी या.'' आणि त्वरेने बाहेर निघून गेला. पुष्पा अवाक् होऊन तो निघून गेलेल्या दिशेने पाहत राहिली.

रीडर काशीनाथ चेंबरमध्ये रेंगाळला होता. तो किंचित खाकरला, तशी पुष्पा भानावर आली व त्याला म्हणाली, ''हे काय रीडरसाहेब?''

काशीनाथ शरमिंद्या स्वरात म्हणाला, ''आत्ता पालकमंत्र्यांचा फोन आला होता साहेबांना. तुम्ही वरून कुणाला तरी फोन करायला सांगा. त्याशिवाय......''

ग्रामीण भागात पोलीस व राजकारण्यांचं घट्ट साटंलोटं असतं आणि पोलीस त्यांचा आदेशात असतात, हे ग्रामीण भागात काम करणाऱ्या पुष्पाला ऐकून-वाचून माहीत होतं. पण आज त्याचा रोकडा प्रयत्य येत होता. पण त्यानं हताशता वाटली नाही; उलट संताप तीव्र होत गेला, जोडीला निर्धारही.

''रीडरसाहेब, आज क्रांतिदिनी मी विद्यार्थ्यांना अरुणा असफअली व इंदूताई पाटणकरांच्या स्वातंत्र्यलढ्यातल्या शौर्यकथा सांगितल्या. त्या थोडंच स्वतंत्र भारतात आम्हा स्त्रियांवर असाच अन्याय होत राहावा म्हणून लढल्या? मी मुलांना जे शिकवते, ते आचरणात आणण्याची वेळ आली असता, मी माघार घेणार नाही. मीही सामना करायला तयार आहे.''

तिनं कार्बनपेपर घालून, तिथंच बसून एक पत्र लिहिलं आणि ते काशीनाथला देत म्हणाली, ''हा माझा तक्रार अर्ज. प्रतीवर 'मिळाला' म्हणून सही करून द्या. तो अर्ज घ्यावा की नाही, हे पण तुम्ही पालकमंत्र्यांना विचारून ठरवणार तर नाही आहात?'' बोलता-बोलता तिचा स्वर उपहासात्मक होत गेला. तो काशीनाथला चांगलाच जाणवला. त्याची मुलगी त्याच शाळेत शिकत होती आणि ती मॅडमच्या शिकवण्याची व वेळोवेळी कसं मुलीनं वागावं- धीट-कणखर बनावं याबाबत जो उपदेश करायची, तो काशीनाथला तिच्याकरवी कळायचा. आज त्याचा साक्षात पुरावा मिळत होता. त्यानं चट्‌कन तो अर्ज घेतला व प्रतीवर सही करून देत म्हणाला,

''मॅडम, मी फार छोटा माणूस आहे. पण तुम्ही लढा. आता तुम्ही वैद्यकीय तपासणी करून घ्या ताबडतोब. तुम्हाला थोबाडीत मारल्याचं रेकॉर्डवर येणं आवश्यक आहे.''

''थँक्यू.''

''असं म्हणून मला ओशाळवाणं करू नका. मी माझ्यापरीनं तुम्हाला काय घडतंय ते कळवत जाईन. त्याचा तुम्हाला उपयोग होईल. तुमचा मोबाईल नंबर मला देऊन ठेवा.''

* *

''सर, तुम्ही जिल्हा परिषदेचे मुख्य कार्यकारी अधिकारी प्रवीण पाटील ना? मी एक विद्यार्थिनी बोलतेय- मीनल पुष्पा देसाई.''

जिल्हा परिषद अध्यक्षांच्या दालनात प्रवीण बसला होता. उपाध्यक्ष व

शिक्षक सभापतीबाईंसोबत चर्चा चालू असताना त्यानं उठून मोबाईल घेत जरा बाजूला जात बोलणं, हे अध्यक्षांना खटकलं होतं. तो अध्यक्षांना आपल्या राज्यमंत्रिपद दर्जाचा व अधिकाराचा अधिक्षेप वाटत होता.

तो परतला तेव्हा अध्यक्ष घुश्श्यातच म्हणाले, ''सर, तुम्ही कामाचाच फोन घेतला असणार या वेळी; पण आपल्या चर्चेत व्यत्यय येतो, त्याचं काय?''

''आय ॲम सॉरी, पण फोन घेतला तो एका शालेय विद्यार्थिनीचा..... बरं झालं घेतला तो.'' शिक्षण सभापती मॅडमकडे वळून प्रवीण म्हणाला,

''अहो कमलताई, नागेवाडीला एका जाधवर नावाच्या शिक्षकानं आज वर्गात शिकवणाऱ्या मुख्याध्यापिका देसाई मॅडमच्या थोबाडीत मारली- तिच्या मुलीचा फोन होता.''

कमलताईंनी चपापत प्रवीणकडे मान वर करून पाहिलं. त्या वेळी त्यांच्या डोक्यावरचा पदर खाली घसरला. तसा तो सावरत नीटनेटका करत म्हणाल्या, ''हे – हे ठीक झालं नाही सर. देसाई मॅडम म्हणजे राज्य पुरस्कार मिळालेल्या शिक्षिका ना?''

''हो कमलताई! म्हणून मी जाधवर गुरुजीला निलंबित करण्याचा आदेश फोनवर स्टेनोला डिक्टेट केला. मी सी.ई.ओ. असताना असा अन्याय व गैरप्रकार खपवून घेणार नाही.''

अध्यक्ष व उपाध्यक्ष एकमेकांकडे नजरेनं खाणाखुणा करत पाहत होते. प्रवीणचं त्यांच्याकडे लक्ष नव्हतं, पण कमलताईंच्या ते लक्षात आलं होतं.

''बरं का सर-'' प्रवीण आता अध्यक्षांकडे वळत म्हणाला, ''आमची ब्युरोक्रसी पण कमालीची सडली आहे. देसाई मॅडमची वैद्यकीय तपासणी प्राथमिक आरोग्यकेंद्राचा डॉक्टर करत नाही, की पोलीस सबइन्स्पेक्टर एफ.आय.आर. नोंदवून घेत नाही. -मी दोघांना आदेश दिला, तसं काम झालं.''

''अहो पण पाटीलसर, आधी चौकशी तर करा गटशिक्षण अधिकाऱ्यांकडून.'' अध्यक्ष म्हणाले, ''अहो, तो जाधवरगुरुजी म्हणजे अवघड जागेचं दुखणं आहे. त्याची आई केवळ सरपंचच नाही, तर पालकमंत्र्यांची खास कार्यकर्ती पण आहे. मुख्य म्हणजे, नात्यातली आहे.''

''हे मला माने इन्स्पेक्टरनं सांगितलंय साहेब. पण त्यामुळे का या भयंकर प्रकाराकडे डोळेझाक करायची? नाही. अखेरीस हा स्त्रीसन्मानाचा प्रश्न आहे

आणि मी त्याबाबत नेहमीच आग्रही असतो.''

कमलताईंना भरून आलं होतं. दोन दिवसांपूर्वी राखीपौर्णिमा होती, त्या दिवशी त्यांनी प्रवीणला त्याच्या चेंबरमध्ये जाऊन राखी बांधली होती. ''सर, यंदा तुम्ही स्वतंत्र जेंडर बजेट मांडलंत आणि स्त्रीविकासाच्या कामांसाठी भरीव तरतूद केलीत, म्हणून जिल्ह्याच्या गरीब बायकांच्या वतीनं राखी बांधते- आमच्या हिताचं रक्षण करणारा अधिकारी भाऊ आम्हाला मिळाला म्हणून!'' त्या वेळी हजर असणाऱ्या एका वार्ताहरानं त्याची मोठी बातमीही केली होती.

आताही कमलताईंना प्रवीणची तडफ आणि निर्णय आवडला होता. क्षणभर वाटलं, आपल्याला उद्या जर वैयक्तिक गरज वाटली तर हा भावासारखा आपल्या रक्षणाला येईल- नवरा अन् सासऱ्याविरुद्ध. दोन्ही मुलीच झाल्या. वंशाला दिवा दिला नाही म्हणून त्यांची नाराजी होती. पुन्हा तिसऱ्या वेळी ॲबॉर्शन करावं लागलं, कारण गर्भ मुलीचा होता म्हणून. याबाबत कमलताई मनोमन धुमसत राहायच्या. ओल्या, न जळणाऱ्या लाकडासारख्या. अजूनही ब्लिडिंग होतंय, तरीही नवरा पुन्हा चौथ्यांदा चान्स घेऊ या म्हणतोय- त्यासाठी अत्याचार...

त्या एकदम उत्तेजित स्वरात म्हणाल्या, ''तुम्ही चांगली ॲक्शन घेतलीत सर. मी शिक्षण सभापती असताना एका शिक्षिकेला मारहाण होते, हे बरोबर नाही.''

''मारहाण नाही कमलताई,'' अध्यक्ष म्हणाले, ''साधी थोबाडीत मारलीय.... जाधवरचं डोकं जरा गरम आहे झालं.''

''अध्यक्ष महोदय, जोरात का हळू, मारलं हे महत्त्वाचं नाही; तर का मारलं आणि त्याची हिंमत कशी झाली हा खरा सवाल आहे. म्हणून मी त्याला निलंबित करणार आहे.''

''जरा शांत व्हा सी.ई.ओ. साहेब.'' अध्यक्ष म्हणाले, ''अहो, आपले पालकमंत्री नाराज होतील- एफ.आय.आर. आणि निलंबन... दुहेरी शिक्षा? जरा जास्तच नाही का होत?''

त्याच वेळी प्रवीणचा स्टेनो एक फाईल घेऊन आला. प्रवीणनं फाईल उघडून कागदपत्रांवर सही केली व म्हटलं, ''ताबडतोब फॅक्स व ई-मेलनं आदेश पाठवा आणि एफ.आय.आर. नोंदला गेल्याची खात्री करून सांगा.''

स्टेनो निघून गेल्यावर प्रवीण अध्यक्षांना म्हणाला,

''सर, तुमचा मला माझ्या या ॲक्शनला पाठिंबा मिळावा, अशी अपेक्षा

करतो. आणि शक्य असेल तर पालकमंत्र्यांना समजावून सांगा. ते समजून घेतील, कारण ते जिल्ह्याचे- सर्वांचे पालक आहेत, देसाई मॅडमसह.... नाही तर मी- मी फेस करेन!''

अध्यक्ष गप्प झाले होते. पण मनात आधीच बसलेली अढी अजून घट्ट झाली होती. हा नव्यानं आलेला पोरगा बदल्या-बढत्या व शिक्षेत आपलं काहीच ऐकत नाही, उलट सुनावतो की- 'सर, या माझ्या अधिकाराच्या कक्षेतल्या बाबी आहेत. त्यात काही चूक असेल तर केव्हाही सांगा, मी दुरुस्त करेन; पण मला माझा अधिकार वापरू द्या.'

आज प्रवीणनं जाधवरला निलंबित केलं होतं आणि एफ.आर.आय. नोंदला जाईल याचीही व्यवस्था केली होती. त्यामुळे त्याच्यावर पालकमंत्री नाराज होणार, हे उघड होतं. पण त्यांची आपणावर पण इतराजी होणार, हे नक्की. ती काही महिन्यांवर होऊ घातलेल्या विधानसभेच्या निवडणुकीच्या पार्श्वभूमीवर आपणास बाधक तर ठरणार नाही? पालकमंत्र्यांनी आपलं वजन खर्ची करून हायकमांडला सांगून आमदारकीचं तिकीट मिळवून द्यायचं कबूल केलं आहे. त्याच्या आड प्रवीण येत असेल तर...

कमलताईंना प्रवीणचा निर्धार आज पुन्हा भावला होता. त्या चटकन बोलून गेल्या, ''सर, परवा तुम्हाला मी जिल्ह्यातील महिलांच्या वतीनं राखी बांधली, ती सार्थ होती, असं आज वाटतंय बघा!'' आणि त्या अध्यक्षांकडे वळून म्हणाल्या, ''साहेब, सी.ई.ओ. साहेबांनी योग्यच केलंय. त्यांना आपण सांभाळून घेतलं पाहिजे.''

''माझं जाऊ द्या, तुमच्या मालकांना तुम्ही समजावून सांगा, म्हणजे झालं. शेवटी ते त्यांच्यासोबत उठ-बस करणारे कार्यकर्ते आहेत!''

घाव वर्मी बसावा तशा कमलताई मनोमन विव्हळल्या. त्यांचा चेहरा खर्रकन उतरला. मग त्या अधोमुख झाल्या. प्रवीणच्या ते लक्षात आलं. कमलताई जरी जिल्हा परिषदेत शिक्षण व अर्थ सभापती असल्या तरी त्यांची घरी होणारी कुचंबणा, अत्याचार, प्रसंगी होणारी मारझोडही त्यांच्या कानावर आली होती. त्यामुळे प्रवीण त्यांना कामाकाजात सांभाळून घ्यायचा. त्यांना मान द्यायचा. त्यांच्या वैयक्तिक बाबीत आपण काही करू शकत नाहीत; निदान सार्वजनिक जीवनात तरी त्यांचं उच्च स्थान सन्मान देत जपलं पाहिजे, ही त्याची निखळ-

प्रांजळ भावना असायची. ती कमलताईंना माहीत होती.

पण आज अध्यक्षांनी त्यांची गृहछिद्रं छद्मीपणानं उघडी केली होती, ते प्रवीणला खटकलं होतं. तो त्यांचा निरोप घेत म्हणाला, ''माझ्यासाठी कुणीही तसदी घेण्याची गरज नाही. मी स्वत:च माननीय पालकमंत्र्यांशी बोलेन.''

आता चर्चा थांबली होती. काही वेळानं कमलताईही जायला उठल्या. त्यांना सायंकाळी सहापर्यंत गावी वाड्यावर पोचायचं होतं. कार्यक्रम नसेल तर त्यांनी सहापर्यंत आलं पाहिजे, हा त्यांच्या नवऱ्याचा हुकूम होता. पुन्हा आज रात्री त्यानं दोन गुत्तेदारांना वाड्यावर जेवायला बोलावलं होत- मिळालेल्या टेंडरमधील हिस्सेदारी ठरवण्यासाठी. त्यासाठी गृहिणी म्हणून कमलताईंना जेवणाचं पाहायचं होतं.

त्या जाताच उपाध्यक्षांना अध्यक्ष म्हणाले, ''भाऊ, हा सी.ई.ओ. वरचेवर आपल्याला अधिकाधिक अडचणीचा ठरतोय. विधानसभा लागण्यापूर्वी त्याची बदली केली पाहिजे. मी आज पालकमंत्र्यांशी बोलतोच- झालंच तर तुम्ही कमलताईंच्या मालकांनाही सांगा - तेही बोलतील.''

''म्हणजे डबलबार उडवायचा म्हणता तर!'' असं उपाध्यक्ष म्हणताच खदखदून हसत अध्यक्षांनी टाळीसाठी हात पुढे केला.

* *

पालकमंत्र्यांच्या प्रशस्त बंगल्यात रविवारी सकाळी नऊ वाजता नित्याच्या शिरस्त्याप्रमाणे दरबार भरला होता. दर रविवारी मुंबईहून ते भल्या पहाटे यायचे. नऊ वाजता जिल्ह्यातील सर्व अधिकारी व लोकप्रतिनिधींना बोलवायचे आणि नागरिकांच्या तक्रारी त्यांच्यासमक्ष ऐकायचे.

आज प्रवीण इथं येण्यापूर्वी साडेआठला मॅडमकडे कलेक्टर गेला होता. तिथंच त्यानं एस.पी.ला बोलावून घेतलं होतं. चहा घेत त्यानं नागेवाडीचा प्रकार, त्यानं घेतलेली ॲक्शन व पालकमंत्र्यांची नाराजी दोघांच्या कानांवर घालत म्हटलं होतं,

''घडलं ते असं. पालकमंत्र्यांच्या नाराजीची कल्पना अध्यक्षांनी मला दिली होती, पण ते एवढे भडकतील असं वाटलं नव्हतं!''

''पण मी तुमच्याबरोबर आहे प्रवीण- कलेक्टर म्हणून आणि एक स्त्री म्हणून त्याहून जास्त!''

''ऑफकोर्स मीही !'' एस. पी. म्हणाले.

''थँक्स फॉर युवर मॉरल सपोर्ट!'' प्रवीण काहीसा आश्वस्त होत म्हणाला, ''पण माझी लढाई तर मलाच लढली पाहिजे.''

''ते तर आहेच, पण निलंबन तुम्ही मागे घेऊ नका प्रवीण. आणि एस. पी. साहेब, तुम्ही पण कोर्टात केस नीट चौकाशी होऊन दाखल होईल, हे पाहा.''

तमिळ असलेल्या कलेक्टर मॅडम त्या ॲक्सेंटमध्ये मराठीत बोलत होत्या. ''एक गॅझेटेड महिला शिक्षिका जर सरेआम इथं पुरुषी अत्याचाराला बळी पडत असेल, तर आपल्या तिघांच्या पदाला व अधिकाराला काय अर्थ उरणार आहे?''

तिघे मिळून पालकमंत्र्यांच्या बंगल्यावर पोचले, तेव्हा जाधवरच्या सरपंच असलेल्या आई त्यांना दिसल्या. त्या दर रविवारी पालकमंत्र्यांच्या दरबारात हमखास असायच्या. आता तर त्यांचा मुलगा निलंबित झालेला...

पालकमंत्र्यांनी तिघांना आत ब्रेकफास्ट टेबलावर बोलवून घेतलं, तेव्हाच प्रवीणच्या लक्षात आलं होतं की, ते जाधवरचा विषय काढणार. कारण त्याच्या सरपंच आईनं हा विषय प्रतिष्ठेचा केला होता.

''प्रवीण, मी तुला फोनवर आदेश देऊनही तू जाधवर गुरुजींचं निलंबन मागे घेतलं नाहीस, हे ठीक नाही.''

पालकमंत्र्यांना अधिकाऱ्यांना एकेरी संबोधण्याची सवय होती. ती कलेक्टर मॅडमला सुरुवातीला खटकली होती, तेव्हा त्यांनी चलाखीनं सफाई दिली होती, ''अगं गीता, पालकमंत्री हा जिल्ह्याचा पालक असतो. त्यात तुम्ही अधिकारी पण आलात की... मग आपुलकीनं एकेरी बोललं तर काय बिघडलं?'' प्रवीणला ही त्यांची लकब माहीत होती व सवयीची झाली होती.

''पण सर, त्याचं वर्तनच असं होतं की–''

त्याचं वाक्य पूर्ण न ऐकता पालकमंत्री मधेच म्हणाले, ''तुला लेखी आदेश हवेत का?''

''प्लीज सर, ते देऊ नका. त्यात तुमचीच अडचण होईल!''

''म्हणजे काय प्रवीण?''

''मला तुमचे लेखी आदेश पाळता येणार नाहीत. उगीच तुमचा अधिक्षेप होईल.''

''अधिक्षेप? अपमान म्हण प्रवीण!'' ते गरजले. ''माझं मत माहीत आहे ना? जिल्ह्याचा पालकमंत्री हा एक प्रकारे मुख्यमंत्रीच असतो. त्याचे आदेश

पाळलेच पाहिजेत साऱ्या अधिकाऱ्यांनी!''

क्षणभर प्रवीण गप्प राहिला. त्याला आतून उसळून येत होतं. तो सेवेत 'गुड अँड लॉफुल गव्हर्नन्स'चं ध्येय उरी बाळगून आला होता. त्याबाबत तडजोड त्याला मंजूर नसायची. त्याचं रक्त उसळून यायचं आणि समोरच्याशी दोन हात करण्याची खुमखुमी यायची. आजवर त्याचा असा अनेक आमदारांशी सामना खेळून झाला होता. अध्यक्षांशी तर अनेकदा. पण आज पालकमंत्र्यांशी तत्त्वासाठी सामना करायची वेळ आली होती आणि प्रवीणची त्यासाठी पूर्ण तयारी झाली होती.

काल रात्री त्याच्या बायकोनं– वैशालीनं त्याला पाठिंबा देत म्हटलं होतं, ''इतर गोष्ट असली तरी सबुरीनं घे असं म्हटलं असतं; पण तू जेव्हा ठामपणे एका शिक्षिकेच्या सन्मानासाठी उभा आहेस, त्याचा एक स्त्री म्हणून अभिमान वाटतो. इथं खरंच तडजोड नको. फार तर काय होईल, बदलीच होईल ना? तशी तुला या जिल्ह्यात दोन वर्षे झालीच आहेत. त्यामुळे बदलीला का भ्यायचं? पण तुझी ड्यू असलेली कलेक्टरशिप मिस करावी लागणार नाही ना, हीच असली तर भीती आहे.''

''नाही वैशाली, त्याची मला चिंता नाही. आज नाही तर उद्या मला ती मिळणारच आहे. त्यासाठी तडजोड मी करणार नाही.'' प्रवीण मग हसत म्हणाला, ''तुला माहीतच आहे. बदली ही मी शिक्षा मानतच नाही. तिला मी नेहमीच तयार असतो, आजही आहे.''

प्रवीणच्या मनात वैशालीबरोबर झालेले रात्रीचे संभाषण क्षणार्धात तरळून गेले. तो शांत पण ठाम सुरात म्हणाला,

''सर, भर वर्गात देसाई मॅडमला मारणं, हे एका पुरुष शिक्षकाला शोभतं का? शाळेच्या मुलांना कोणता संदेश यामुळे जाणार आहे? पुन्हा हा स्त्री-सन्मानाचाही प्रश्न आहे.''

पालकमंत्री अस्वस्थ शांत होते. प्रवीणशी कसा प्रतिवाद करावा, हे त्यांना कळत नव्हतं.

कदाचित त्यांची ही द्विधावस्था जाणून कलेक्टर मॅडम त्यांना म्हणाल्या, ''मलाही सी.ई.ओ. साहेबांची ॲक्शन योग्य वाटते सर. ज्या जिल्ह्याची कलेक्टर एक महिला आहे, शिक्षण सभापती पण महिला आहे; तिथं त्याचं गैरवर्तन खपवून

घेणं जिल्ह्याचे पालक म्हणून तुम्हाला कमीपणा आणणारं ठरेल. जरा विचार करा सर!''

''पण- पण आमच्या यमुनाबाई हट्टच धरून बसल्या आहेत, त्यांच्या पोराचं निलंबन मागे घ्यावं म्हणून!'' पालकमंत्री म्हणाले, ''त्या तालुका बचतगट फेडरेशनच्या अध्यक्षा आहेत. मला इलेक्शनच्या वेळी त्यांचा उपयोग होतो. पुन्हा नात्यातही आहेत. म्हणून त्या भडव्या जाधवरला सांभाळावं लागतं. मागेही असंच त्यानं एकदा शेण खाल्लं होतं..... च्यायला, बेणं नासकं आहे, पण आपलं आहे प्रवीण....''

''मी आपणास पुन्हा विनंती करतो की, आपण कृपया हा प्रतिष्ठेचा प्रश्न करू नका. उद्या ही बाब तुमच्या प्रतिष्ठेला बाधा पोचवेल!'' प्रवीण उठत म्हणाला, ''निर्णय तुम्हाला घ्यायचा आहे. पण मी नम्रपणे सांगतो की, मी निलंबन मागे घेणार नाही. मी बाहेर थांबतो हॉलमध्ये. तुम्ही कलेक्टर मॅडम व एस. पीं.शी चर्चा करून ठरवा काय ते!''

* *

'प्रिय सर,

'ही दुर्दैवी पुष्पा देसाई आठवते ना? मला वाटतं, तुम्ही तिला नक्कीच विसरला नसणार. कारण तुमच्या झालेल्या तडकाफडकी बदलीला तुम्ही माझी केलेली पाठराखण कारणीभूत ठरली, अशी जिल्ह्यात सर्वत्र चर्चा आहे. पण एका परीनं बरं झालं. तुम्हाला यापेक्षा मोठ्या जिल्ह्यात कलेक्टरकी मिळली. आता तुमच्या करिअरवर माझ्यासारख्या कुणाची मनहूस छाया पडून तुम्हाला असा मनस्ताप पुन्हा कधी होणार नाही.

'खरं तर तुमच्यासारख्या उच्च पदस्थ अधिकाऱ्याच्या मी खिजगणतीतही नसणार. तुम्ही नागेवाडीला कधी आला नाहीत, की आपली कधी भेटही झाली नाही. पण तुम्ही माझ्या स्त्रीत्वाचा सन्मान जपलात. जाधवरला निलंबित केलंत, माझा एफ.आर.आय. नोंदला जाईल हे तुम्ही पाहिलंत आणि मुख्य म्हणजे पालकमंत्र्यांपुढेही माझ्याबाबत आपण ठाम राहिलात! तुमच्यासारखा स्त्रीपूजक अधिकारी माझ्यासारखीला उभ्या आयुष्यात दुसरा भेटणार नाही. तुमच्या आज हयात नसलेल्या मातेला वंदन केलं पाहिजे, जिनं तुमच्यासारख्या स्त्रीपूजक-स्त्रीरक्षक माणूस घडवला.

'दि. ९ ऑगस्टच्या प्रकारानंतर पंधरा ऑगस्टला माझा इतर राज्य पुरस्कार मिळालेल्या अधिकाऱ्यांबरोबर पालकमंत्र्यांच्याच हस्ते सत्कार करून माझी बूज राखलीत- एका स्त्रीची इज्जत वाढवलीत. तुमचं हे कृत्य आज मागे वळून पाहता तुमच्या बदलीला कारणीभूत ठरलं, असंच म्हटलं पाहिजे.

'शिक्षण सभापती कमलताईंनी त्या प्रकारानंतर फोन करून आपुलकीनं माझी चौकशी केली. तेव्हा त्यांनी कळत-नकळत इशारा पण दिला होता; जो मला तेव्हा कळला नाही म्हणा, की त्यांच्या बोलण्याचा मथितार्थ समजला नाही. त्या म्हणाल्या होत्या, ''तुम्हाला आज सी.ई.ओ. साहेबांच्या प्रशासनाचं अभय असं कवचकुंडल आहे. पण त्यानंतर.....''

'तुम्ही बदलून गेलात आणि कोर्टात पोलिसांनी चार्जशीट जी तपास करून दाखल करायची होती, ती आजतागायत दाखल झाली नाही. मी तुमच्यापासून स्फूर्ती घेऊन धीट झाले होते, म्हणून पाठपुरावा चालू ठेवला. पण कसं सांगू सर? एक दिवस शाळेनंतर खेळून घरी येताना मीनलचा एकांत जागी दोन गुंडांनी गालगुच्चे घेत विनयभंग केला..... ती घाबरल्या अवस्थेत घरी आली. मीही ते कळून सुन्न झाले. काय करावं, हेच सुचेना... पोलिसांत तक्रार करून काही फायदा होणार नाही, हे माझ्या प्रकरणाच्या प्रगतीवरून कळत होतंच. पुन्हा तुमच्या अभयाची कवचकुंडलं आता कुठे उरली होती? रात्रभर जागी होते, तळमळत होते आणि मीनलच्या काळजीनं सचिंत होते. त्या रात्री प्रथमच मला मी सिंगल मदर असल्याचा पश्चात्ताप वाटत होता.

'सकाळी-सकाळी मला एक व्हॉट्सअप मेसेज आला. 'ही केवळ झलक होती. काही करायचा इरादा नव्हता, तुम्हाला फक्त इशारा द्यायचा होता. केस मागे घ्या, नाही तर मीनल नामक कळीचं बळजबरीनं निर्माल्यवत् फूल करू...' फार भयंकर धमकी होती. ही भाषा निश्चितच जाधवरसरांची. त्यांना सर म्हणणं म्हणजे- असो- त्यांची होती. आता तुम्ही नव्हतात, तेव्हा जाधवरसाठी मैदान साफ होतं!

'सर, काय सांगू? दुसऱ्याच दिवशी जाधवर मला भेटायला शाळेत आला. हात जोडून माफी मागितली आणि केसबाबत तडजोड करू या, असं सुचवलं. पुढे तो असं म्हणाला, ''तो मेसेज मनावर घेऊ नका मॅडम... पण गैरसमजातून तक्रार केली गेली असं कारण देत तुम्ही केस मागे घ्या व तडजोड करा. म्हणजे तुम्हा दोघींच्या केसालाही धक्का लागणार नाही.... आणि त्यानंतर

दोन महिने सुट्टी घेऊन घरी- माहेरी आराम करा. तोवर सारं शांत होईल!''

'मी- मी माझ्या मुलीच्या अब्रूसाठी ती- ती बलत्कारित होऊ नये म्हणून जाधवर म्हणेल तशी तडजोड केली. कोर्टातून केस मागे घेतली, ज्यासाठी तुम्ही पालकमंत्र्यांशी पंगा घेतला होता. सर, मला माफ करा; पण मी एकटी बाईमाणूस होते. पोटच्या मुलीच्या सुरक्षिततेच्या भीतीनं हदरून गेले होते. त्यामुळे ते करणं मला भाग पडलं.

'मी दोन महिन्यांची सुट्टी घेतली- एक प्रकारे सक्तीची. कारण जाधवरची गोड स्वरात असलेली सूचना प्रच्छन्न धमकीच होती! तो मेसेज मी आजही जपून ठेवला आहे, पण तो माझ्यासाठी. स्वत:ला बजावण्यासाठी की- बये, हे जग पुरुषांचं आहे. कितीही शिकली-सवरली, स्वावलंबी झाली तरी कुठलाही फडतूस, दीडदमडीचा माणूस केवळ लिंग आहे म्हणून स्त्री विटंबू शकतो, तिला जन्माचा धडा शिकवू शकतो. स्त्रीची अब्रू म्हणजे काचेचं भांडं आहे. ते फुटलं की सांधता येत नाही, हे मी बकवास बाब आहे असं मानते! पण माझी अजूनही किशोरवयात रेंगाळत असणारी कोवळी पोर- माझं सर्वस्व- या वयात हा पुरुषी अत्याचार कसा तिनं सहन केला असता? म्हणून मुलीला जपणाऱ्या माझ्यातल्या मातेनं ही तडजोड केली.

'पुढचं काय सांगू सर? जाधवरचं निलंबन रद्द केलं गेलं आणि नागेवाडीच्या शाळेत मी मुख्याध्यापिका दीर्घ रजेवर असल्यामुळे त्याच्याकडे प्रभारी मुख्याध्यापकपद दिलं गेलं. सर, मला खात्री आहे, तिथं रेग्युलर मुख्याध्यापक नेमले जाणार नाहीत.

'मी सुट्टीवर असताना माझी बदलीची ऑर्डर आली. नव्या ठिकाणी मी ताबडतोब रुजू झाले. प्रशिक्षणाचं काम मी मंजूर केलं ते यासाठी की, मी जिल्हा मुख्यालयी राहू शकेन. किमान इथं माझी मीनल सेफ असेल. तिच्यावर जाधवरसारख्यांची वाईट नजर तरी पडणार नाही.

'आज दोन ऑक्टोबर- गांधी जयंतीला जिल्हा परिषदेमध्ये आयोजित कार्यक्रमाचं मला सूत्रसंचालन करावं लागलं. पालकमंत्र्यांनी माझ्या संचालनाची तारीफ केली. या कार्यक्रमात जाधवरची सरपंच आई हजर होती. ती कार्यक्रमानंतर मला काय म्हणाली माहीत आहे? ''ताई, तुम्ही हे बेस केलंत! नाही तर तुमची पोर नासली असती.....''

'सर, हा कसला विपरीत काव्यात्म न्याय? सूत्रसंचालन करताना- गांधीजींची

थोरवी सांगताना- त्यांच्यामुळे स्त्रिया निर्भय झाल्या, स्वातंत्र्यलढ्यात आल्या, हे मी प्रतिपादन केलं होतं आणि त्या कार्यक्रमानंतर ही सरपंच बाई असं मला उघडपणे सांगते?

'देशात सर्वत्र निर्भया दररोज हरते आहे आणि आपली वा आपल्या लहान शाळकरी मुलीची निर्भया होऊ नये म्हणून माझ्यासारखी सामान्य स्त्री कासवाप्रमाणे स्वत:चं अस्तित्व आणि स्त्रीत्व संकोचत परंपरेच्या कवचात स्वत:ला दडवून घेते आहे. एकच प्रार्थना माझ्यासाठी तुम्ही करा की- उद्या मोठी होऊन माझी मीनल एवढी सक्षम व्हावी की, असे एक नाही तर दहा जाधवर तिनं झुरळासारखे बाजूला सारावेत. असं होईल का सर?'

-o-o-o-

१०.

बास्टर्ड

रात्रीच्या जागरणामुळे अमृतला आज ऑफिसला निघायला थोडा उशीरच झाला होता. आज कोर्टात 'रायट'ची केस होती व साक्षीदाराला साडेआठलाच त्यानं बोलावलं होतं. त्याला 'ब्रीफ' करायचं होतं, म्हणून तो घाईघाईनं जात होता.

आणि चालता चालता हमरस्त्याच्या चौकाच्या थोडं अलीकडे तो थबकला. तिथे पानपट्टीसमोर ओठ रंगवून बबन उभा होता. नेहमीसारखा चट्ट्यापट्ट्याचा शर्ट, मळकी जीन्स पँट आणि भरघोस राखलेली दाढी. अमृतच्या चित्तात ही आकृती एवढी ठसलेली होती, की अमावस्येच्या गर्द अंधारातही त्याला शंभर फुटांवरून त्यानं ओळखलं असतं.

तो थबकलेला पाहताच कुत्सित हसत बबननं पचकन पिचकारी टाकली. 'कमअस्सल!'त्याचा हलका आवाज नेमका अमृतच्या कानात शिरला. त्याचा चेहरा आक्रसला गेला. एक संतापाची तिडीक मस्तकात उमटली. त्याचे ओठ थरथरले. 'बास्टर्ड साला...!' पण त्याचा आवाज ओठातच विरून गेला. पण एक कडवट विखार मन थिजवून गेला.

दिवसाची ही खराब सुरुवात अमृतला परवडण्याजोगी नव्हती. भानावर येत तो चालू लागला.

ऑफिसात अशिलांची तुरळक गर्दी होती. त्यांच्याशी कामकाजाच्या संभाषणात काही काळ त्याला बबनचा विसर पडला. काही वेळानं अशील निघून गेले. त्यानं घड्याळाकडं पाहिलं. कोर्टाला अद्याप अर्धा घंटा बाकी आहे. आरामात खुर्चीवर रेलत त्यानं एक सिगारेट पेटवली.

पुन्हा त्याच्या नजरेसमोर मघाचा प्रसंग साकारला : 'कमअस्सल...?' 'बास्टर्ड साला...!'

हे दोन शब्द त्याच्या कानात खळबळ ओतू लागले. मनावर एक ताण अमृतला जाणवत होता. बबन दिसणं वा त्याच्याबद्दल कानी कांही गोष्टी येणं हे त्या ताणाला पुरेसं असायचं. हा का म्हणून आपण आपला छळवाद करून घेत आहोत? कोण कुठला बबन? त्याचा काय संबंध? पण दिसताक्षणीच आपलं मनोविश्व साकळून येतं ते का? का म्हणून?'कमअस्सल' मघाशी तो हेच म्हणाला, तेही मला उद्देशून. मी-मी खरंच कमअस्सल आहे?

सहजच त्याची नजर ऑफिसमध्ये लावलेल्या आपल्या वडिलांच्या फोटोवर खिळली - नानासाहेब इनामदार...

त्याचा पुण्याचा एक वकील मित्र एकदा सुट्टीत त्याच्याकडे आला होता. तेव्हा तो म्हणाला होता, 'अमृत, तुझ्यात व तुझ्या वडिलांत काही साम्य नाही. तसबिरीत पण ते कसे गोरेपान, मर्दानी व रुबाबदार वाटतात. तू मात्र बंगाली बाबूप्रमाणे नाजूक-सुकुमार वाटतोस...'

मित्राचा अमृतला मनस्वी राग आला होता, पण काय बोलावं हे न कळून तो चूप राहिला होता. लोकांना पाहताक्षणीच रूपातील साम्यभेदाची चर्चा का करावीशी वाटते? त्यातून त्यांना काय मिळतं? हा त्याला नेहमी प्रश्न पडायचा. वडिलांशी आपलं यत्किंचितही साम्य नाही, हा त्यांच्या अनेक गंडांपैकी एक गंड पण प्रखरतेचे पैलू असलेला गंड असायचा. असं कोणी काही म्हणालं की तो मनस्वी घायाळ व्हायचा.

याच गंडाचा दुसरा पैलू होता - बबनचं नानासाहेबांशी असलेलं विलक्षण साम्य. म्हातारी माणसं तर खुशाल म्हणायची, 'इनामदार तरुणपणी असेच दिसायचे. गेले बिचारे. दारूने पार बरबाद झाले होते!'

नानासाहेबांच्या तसबिरीकडे पाहताना अमृतला पुन्हा ती जाणीव झाली. बबन हा थेट त्यांच्या वळणावर गेला आहे. समोरासमोर आज कुणी आपल्याला बोलत नाही, पण माघारी नक्कीच कुजबुजत असणार. बबन स्पष्टपणे म्हणतो, 'कमअस्सल.' इतर जण आडवळणाने हेच बोलतात एवढंच.

आपलं आजचं हे वैभव, श्रीमंती व वाडा हे नानासाहेबांनी त्या पारधी बाईच्या जोरावर कमावलंय. हा वारसा टाकून देता येत नाही. अभिमानानं तर

सांगता येतच नाही. ती पारधीण हातभट्टी गाळण्यात एकदम कसबी आणि नानासाहेबांचे दिवस फिरलेले. कुळकायद्यात जमीन गेलेली. आयुष्यभर आरामात काळ गेलेला – कष्टाची सवय कशी ती नाही. पण आता पोटाला फाके पडू लागलेले. इनामदारीचा तोरा मात्र नसानसांत भिनलेला. स्त्रीची शिकार हा त्या तोऱ्याचा एक मानबिंदू. ही काळी कुळकुळीत पण घाटदार देहाची बाई फशी पडली. तिचा भोग तर घेतलाच, पण तिचं हातभट्टी गाळण्याचं कसब हेरून त्याचा गावात धंदा केला, बक्कळ माया कमावली.

हा वारसा फेकता येत नाही की समाजाच्या दृष्टीआडही होत नाही. आता तर ते अशक्यप्राय झालंय. कारण मिसरूड फुटली तसा बबन ताडमाड वाढत गेला – थेट नानासाहेबांच्या वळणावर. जोवर तो गावात त्यांचं रूप घेऊन फिरतोय, तोवर आपल्या मस्तकातली तिडीक कमी होणार नाही. हा सल कुसळाप्रमाणे सलत राहणार, ठसठसणार.

बबनला नजरेआड करणं आपल्या हाती नाही. ही नानासाहेबांची तरबीर सहज दूर करता येईल, पण आईमुळे तेही शक्य नाही.

अमृतला नेहमी पेच पडतो. आपल्या आईचा पीळ आहे तरी कसा व कोणता? या गृहस्थानं तिला काय दिलं असेल संसारात म्हणून ती आजही दर सोमवारी – ज्या दिवशी त्यांनी अखेरचा श्वास घेतला – ऑफिसला, म्हातारपणी चालणं झेपत नाही तरी, तशीच धापा टाकीत येऊन त्यांच्या प्रतिमेस हार घालते, समोर उदबत्ती लावते! या साग्रसंगीत समारंभात अमृतला हजर राहावं लागतं तिच्यासाठी...

कडवटपणाचा एक एक धागा असा दर सोमवारी पक्का होत जातो. भरीला बबन आहेच. जेव्हा जेव्हा ते समोरासमोर येतात, तेव्हा तेव्हा तो बिनचूक पचकन थुंकतो आणि इतरांना कळणार नाही पण आपल्याला नेमकं ऐकू येईल असं म्हणतो, 'कमअस्सल...'

बरोबर आहे तो. 'कमअस्सल' आहे हे खरे नाही का? जो बाप एका पारधीबाईच्या जीवावर इस्टेट कमावतो, तिचा मी उपभोग घेतोय, वारसाहक्कानं – हा कमअस्सलपणा नाही?

नानासाहेबांनी हिला बाळगलं का तिनं यांना ठेवलं? एकदा गवळण मावशी सहज बोलून गेली होती, ते अमृत आजही विसरला नाही.

'शेवंताला गोऱ्या कातडीचं लई अप्रूप. आपला योक तरी ल्योक गोरा व्हावा असं तिला वाटायचं. इनामदाराकडून तिनं हवा तसा गोराचिट्टा पोरगा घेतलाच की...'

म्हणूनच तर बबन आपल्याला कमअस्सल म्हणतो. ठेवलेल्या संततीला दुसरं काय म्हणणार?

* *

'अजून एक कलकत्ता पान दे.'

बबननं पुन्हा तोंडात सुगंधी पानाची पट्टी कोंबली, पण कडवटलेली जीभ तशीच राहिली. अमृत दिसेनासा होईपर्यंत तो पानाच्या ठेल्यासमोरच उभा राहिला. दोनदा क्लिनरनं विचारलं होतं, 'सेठ, टाईम होतूया, चलायचा नाही का?' पण नजरेला रग लागतो आणि अमृत नजरेआड होईतो बबनला जणू भान नव्हतं.

तिसऱ्यांदा जेव्हा क्लिनरनं पुकारलं तेव्हा तो भानावर आला. वाढलेल्या दाढीवरून एकवार हात फिरवून तो समोर उभ्या असलेल्या ट्रकवर चढला आणि तो चालू केला. शहराबाहेर येताच फुल स्पीडनं सोडला. ट्रकच्या वेगाबरोबर मनातले विचार धावत होते.

अमृतला आपण दिसलो की त्याला चीड येते हे त्यानं केव्हाच ओळखलं होतं. तो ओठातल्या ओठात काही तरी पुटपुटतो. एकदा एका दोस्तानं अमृत 'बास्टर्ड' म्हणतो असं सांगितलं, तेव्हा डोकं एकदम गरम होऊन गेलं होतं. मी बास्टर्ड? छट्! असेल तर तोच आहे. आपल्याला इंग्रजी शिव्या देणं नाय आवडत. पण बास्टर्ड तर तोच आहे. कमअस्सल नाही तर काय? आपल्या आईनं ज्याला ठेवला होता त्याची ही औलाद – कमअस्सलच!

समोरून काही म्हशी येत होत्या. बबननं कचकन ब्रेक दाबला आणि एक सणसणीत शिवी खणकावली त्या गुराख्याला – 'साल्या रस्ता काय म्हशींसाठी आहे? पुन्हा आडव्या आल्या तर ठोकर मारून जाईन....'

पुन्हा ट्रक नेहमीच्या टॉप गिअरमध्ये आला. 'लेका शिर्पा, काढ विडी...' श्रीपती क्लिनरनं विडी त्याच्या ओठांत पेटवून दिली... स्वत:ही एक ओठात झुरकावली. धूर काढीत दोघे बोलू लागले.

'सेठ, मघाशी ते वकील बाबू दिसले. त्यांची म्हणे तालुका कमिटीवर निवड झालीय?'

'त्या अमृतची? साला...!' अकारणच बबन खो खो हसला. 'कमअस्सल!'

'शिर्प्या, भलतं सलतं बोलू नकोस. आमचा बाप एक आहे हे खरं, पण मी त्याला भाऊ म्हणत नाही.' बबन गुरकल्याप्रमाणे बोलला. 'यापुढे त्याचा विषय आपल्यापुढे बोलायचा नाही. समजलं?'

बबनचा गंभीर झालेला चेहरा पाहताच श्रीमती वरमला आणि चूप राहिला. बबन यांत्रिक सफाईनं ट्रक चालवत होता, पण मन मात्र बेचैन होतं.

अमृतची तालुका कमिटीवर नेमणूक झालीय. बरोबर आहे. नवे मुख्यमंत्री व नानासाहेब एका शाळेत शिकलेले, त्यामुळे त्याला ही संधी मिळाली. काही पात्रता नसताना. आपलाही तोच बाप आहे, पण नाव आहे बेवडा तानाजीचं आणि आपण डी.एस.फोरचं काम करतो. स्वत:ला दलित-शोषित समजून. आपला बाप व आई दोघेही पारधी. चोरी करणारी जमात हा शिक्का. हातभट्टीसाठी ख्याती. पण या इनामदारानं आईचं कसब वापरून गावात वाडा उभारला, बागायत शेती उभारली - आईला फक्त भोग दिला आणि हवा असणारा गोराचिट्टा पोरगा दिला.

समोरच्या काचेत बबननं आपला चेहरा पाहिला. गोरा मुखडा, त्यावरही भरघोस काळी दाढी शोभून दिसते असं शेठ करीमलालाची शानो म्हणाली होती, आपल्या मिठीत कुस्करली जाताना. या मर्दानी शरीरावर किती पोरी आजवर भाळल्या याची आता गणतीही करता येणार नाही. कॉलेजमध्ये दोस्तमंडळीत 'लेडी किलर' म्हणून आपली ख्याती होती. हा वारसा त्या आपल्या आईनं भोगासाठी ठेवलेल्या नानासाहेबांचा, स्त्रीनं केलेल्या शिकारींचाही.

कधी कधी त्याला वाटायचं - आपण हे असं कसं बोलतो रोखठोक? आपल्या आईबद्दल नि आपण ज्याचं बीज आहोत त्या नानासाहेबांबद्दल? अर्थात हे साऱ्या शहराला माहीत आहे आणि माय पण विनासंकोच सांगते, 'पोरा, मला गोऱ्या कातडीची लई भूल - इनामदारास्नी त्यापायीच जवळ केलं. तुझा हा बाप मुडदा मेला - ज्वानीतच म्हातारा झाला. मीच म्हणून सांबाळतेया - नाई तर काडीमोठ का आपल्या पारध्यात अवघड हाय? हा मातूर उपाशी मेला असता - मी हाय म्हणूनशानी पोसते.'

जेव्हा प्रथम हे माहिती झालं, बबनला आठवतं, हादरा-बिदरा काही बसला नव्हता. कारण पारध्यात राहून आपण वेगळे आहोत हे त्याला अगदी छोट्या वयातही कळायचं. हे आपलं हीरो टाईप रंगरूप पारध्यात कुठून यायला?

आपल्या बापापासून आईला झालेली पोरं – माझी भावंडं कशी काळी कुळकुळीत आहेत. आख्ख्या पारधीवाड्यात आपण वेगळे आहोत हे लहानपणापासूनच कळत गेलं.

याला कारण नानासाहेब इनामदार आहेत, हे कळलं तेव्हा थोडा धक्का जरूर बसला. पण त्याच बरोबर ही जाणीव झाली की, आपलं हे आजचं स्त्रीला मोह घालणारं रंगरूप व मर्दानी यष्टी ही त्यांची देण आहे, जी नसती तर आज आपण चोरीमारी वा हातभट्टीचा धंदा करीत राहिलो असतो. असे ग्रॅज्युएट होऊ शकलो नसतो आणि आज आपला ट्रकचा स्वतंत्र धंदा उभारता आला नसता आणि स्त्री नावाचं अमृत असं मनमुराद चाखता आलं नसतं.

'अमृत!'

ओठांतली विडी संपली होती. त्यानं पुन्हा दुसरी सुरू केली.

हा अमृत आईवर गेला आहे म्हणे. आपण मात्र बापाचे प्रतिरूप आहोत, असं आई म्हणते. गावातले म्हातारे–कोतारे पण म्हणतात. या आपल्या रूपाबद्दल एकाच वेळ अभिमानही वाटतो आणि रागही येतो. राग यासाठी की अमृत म्हणतो तसे आपण 'बास्टर्ड' बिनबापाचे आहोत, हे सर्वांना माहीत आहे. समोर सारे टकरतात, पण माघारी अमृतप्रमाणे नक्कीच म्हणत असणार – 'बास्टर्ड'

काय गंमत आहे कळत नाही तानू – आपला बाप स्वत:पेक्षा पोरांपेक्षा आपल्याला जास्त जीव लावतो – हे माहीत असूनही की आपलं हे बीज नाही! आणि त्याच्याकहे पाहिलं की आपल्यालाही राहवत नाही. भडभडून येतं – आपण प्रत्येक वेळी त्याच्या गळी पडतो – उराउरी भेटतो. आई जाम भडकते. 'जळलं मेलं बाय! त्या मुडद्यावर लईच प्रेम उतू जातंया तुझं?'

फार फटकळ व बोलभांड आहे, ती पण तीही जाम आवडते. स्त्री असूनही स्वतंत्र व मुक्त आहे. बाप ज्वानीतच नामर्द झालेला – हे तीच सांगते, खुल्लम खुल्ला. आणि त्याला, तीन पोरांना मलाही पोसलं – वाढवलं ते तिनंच. तिचं हातभट्टीचं कसब औरच. आता मी कमावता आहे, म्हणून व्यवसाय बंद आहे, पण घरच्यांसाठी तरी अधूनमधून लावत असते. आपलीही तिच्या हातच्या हातभट्टीबिगर तल्लफ भागत नाही. आधी हातभट्टीसाठी मग तिच्यासाठी तो आपला बाप – नानासाहेब आशक झाला. पण साला डोकेबाज. तिचं कसब वापरून चिक्कार बिझनेस केला – स्वत:चं कल्याण करून घेतलं – पण आईल

सुखात ठेवलं, आपल्याला शिकवलं - मोठं केलं - नाही तर आपणही इतर पारध्यांप्रमाणे आपला परंपरागत व्यवसाय करीत राहिलो असतो.

आज आपण एवढे शिकलो - स्वत:चा मस्त बिझनेस आहे, पण प्रतिष्ठा नाही - त्या बुळ्या अमृतला काहीही न करता सवरता तालुका कमिटीवर घेतलं जातं. आपण मात्र मोर्चे-धरणे करतो, पण सत्ता नाही. लोकांची काम करायची तर सत्ता हवी - ती मिळत नाही. कारण-कारण आपण बास्टर्ड आहोत.

स्वैर व गुंतागुंतीचा विचारांचा भार त्याला पेलवेनासा झाला. मुक्कामाचं गाव आलं- माल मोकळा केला आणि बबननं सरळ गुत्त्याची वाट धरली. मनसोक्त झोकून झाल्यावर त्याची पावलं नेहमीप्रमाणे 'रेडलाईट' भागात वळली. तिथं रात्रभर स्त्रीदेह कुस्करताना डोक्यात एकच शब्द घणाचे घाव घातल्याप्रमाणे घुमत होता - बास्टर्ड!

रात्रभर पोलीस लॉकअपमध्ये थंडगार फरशीवर झोपूनच बबनचं शरीर जाम आखडलं होतं. पंधरा दिवसांचा रिमांड होता. एकच तर दिवस गेला, पण काटा ढिला झाला. बाकीचे दिवस कसे जायचे?

शर्टाच्या खिशात असलेल्या पुडीतल्या तंबाखूची मिश्री दाताला लावून चूळ भरली व तोंडावर पाण्याचे सपकारे मारले. बाहीने तोंड पुसून हात वर करून ओळोखेपिळोखे देत शरीर मोकळं केलं तोच श्रीपती एका पोलिसासह तिथे आला.

'सेठ - चला, तुमची जामीनावर सुटका झालीय...'

बबनला नवल वाटलं. आपली जामीनावर कुणी सुटका केली असेल बरं? हा त्याला प्रश्न पडला होता. परंतु श्रीपती काही बोलण्यापूर्वी पोलीस गरजला, 'चला, बाहेर साहेबांनी बोलावयलंय.'

ऑफिसमध्ये त्याला पोलिसांनी फौजदारापुढे उभं केलं. बबननं सलाम ठोकला. 'हे पहा, तुला हे शहर आम्ही सांगू तोपर्यंत सोडता येणार नाही. जेव्हा गरज पडेल तेव्हा चौकशीसाठी इथं यावं लागेल.'

'जी साब.'

तो पोलीस स्टेशनच्या बाहेर पडला, तिथं त्याला अमृत दिसला. पुन्हा एकदा बबन संतापून उठला. तो काही बोलणार, तोच श्रीपतीनं त्याला ओढून नेलं आणि म्हणाला, 'सबूर सेठ, सबूर! अमृतबाबूच्या आईचा आग्रह होता म्हणून ते

तुम्हाला जामीन राहिले. उगीच डोकं गरम करू नका. त्यांची आई देवी आहे देवी. तुम्हाला आज दुपारी घरी बोलावलंय...'

बबनचा पारा सर्रकन उतरला. अमृतच्या आईनं जामीन दिला हे खरं वाटत नव्हतं. पण काही वेळानं मनात विचार आला, आपल्याला शहरात सर्व जण गुंड समजतात, आपली व्यसनं, आपला छाकटेपरा, डी. एस. फोरमचे काम, मोर्चे, दंगेधोपे - कोण जामीन राहील आपल्याला? तीच एक देवी हे करू शकेल. पण का म्हणून? त्याचं त्यालाच कळत नव्हतं. मात्र त्यानं दुपारी तिला जाऊन भेटायचं ठरवलं.

कालचा मोर्चा मोठा धमाल गाजला. एवढी माणसं जमतील असं वाटलं नव्हतं. आपल्या नेतृत्वाची कक्षा वाढतेय हे प्रत्ययास येताच तो मनोमन सुखावला. पण मोर्च्यावर साल्या पोलिसवाल्यांनी उगीच लाठीमार केला, मग पब्लिकचं उधळणं, दगडफेक, काही दुकानांना आगी लावणं. नेहमीप्रमाणे दंगल माजली. अटळ होणं साहजिकच होतं. परंतु जामीनावर दुसऱ्याच दिवशी सुटका होईल असं वाटलं नव्हतं!

पेपरमध्ये त्याचा फोटो आला होता. भाषण करतानाचा. तो मोठा ब्लोअप पाहून तो सुखावला. आधाशाप्रमाणे त्यानं सारा मजकूर वाचून काढला. या मोर्चामुळे आपलं नेतृत्व तालुकाभर पसरलं नि मान्य झालं, हे निश्चित. आता पुढील निवडणुकीवर डोळा ठेवून काम करायचं व जनरल सीटवर साऱ्यांना टक्कर देत राखीव असून निवडून यायचं हे त्याचं स्वप्न पुन्हा दृढ झालं.

भराभर ढांगा टाकीलत तो पारधी वस्तीत पोहोचला. साऱ्या वस्तीत त्याचंच एक पक्कं कौलारू घर होतं. घराच्या वळणावरच त्याला बगल देत एक फेटेवाला कोल्हापूरी चप्पल वाजवीत निघून गेला. हा महादजी पाटील असणार नक्की - शंकाच नको. या दुपारच्या वेळी घरी आई एकटीच असणार. दूध प्यायल्यावर मिशी फिस्कारीत तृप्तपणे जसा बोका निघून जातो, तीच चाल होती महादजी पाटलांची. अलीकडे हे वारंवार घडतंय, पण आज बबनला ते तीव्रतेनं खुपलं, आपली आई ही काय चीज आहे हेच नीटसं कळत नाही. नानासाहेब गेल्याला तीन वर्षं झाली. पहिली दोन वर्ष ती शोकात होती. पण आता पुन्हा गाडं मूळ पदावर आलेलं दिसतं.

तो घरात शिरला - बिछान्यावर आई मत्त मांजरीप्रमाणे डोळे मिटून

सुस्तावली होती.

‘कोन हाय?’ तिनं अर्धवट डोळे उघडत विचारलं, ‘कोन? नानासाहेब?’ तिचा हात त्याच्या खांद्यावर पडला तो चमकला. ‘आई, अगं मी, बबन्या आहे तुझा.’

आता मात्र ती लख्ख जागी झाली होती. तिच्या चेहऱ्यावरचे भाव झरझर बदलत गेले. त्या एका क्षणात बबननं मनोमन ठरवलं. आता या पुढे आईच्या अति निकट जायचं नाही.

‘थेट त्यांच्यावानी दिसतुया बबन्या तू – मला खिनभर तेच वाटलं.’ शेवंता स्पष्टीकरणाच्या सुरात म्हणाली.

‘मला दुसरंच बोलायचंय आई!’ कोरड्या सुरात बबन म्हणाला.

‘हे काय चालवलंस तू आई राजरोस? आता मी पाटील जाताना पाहिले...’

‘ते तुला आज कळलं व्हय?’ शेवंता रोखठोक म्हणाली. ‘आपलं समदं खुल्लम खुल्ला असतंया. अजून मी बुड्ढी नाय झाले. अजून आग हाय इथं...’

‘आई–आई’ एकाच वेळी तो हाताश व क्रोधित होऊन म्हणाला, ‘हे बरं नाही दिसत. आता मी लग्नाचा झालोय. बायजा पण न्हातीधुती झालीय. अशा वेळी हे बरं नाही.’

‘हे पहा माझ्या पुता, आजवर मी माझ्या मनात जे काई आलं तेच केलं, अगदी खुल्लमखुल्ला... म्यां साऱ्यांचे काबाडकष्ट उपसले, साऱ्यांना पोसलं. सारं सारं दिलं. मी कुणाची मिंधी नाय. मानसानं सारं काही करायचं ते स्वत:ला सुक लागावं म्हणूनच ना! यात माजं सुक हाय – कुनी काई म्हनलं तरी मला जे वाटतं तेच मी करतीया!’

क्षणभर बबन हतबद्ध झाला – ही आपली आई आपल्यासमोर उभी आहे. ती एका निखळ आदिम स्त्रीरूपात – जी प्रकृती आहे – निखळ रूपातली. सदा अतृप्त – सदाभोगी अशी प्रकृती आहे – ती जी काही करते त्यात गैर नाही, पाप नाही. एका निसर्गसिद्ध आदिम प्रकृतीची ती प्रतीक आहे. निखळ, जिवंत रसरशीत...!

‘आणि तुला त्या बयेनं पोराकरवी सोडवलं म्हणून काय तिच्यासारखंच बोलतुया?’ शेवंताच्या या प्रश्नानं बबन भानावर आला.

‘काय म्हणतेस आई? मी नाही समजला!’

'अरे, ती नानासाहेबांची बायकू एकदा इथं आली होती. म्हणाली, 'नानासाहेबांची इक्ते दिस राहिलीसया त्याची होऊनशानी. आता पुन्ना दुसऱ्यांची शेज होतेस?'

'असं म्हणाली अमृतची आई?'

'होय बबन्या...' शेवंता सहज सुरात म्हणाली.

'लईच कावली होती बया ती. म्हनते कशी, म्या तुला त्येंची दुसरी बाईलच समजते, कुंकू लावलं नाय म्हणून काय झालं? हे असं करनं वंगाळ हाय...'

बबन थक्क झाला होता. त्याला त्या देवीला भेटायची ओढ लागून राहिली. शिरपा म्हणाला ते खरं आहे. ती देवी आहे – लक्ष्मी आहे.

'तरीही तू तसंच वागतेस?'

'तुला सपष्ट बोलते पुता, म्या माझी जिम्मेदार हाय. जे वाटतंया तेच करते. म्या कुणाचंच आईकलं नाय, तुझ्या त्या मुडद्या बापाचं नाय की नानासाहेबाचं नाय. त्यांची मी बायकू व्हय? ही: ही: अरे, मला त्यांच्यावानी गोराचिट्टा पोरगा हवा होता, म्हणूनशानी त्येंच्याशी लागू झाले इक्तंच. हां, त्यांचं डोक्स व माजी हातभट्टी लावण्याची करामत यामुळं त्यांनी लई पैसा केला व मलाही बक्कळ मिळाला.'

शेवंता अस्खलित बोलत होती. तिची भाषा मोठी अजब होती. मूळची भाषा पूर्णत: विसरली नसली तरी नानासाहेबांच्या संगतीमध्ये व आता बबनमुळे ती बरीच शुद्ध बोलायची – पण तिचा हा भाषेचा संकर मोठा गमतीचा होता.

तिच्यापुढे काही बोलणं बबनला आता शक्यच नव्हतं.'आई, अजून मला समजत नाही तू कशी आहेस? हा तुझा स्वतंत्र बाणा पाहून अभिमान वाटतो, पण त्याच वेळी रागही येतो. पण तो तुला कळायचा नाही आणि कळत नाही, तेच बरं आहे. तुझ्यात बदल होणं शक्य नाही आणि बदललीस तर तू राहूच शकणार नाहीस. जगूच शकणार नाहीस.'

* *

'आई, खरंच मी तुझंच ऐकलं आणि गाढवपणा केला असं वाटू लागलंय बघ...'

क्रुद्ध चवताळलेल्या अवस्थेत अमृत दिवाणखान्यात येरझारा करीत होता.

समोर त्याची आई गायत्री कोचावर बसली होती. ती अस्वस्थ होती. आपल्या शालीन व मृदु मुलाचं हे क्रुद्ध रूप तिला अपरिचित होतं. त्याला काय उत्तर द्यावं हेच कळत नव्हतं. सांगण्यासारखं खूप काही होतं, पण जन्मजात लज्जा व शालीनतेचे संस्कार सांगायला धजत नव्हते.

कसं सांगू राजा तुला, मनोमन गायत्री विचार करत होती. काल पेपरात बबनचा फोटो पाहिला. आजवर नुसतं ऐकलं होतं. इकडच्याचं एक पात्र होतं. त्यापासून एक मुलगाही झालेला आहे, पण त्याला कधी पाहिलं नव्हतं. फोटो पाहिला आणि जीव व्याकूळ झाला. थेट ह्यांचीच प्रतिकृती. नवं लग्न करून आले तेव्हा, हे असेच दिसत होते. तू मातृमुखी आहेस पोरा. पण पतीवर निस्सीम प्रेम करणाऱ्या स्त्रीला चिमुकलं पतिरूप हवं असतं. जे भाग्य मला लाभलं नाही, ते त्या शेवंताला लाभलं. फोटो पाहून वाटलं, हा बबन आपलाच आहे, त्याला सोडवला पाहिजे म्हणून तुला गळ घातली पोरा..ह्न

गायत्री निमूट बसली होती. तिच्या त्या निश्चल चर्येआड किती वादळं सामावली होती, याची अमृताला खबर नव्हती. 'मला प्रश्न पडलाय आई – बाबांचं हे वर्तन आपल्यासाठी किती मानहानीचं! किती लाजीरवाणं! बाबांसोबत ते प्रकरण संपलं, पण बबनच्या रूपानं ते जिवंत आहे. जोवर बाबांना तरुणपणी पाहिलेली माणसं जिवंत आहेत, तोवर त्यांचं ते प्रकरण जिवंत राहणार आहे. कारण तो बाबांसारखा दिसतो. मला सगळ्यात याचीच चीड आहे.' अमृतचे शेकले शब्द चाबकाच्या फटकाऱ्याप्रमाणे गायत्रीला वेदना देत होते.

तरीही ती चूप होती.

'कुठल्या मानी खानदानी स्त्रीला पतीचं बाहेरचं प्रकरण आवडेल? पण माझ्या संस्कारांनी मला त्यांचा कधीच तिरस्कार करू दिला नाही. एवढी सुशिक्षित मी, पण परंपरागत पातिव्रत्याच्या आंधळ्या भ्रमात जगत आले, माझ्यापेक्षा ती शेवंता जास्त मुक्त नी स्वतंत्र आहे. माझी गतानुगतिकता मला तिच्याकडे घेऊन गेली. जेव्हा मी ऐकलं की, तिनं दुसऱ्या एका माणसाला जवळ केलंय, ते मला सहन झालं नाही. हे असं का व्हावं? मला वाटतं, त्या गाण्याप्रमाणे माझ्यावर आंधळे संस्कार झाले होते, 'भला असेल, बुरा असेल – पती माझा परमेश्वर आहे, या संस्कारात पतीच्या प्रकरणाला दुसरी पत्नी म्हणून स्वीकारता येतं, पण तिचं नव्या पुरुषाला जवळ करणं पटत नाही.'

गायत्रीला वाटलं आपल्याला आता भोवळ येतेय. हे विचार नवे नाहीत, पण आजवर ते तुकड्या तुकड्यानं मनात यायचे. त्याचं आजचं समग्र रूप भयचकित करणारं आहे.

'पुरे आता अमृत. फार झालं! आपल्या आईवर एवढं रागवायचं?' गायत्री थकून म्हणालीव तसा अमृत वरमला.

आपला चढा सूर खाली आणत तो म्हणाला, 'मला माफ कर आई, पण त्या बबनचा विषय निघाली की फार-फार चीड येते.'

'पण आम्हा जुन्या स्त्रियांना नवऱ्याऐवजी पुरेशी चीडही व्यक्त करता येत नाही. हे असे कसे दुबळे करणारे संस्कार? अशा प्रसंगी जाणीव होते, आणि पायांतलं बळ सरतं, जगण्याचा अर्थ हरवतो हे तुला नाही कळणारा पोरा, नाही कळणार...'

'पण बबनला का बोलावलंस घरी हे कळत नाही.'

'तेही नाही कळणार. अरे हे कसेही असले तरी मी त्यांच्यावर निस्सीम प्रेम केलं. त्यांचं रंगरूप, वागणं-बोलणं नसानसात भिनलंय. हा बबन त्यांचं प्रतिरूप आहे. नुसता फोटो पाहून जीव मोहरला. प्रत्यक्ष पाहून मन केवढं भरून येईल!'

आणि बबन जेव्हा आला, तेव्हा गायत्रीचं मन एवढं तुडुंब भरून आलं होतं की, काही वेळ तिला बोलवेना. बबनची पण अवस्था याहून वेगळी नव्हती. पाटलाच्या संदर्भात आपल्याप्रमाणे या देवीला पण तीव्रतेनं खुपलं होतं व तिनं आईला चार बोल सुनावले होते. हे कळताच एक अनाम भाव आपल्या दोघांत अदृश्यपणे रुजलाय हे लक्षात आलं होतं. त्यामुळे प्रत्यक्ष गायत्रीला भेटल्यावर तोही काही काळ भारावून गेला होता.

अमृत दोघांकडे आळीपाळीनं पाहत होता. चकित झाला होता. एक प्रकारची बधिरता जाणवत होती. तीव्रतेची धार बोथटली होती. हा आपल्या वडिलांसारखा दिसतो, यामुळे आजवर चीड यायची पण आता एक जुळणारा धागा पण अदृश्य रूपानं अस्तित्वात होता हे आपल्याला जाणवलं नाही, पण आईला ते नक्कीच ज्ञात असणार. गायत्रीनं बबनच्या गालावरून आपली बोटं फिरवून आपल्या कानशिलावर मोडली, तसा एका अनाम प्रेरणेनं बबन खाली वाकला व तिचे पाय शिवला. गायत्रीचे संस्कार व वात्सल्य पुटपुटले, 'औक्षवंत हो!'

'आई, हे तू काय चालवलं आहेस?' मघाशी बोथटलेला अंगार नागाच्या

फण्यासारखा पुन्हा फणा काढून उभा राहिला. 'तू याला आशीर्वाद देतेस, आपल्या मुलासारखा हे मला आवडलं नाही.'

'अरे, माझ्यापोटी जन्म नाही घेतला तरी यांचंच बीज आहे अमृत. त्या नात्यानं तुझा भाऊ लागतो.' कापऱ्या आवाजात गायत्री म्हणाली.

'भाऊ – हा: हा: हा:' अमृत विकटपणे हसला.

'हे पहा वकीलबाबू, मलाही हसता येतं.' आता बबनचाही स्वर तापला होता.

'जसं तुला माझा भाऊ म्हणवून घेणं आवडत नाही, तसं ते मलाही रूचणार नाही. दुर्दैवानं आपला बाप एक आहे. पण याचा मला विशाद नसला तरी अभिमानही नाही किंवा् थोडा खेद व थोडा अभिमान आहे.'

'तू-तू माझ्या घरी येऊन मला बोलतोस? यू ब्रूट... यू ब्लडी रास्कल...'

'शटअप... शिव्या मीही देऊ शकतो. अखेर मी पारध्याची औलाद आहे हे विसरू नका.' बबन म्हणाला, 'मी इथं आलो ते या देवी मातेसाठी, त्यांनी बोलावलं म्हणून. अन्यथा...'

क्षणभर तो थांबला आणि गायत्रीकडे वळून म्हणाला, 'आई, मी येतो आता. हे समोर असताना क्षणभरही मला थांबणं शक्य नाही. त्यांचा राग मी समजू शकतो. मला मात्र माझी जन्मदाती आई पण समजू शकत नाही. ही नशिबाची गोष्ट आहे. पण एकच सांगतो, मघाशी मी तुम्हाला देवीमाता म्हणालो, ते अगदी मनापासून म्हणालो. मला आज एवढ्या वाटचालीनंतर एक श्रद्धास्थान मिळालं! यांची आडकाठी नसेल, तर मी इथं येऊन आपणाला भेटत जाईन. अन्यथा तुम्ही माझ्याकडे केव्हाही येऊ शकता. येतो मी.'

आणि बबन पुन्हा एकदा गायत्रीला प्रणाम करून निघून गेला.

गायत्री मंत्रमुग्ध अवस्थेत तशीच किती वेळ तरी निश्चल बसून होती.

'मला बबन देवीमाता म्हणाला. देवीमाता देवी आणि माता. मी आई आहे, अतंर्बाह्य. पण देवी छट्! नाही. मी एक साधी स्त्री आहे. थोडी स्वार्थी पण. अरे, यांनी तिच्या कसबाचा व्यापार करून दारूचा पैसा घरी आणला... तो मी नाकारला नाही. मी एका व्यापाऱ्याची मुलगी – लक्ष्मी आमचं दैवत. पैसा हा कधीच अपवित्र नसतो, हे व्यापारी सूत्र. ते फसवं होतं, पण पडत्या काळात एक-एक पैला महाग असताना, पोकळ रूबाब सांभाळता सांभाळता जिवावर यायचं.

अशा वेळी हा पापाचा पैसा घरी आला. ज्याप्रमाणे वेश्या देह देऊन पैसा कमावते, तसा यांनी तिला देहभोग देऊन तिचा पैसा आणला. आजची भरभराट त्या पैशाची आहे हे नाकारलं नाही. कारणं काही पण असतील. आंधळी पतिनिष्ठा म्हणा वा व्यापारी नीती म्हणा. या पैशानं मी सुग्रास अन्न, तलम कपडे व इतर सुख उपभोगलं. मी देवी आहे? नाही बबन, तुला मी निरपेक्ष हेतूनं नाही सोडवलं. त्याचा माझा स्वार्थ होता, अनेक पदरी. एक तर यांचं तू तरुणपणाचं जिवंत रूप आहेस, ते मला डोळे भरून पाहायचं होतं आणि अंशत: का होईना तुझ्या आईचं ऋण फेडायचं होतं. ती माझी सवत झाली, पण मी दु:खी नव्हते. अरे हे बिछान्यात राक्षस होते. मी नाजूक प्रकृतीची. यांचा राक्षसी आवेग मला सहन होत नसे. मी मरून गेले असते, पण शेवंतामुळे मी वाचले. तिच्यात ते रमले आणि मी या कष्टातून मोकळी झाले. तिनं माझ्या पतीच्या पाशवी वासनेला वाट करून दिली आणि वर माझं दारिद्र्यानं मोडकळीला आलेलं घर सावरलं. अरे मी देवी नाही. हां, माता जरूर आहे. निखळ अंतर्बाह्य. तुला पाहिलं आणि माझं वात्सल्य मोहरलं बेटा. मला आई म्हण, पण देवी नको म्हणू...!'

'आई... आई...' अमृत घाबरून गायत्रीला हलवत म्हणाला.

'अं...काही नाही' गायत्री अजूनही भानावर नव्हती.

'मला माफ कर. मी तुला दुखावलं असेल तर. पर मलाही तू समजून घे आई, हे सारंच किती मन कुरतडणारं आहे. माझ्याबद्दल लोक जे गावात बोलतात. होय आई, लोक मला 'कमअस्सल' म्हणतात. ते मी तुला सांगितलं नव्हतं आजवर. पण त्यामुळे माझी काय भयानक अवस्था होत असेल याची तूच कल्पना कर!'

'पोरा' गायत्री कापल्या आवाजात म्हणाली, 'मी तुला समजू शकते. कारण तू बोलू शकतोस. पण मला मात्र तुला समजून घेणे कठीण आहे. कारण माझ्या मनात जे आहे, ते आई म्हणून पुत्रासमोर मी बोलू शकणार नाही. पण लक्षात ठेव. मी जे करीन ते... ते तुझ्या हिताचं असेल आणि त्याच्या...!'

आणि थकून कोचावर कोसळली. अमृत तिच्याकडे पाहतच राहिला. आपल्या मनात नेमक्या कुठल्या भावना आहेत, हे समजून न आल्यामुळे हताश होऊन!

–०–०–०–

११.

माणूस नावाचं एकाकी बेट!

'सोडा – सोडा मला. इथं मेंटल हॉस्पिटलमध्ये का आणलंय? मला तुम्ही वेडा का समजत आहात?'

पुन: पुन्हा साठीमधले पद्मनाभ रघुनाथ तथा पी. आर. शिरगोपीकर दोन्ही बाजूंनी त्यांच्या बाहूंना घट्ट धरून ठेवलेल्या वॉर्डबॉईजच्या तावडीतून सुटायचा निकराचा पण तेवढाच दुबळा प्रयत्न करत होते. त्याच्यापुढे चालत असलेले ॲप्रन घातलेले चमिस्ट डॉक्टर मागे वळत त्यांना समजावण्याचा सुरात पुटपुटत होते,

'नो सर. तुम्हाला कोण तसं म्हणतंय? जस्ट रूटीन चेकअप करायचं आहे. बस्स्. तुम्ही उगाच ताण घेऊ ना ....होतं असं कधी कधी!'

'व्हॉट यू मीन? होतं असं कधी कधी? मी पूर्ण तल्लख आहे डॉक्टर, बुद्धीनं ... आय स्वेअर' पी. आर. वॉर्डबॉईजच्या तावडीतून हिसडा मारीत उजवा हात मोकळा करून घेत डॉक्टरांच्या खांद्यावर ठेवीत विनवू लागले होते. 'व्हाय डोंट यू बिलिव्ह मी डॉक? मी – मी ते परिपत्रक वेडेपणाची लहर म्हणून काढलं नाही – तर पूर्ण विचारांती. खरंच सांगतो डॉक्टर, मला तो कायदा माहीत नाही, ज्याद्वारे मला पूर्ण कुटुंबापासून घटस्फोट घेता येईल? किंबहुना असा कायदा आहे की नाही हेच मला माहीत नाही. प्रॉपर्टीच्या कारणावरून मला त्यांना डिसऑनर करायंच नाहीय, पण तरीही डॉक... खरंच मला सर्व कुटुंबापासून – बायका – मुले – सुनापासून काडीमोड हवाय!'

डॉक्टर आपल्या खांद्यावरचा पीआरचा पडलेला मजबूत हात थोपटत काही उत्तर न देता चुपचापपणे चालत राहिले.

'आज जगात सर्वत्र भांडवलशाहीचा बोलबाला असताना तुम्ही कम्युनिझम

मानता?' अचानकपणे असा प्रश्न आलेला पाहून डॉक्टरांची खात्रीच पटली की पीआरना मानसोपचाराची नितांत गरज आहे. पण पीआरच्या मते, त्यांना खोडी काढण्याची लहर आली होती. प्रशासनात काम करताना, मिटींगमध्ये गंभीरपणे चर्चा चालू असताना किंवा व्हीआरएस घेतल्यानंतर स्वेच्छेने हौसेपोटी मॅनेजमेंटच्या कॉलेजमध्ये लेक्चर घेताना मध्येच अशी टपली मारण्याची त्यांना सवय होती. त्यामुळे चर्चा – व्याख्यानं बोजड वा बोअर होत नाहीत, असं त्यांचं लाडकं मत होतं. आताही पीआरना डॉक्टरांची बुल्गानीन टाईप राखलेली कोरीव दाढी पाहून गंमतीदार शाब्दिक टपली मारायचा मोह आवरता आला नाही. त्यांच्या मते ते पूर्णपणे नॉर्मल आहेत. ताणतणावात नाहीत, हे त्यांना त्याद्वारे दाखवून द्यायचं होतं. पीआरचा कटाक्ष आपल्या दाढीकडे आहे हे डॉक्टरच्या लक्षात येताच डॉक्टर हसत म्हणाले,

'तरुणपणी होतो कम्युनिस्ट सर. पण ...'

'आपल्या काळात कोण नसायचा? तेव्हा म्हणच होती प्रचलित की, इफ यू आर यंग, यू आर सर्टनली कम्युनिस्ट ॲण्ड इफ नॉट कम्युनिस्ट, यू आर नॉट यंग ...!'

'अगदी खरं. तुम्ही पण त्याच विचारधारेचे वाटतं?'

'मी – मी आयुष्यात कायमच गोंधळलेला – संभ्रमवादी राहिलो आहे डॉक्टर.'

आता पीआर चांगलेच खुलले होते. 'मी मार्क्सवास अभ्यासलेला आहे, तसाचसर्वच राजकीय विचारधारांचा अभ्यास केला आहे. पुन्हाबुर्ज्वा म्हणता येईल, अशा प्रशासनात पण सर्वांत बुर्ज्वा असणाऱ्या आय.ए.एस.मध्ये वीस वर्षे काम केलं आहे. पुन्हा बिझनेस मॅनेजमेंट म्हणजे वेगळं काय? सांगायचा मुद्दा हा की, मला प्रत्येक विचारधारेतलं काही पटतं; काही नाही. पण सर्वाधिक पटला तो मार्क्सवादच. तो मला ही जाणीव करून देतो की, सगळ्याच संस्था – अगदी कुटुंबसंस्था पण शोषण करणाऱ्या असतात. म्हणूनच मला त्यातून मुक्ती हवीय. त्यासाठीतर हे पत्रक काढलंय... आणि सारा समाज मला त्यामुळे वेडा ठरवायला निघालाय...'

डॉक्टर खरंच गोंधळात पडले होते. कारण पीआरचं बोलणं तर्कसंगत होतं – पटणारं नसलं तरीही. पण त्यांच्या सॉफ्टवेअर इंजिनिअर मुलानं, त्यांच्यावर

कसला तरी प्रचंड असा मानसिक ताण पडलाय, वेड्यागत झाले आहेत, म्हणून इथं बळेबळेच पीआरना आणलं होतं. संपूर्ण कुटुंबापासून घटस्फोट घेण्याची कल्पनाच किती अर्तक्य! वेडगळपणाची नाही का? पण पीआरचं त्यामागं काही एक लॉजिक असणार... ते - ते समजणं हाच कदाचित त्यांच्यावरचा उपचार असू शकेल...

'पीआर' ते मागे वळत पीआरकडे शांत पण धारदार नजरेनं पहात म्हणालो, 'मी सायकॅट्रीस्ट आहे पेशानं खरा... पण माझ्याकडं येणारे सारेच पेशंट वेडेच असतात असं मानता का तुम्ही सर? माणसाच्या अबोध मनाचे अनेक आपल्याला पण न समजणारे कंगोरे असतात... ते सप्रेस केले गेले तर वागण्यात - बोलण्यात विसंगती येते. ते कंगोरे समजले की, आपल्यालाच आपसूक कळतं की आपलं वागणं-बोलणं कसं होतं? कसं असायला हवं? ... मी तेच करणार आहे. आता असं म्हणू नका की, तुम्हांला तुमचे अबोध - सुप्त मन पूर्णपणे कळतंय? ते माझ्यासारख्या मानसशास्त्रज्ञालाही कळत नाही पूर्णपणे. एवढी वर्षे या प्रोफेशनमध्ये असूनही... तर आपण दोघे मिळून ते शोधू या... हा एक गंमतीदार खेळ ठरेल - जर तुम्ही मला साथ दिली तर...'

'देअर यू आर डॉक...' पीआर समाधानानं चित्कारते झाले. 'वेल सेड ... मला माझ्या मनाचा शोध घेण्याचा खेळ खेळायला आवडेल. पण पुन्हा सांगतो, मला वेडा समजू नका ... तसा नाही. फार तर विक्षिप्त - इतरांपेक्षा खूपसा वेगळा समजा ... अंडरस्टँड?'

आता डॉक्टरांनी सुटकेचा नि:श्वास टाकला होता. त्यांच्या मनावरही पीआरच्या त्या काढलेल्या व प्रसिद्ध झालेल्या पत्रकाचा अन्वयार्थ लावताना आलेला ताण काहीसा निवळला होता. हा जिनियस पण विक्षिप्त माणूस आपल्या मानसशास्त्रीय ज्ञानाची कसोटी पाहणारा ठरणार! फार दिवसांनी एक आव्हानात्मक केस त्यांच्याकडे आली होती. त्यांचं सारं ज्ञान, त्यांचा तीन दशकांचा अनुभव पणास लागणार होता. अलीकडे वाटत असलेली शंका की, आपल्या बुद्धीची धार बोथट होत आहे ती दूर करत पुन्हा धारदार करता येणार होती ...

'येर सर. तुम्हांला वेडा कोण म्हणेल? मी तर नाहीच नाही. दररोज एक तास तुमच्यासाठी माझ्या पद्धतीनं गप्पा - म्हणजे प्रश्नोत्तरांचा बौद्धिक खेळ आपण खेळायचा. बाकी पूर्ण वेळ तुम्हांला निवांत एकांत - वाचण्यासाठी,

लिहिण्यासाठी... अगदी इथल्या बागेत फेरफटका मारण्यासाठी... फक्त एकच - तुमच्या सोबत आमचा एक माणूस असेल...'

'ओ. के. हेही कमी आहे का की तुम्ही मला पूर्ण नाही, अगदी थोडाच वेडा समजत आहात. भटकण्यासाठी माणूस सोबत ठेवून... डॉक. मला मंजूर आहे... केव्हा सुरू करायचा खेळ? म्हणजे गप्पा?'

'ॲडमिशनच्या थोड्या फॉर्मेलिटीज पूर्ण करू या. मग मी राऊंड घेतो व तासाभरानी येतो... तोवर तुम्ही आराम करा. चालेल?'

'चालेल. चालेल नव्हे पळेल डॉक्टर!' मनमोकळं हसत पीआर म्हणाले. 'आय लाईक यू ॲण्ड लुकिंग फॉरवर्ड फॉर इंटलेक्चुअल डिसकोर्स!'

* *

डॉक्टर आपल्या चेंबरमध्ये एकटेच बसले होते. त्यांच्या हातात पीआर नी काढलेलं वृत्तपत्रात प्रसिद्ध झालेलं ते जाहीर पत्रक होतं ...

'मला पूर्णकुटुंबापासून घटस्फोट हवाय... मला बायको सोबत मुले-सुना, मुली-जावयापासून घटस्फोट हवा आहे. त्यासाठी एक हुशार वकील हवाय. हे पत्रक पी.आय.एल. समजून सुप्रीम कोर्टात केस लढवणारा... मला जजेसची पण परीक्षाच पाहायची आहे. सेपरेशन काय केवळ पती-पत्नीचच असतं? कुटुंबाचं नसतं? आय वॉन्ट देअर टेक ऑन धिस व्हेरी व्हायटल ह्युमन राईट ऑफ ए पर्सन टु गेट सेपरेशन फ्रॉम हिज / हर होल फॅमिली...'

पीआर हे शहरातले एक नामवंत गृहस्थ होते. वीस वर्षे आय.ए.एस. मध्ये असलेले. आयुक्त म्हणून शहराचा त्यांनी चेहरामोहरा बदलला होता. डॉक्टरांना हे माहीत होतं. मग अध्यापनाच्या उर्मीनं व्ही.आर.एस. घेऊन गेल्या काही वर्षांपासून शहराचा एक नामांकित मॅनेमजेंट स्कूलमध्ये व्हिजिटिंग फॅकल्टी म्हणून कार्यरत होते. झालंच तर कथा-कादंबऱ्या लिहिणारे लेखक होते. माहिती अधिकाराचे लढावू कार्यकर्ते होते.

त्यांचं कौटुंबिक जीवनही सुखी-समाधानी म्हणावं असंच होतं. लौकिकार्थानं. त्यांचा मोठा मुलगा याच शहरात सॉफ्टवेअर इंजिनियर, तर सून फॅशन डिझायनर. मुलगी - जावई मुंबईला प्राध्यापक. पत्नी सामाजिक कार्यकर्ती. विकलांग मुलांसाठी ॲडव्होकसी करणारी. उच्च मध्यमवर्गीय असं पीआरचं कुटुंब.

'गेले काही महिने डॅडी काहीसे अस्वस्थ वाटत होते. पण त्यांचा स्वभावच मनस्वी आहे. केव्हा काय मनाला लावून घेतील याचा नेम नाही. म्हणून आम्ही फारसं त्याकडे लक्ष दिलं नाही.' पीआरचा मुलगा अनमोल आणि मुंबईहून काळजीपोटी धावत आलेली मुली सोनाली डॉक्टरांना सांगत होते.

'घरात काही प्रॉब्लेम? हे विचारणं योग्य नाही, पण डॉक्टर म्हणून मला विचारणं भाग आहे....'

'तसे फारसे कधीच नव्हते, नाहीत. किरकोळ असतातच प्रत्येक घरात - तसेच आमच्याही फॅमिलीत असतीलच ... पण स्पेसिफिक सांगता येईल असा प्रॉब्लेम कोणताही नाही. अहो, आम्ही सारे एवढे बिझी असतो आपापल्या कामात की रविवारी फक्त डिनरलाच भेटतो एकत्रित तासभर... यू अंडरस्टँड!'

'सर्टनली अनमोल - सोनाली!' डॉक्टरांनी त्यांना निरोप देत एवढंच म्हणलं होतं. पण एकाच छताखाली घरात असूनही एकमेकांपासून दूर असणं व वेळ देता न येणं हा शहरी भारताचा खास करून मेट्रोसिटीचा प्रश्न झाला आहे हे डॉक्टरांना मानसशास्त्रज्ञ म्हणून माहीत होतं. पण लेखन - व्याख्यानं आणि माहिती अधिकारासाठी लढणारे पीआरना एकटेपणा जाणवत असण्याची व त्यामुळे मनावर परिणाम होण्याची डॉक्टरांना शक्यता कमीच वाटत होती. पण कुटुंबात सारं काही आलबेल नाही, निदान पीआर कडून तर नाहीच, याची साक्ष त्यांचं हे हातातलं स्फोटक आणि अभूतपूर्व म्हणता येईल असं पत्रक सूचित करत होतं.

खरं तर डॉक्टरांची पहिली प्रतिक्रिया वर्तमानपत्रात त्याबाबतची बातमी वाचतानाची अविश्वसनीय होती. पण आत त्यांच्याकडे पीआर पेशंट म्हणून दाखल होत असताना झालेल्या दहाएक मिनिटांच्या चर्चेनं टोकाचा कदाचित अतार्किक असा विचार करणारे पीआर अनमोल-सोनाली म्हणतात तसे वेडसर वाटत नव्हते. पण त्यांच्या मुलांचा प्रश्न पण डॉक्टरांना सहजपणे उडवून लावता येत नव्हता.

'मला सांगा डॉक्टर, कुटुंबापासून घटस्फोट ही मागणी वेडसरपणाची नाही तर काय म्हणायचं? तसा कायदा नाही तरी सुप्रीम कोर्टात पी.आय.एल.म्हणजेच जनहित याचिका दाखल करण्यासाठी वकिलांना जाहीर आवाहन हे... हे त्यांच्या मानसिक समतोल ढासळल्याचं लक्षण नाही का?'

डॉक्टरांजवळ त्याचं त्यांना समाधानकारक वाटेल असं उत्तर नव्हतं. ते

एवढंच म्हणाले, ‘ मी त्यांना ॲडमिट करून घेतो दवाखान्यात... मी प्रयत्न करतो त्यांचं मन जाणण्याचा, आणि हा विचार मनात का व कसा आला हे समजण्याचा.’

‘ठीक आहे डॉक्टर.’ अनमोल उठत त्यांचा निरोप घेताना म्हणाला. ‘पण यामुळे आमची किती सार्वजनिक बदनामी होतेय... त्याचा किती मानसिक त्रास आम्हांस होतोय हे शब्दांत सांगता येत नाही. माझी मुलगी गुड्डी किती बावरलेली आहे. तिचा माझे डॅडी व त्यांनाही ती किती जीवप्राण आहे. ती भेदरून गेली आहे. दहा वर्षांची ती पोर एकच विचारते आहे पुन: पुन्हा - आजोबांना काय झालंय? त्यांना मी पण नकोशी झालेय? मला डॅडीची तर चिंताच आहे पण त्याहून जास्त तिची आहे डॉक्टर!’

सोनाली तर दुपट्ट्यानं सारखे डोळे पुशीत घशात दाटलेला हुंदका दाबायचा प्रयत्न करीत होती. ‘पोरी शांत हो. आता तुम्ही त्यांना माझ्याकडे सोपवलंय ना... मी त्यांना ठीक करतो... काम डाऊन... गुड बाय!’

ते दोघे निघून गेले. त्यानंतर डॉक्टरांनी पीआरचं पत्रक एकदा नाही दोन-तीन वेळा सावकाश एक एक शब्दांचा विचार करत व ‘बिटवीन द लाईन्स’ मधला अर्थ शोधायचा प्रयत्न करत वाचून काढलं. त्या शब्दांच्या माध्यमातून पीआरच्या अंतरंगाचा ठाव जणू ते घेण्याचा प्रयत्न करत होते. थोडंसं आकलन होतं, पण बरचंस काही काळोखाच्या प्रदेशातलं धुसर - अबोध वाटत होतं. डॉक्टरांना हे माहीत होतं की, माणसाचं मन पाऱ्यासारखं असतं - अलगद निसटून जाणारं. हाती आलं तरी धरून न ठेवता येणारं. माणूस वेडा नसतो, त्याचे सुप्त मन त्याला समाजविसंगत करायला, वागायला भाग पाडत असतं. हा त्यांचा लाडका सिद्धान्त होता. पुन्हा प्रत्येक माणूस हा थोडाअंश रूपाने वेडाच असतो. फक्त त्यावर त्याचं नियंत्रण असतं. वेडेपणा कळत असतो, म्हणून असा माणूस शहाणा - शिष्टसंमत ठरत असतो. असाही त्यांचा दुसरा अनुभवसिद्ध असा तेवढाच प्रिय सिद्धान्त होता.

पीआर या दोन सिद्धान्ताच्या तत्त्वातील सीमारेषेवर होते. म्हणूनच डॉक्टरांना आपल्या ज्ञान व अनुभवाला आव्हान देणारी ही केस वाटत होती. तिचा जर नीट उलगडा झाला तर त्याची मला केसस्टडी लिहून मानसशास्त्राचा आंतरराष्ट्रीय शोध निबंधाच्या पत्रिकेत प्रसिद्ध करता येईल. काही जागतिक स्वरूपाचे मानसन्मानही मग चालत येतील.

डॉक्टरांच्या मनानंम्हणूनच हे आव्हानबौद्धिक आनंदासाठी स्वीकारलं होतं आणि ते पीआरच्या भेटीसाठी - तासाभराच्या चर्चेसाठी तयार झाले होते.

* *

''मला हे सांगा पीआर की नेमकं केव्हा तुम्हाला तीव्रतेनं वाटलं की, आपल्याला पूर्ण कुटुंबापासून अलग व्हायचं आहे? त्यासाठी तुमच्या भाषेत सांगायचं झालं तर घटस्फोट - काडीमोड घ्यायचा आहे?''

अनपेक्षितपणे डॉक्टरांनी हलकंफुलकं बोलणं चालू असताना अल्लदपणे सोडलेल्या या प्रश्नाच्या गुगलीनं पीआरची क्षणभर चांगलीच दांडी उडाली. ते काहीसे भांबावले. चपापले. काय उत्तर द्यावं किंवा प्रतिक्रिया द्यावी हे समजेना. ते हातातल्या मोबाईलशी काही न बोलता चाळा करत राहिले.

''तुम्हांला सर, असंही कुटुंबापासून वेगळं होत, कुठेही एकटं दूरवर- अगदी हिमालयातही जाऊन केव्हाही रहाता येईल, पण त्यासाठी ज्याचा कायदा नाही असं पूर्ण कुटूंबापासून घटस्फोट घेण्याची इच्छा व्यक्त करणारं जाहीर पत्रक काढण्याची गरज तुम्हांला का वाटली? हे - हे मला डॉक्टर म्हणून जाणून घ्यायचं आहे...''

''यू - यू मे बी राईट. ऑर आय से - यू आर सर्टनली राईट डॉक'' आपल्या विस्तृत टक्कल पडल्यामुळे अधिकच विशाल भारदस्त वाटणारा व सुरकुत्या असणारा भालप्रदेश बोटांनी काहीसं चेपीत अडखळत्या स्वरात पीआर म्हणाले,

''आय डोंट वॉन्ट टू डिप्राइव्ह देम फ्रॉम माय प्रॉपर्टी... ती मला त्यांना कायदेशीपणे देऊन - हस्तांतरीत करून अलग व्हायचंय...''

''मग त्यासाठी वीलद्वारे माणसाला हयातीमध्ये संपत्ती ट्रान्सफर करता येतेच की'' डॉक्टर म्हणाले. ''हे कारण कदाचितच या जगावेगळ्या मागणीसाठी नसणार, तुम्ही मला विचारपूर्वक खरं काय ते सांगा ना...''

''कदाचित, नो - नो. सर्टनली माझा माझ्या कुटुंबातला रस कमी झालाय... मला सारे नातेसंबंध निरर्थक, खोटे वाटतात अलीकडे ...!''

''सर, हे फार महत्त्वाचं बोललात तुम्ही'' डॉक्टर म्हणाले, ''पण ही मानसिक प्रक्रिया काही एका क्षणाची नसते. ती हळूहळू आकारास येत जाते. तेव्हा तुम्ही त्याचा जराशा तटस्थपणे शोध घ्या. त्यासाठी बुद्धीनं स्वत:च्या

अंतरंगात ऑनेस्टली डोकावून पहा...''

''लेखक म्हणून मनाचा शोध घेण्याचा खेळ मला माहीत आहे. आवडतोही. पण...'' पीआर क्षणभर आपलं वाक्य अर्ध्यावरच तोडत थांबले. डॉक्टर त्यांच्याकडे धारदार नजरेनं पाहत राहिले. पीआरना वाटलं, त्यांची ती नजर एक्स-रे प्रमाणे केवळ आपल्या देहाचाच नव्हे तर मनाच्याही आरपार खोल घुसते आहे. त्या जाणिवेनं पीआर काहीसे प्रक्षुब्ध झाले व म्हणाले,

''प्लीज डॉक्टर. तुम्ही मला अशा नजरेनं पाहू नका. मला त्यात अनइझी वाटतंय. तुम्हांला माहीत असतीलच मराठीतले विख्यात नाटककार विजय तेंडुलकर. ते पण समोरच्यांच्या मनाचा अशाच धारदार नजरेनं वेध घ्यायचे. माझा प्रत्यक्ष अनुभव आहे... माझं त्यामुळं खाजगीपण आक्रमित होतं... पण त्यांना असं काही म्हणायची एक छोटा लेखक म्हणून काय टाप होती माझी? पण तुम्हांला म्हणू शकतो, विनवू शकतो की, प्लीज तुमची धारदार सुरीसारखी आपली भेदक नजर वळवा... त्यानं मला छिन्न भिन्न करू नका...''

आणि डॉक्टर मनस्वी गडगडाटी हसू लागले. काही सेकंदांनी ते हसू आवरत म्हणाले, ''मी ही कॉम्प्लीमेंट समजू का पीआर सर - मला तुम्ही चक्क तेंडुलकरांच्या पंक्तीत बसवत आहात म्हणून... एनी वे, तुम्हांला का अस्वस्थ वाटतंय, मी असं - तुमच्या शब्दांत धारदार काय - भेदक काय नजरेनं पाहतोय म्हणून?''

पीआरची नजर आता अधोमुख झाली होती आणि देहाला सूक्ष्म अस्वस्थ कंप सुटला होता.

''सर, समर्थ लेखकाला तर स्वत:च्या अंतरंगात खोलवर पाहायची सवय असतेच की. लेखनाचा तोच स्रोत असतो ना! मी काही मराठी लिटरेचर फारसं वाचत नाही, त्यामुळे तुम्ही किती मोठे, किती छोटे लेखक आहात हे माहीत नाही. पण हा मनात डोकावण्याचा खेळ लिहिताना लेखकाला खेळावाच लागतो, एवढं मला नक्कीच माहीत आहे. तुम्हीही रूटीनली तो खेळत असणारच. मला तुमचं एक पुस्तक द्या. आज मी ते रात्री वाचेन व उद्याच्या मिटींगच्या वेळी त्यावर आपल्याला बोलता येईल. मी आता तुम्हांला एक मेंटल एक्सरसाईज देतो ... तुम्ही तुम्हांला जेवढा वेळ लागेल तेवढा घ्या - हवं तर उद्याच्या ऐवजी परवा भेटू आपण. तोवर स्वत:च्या अबोध अंधेऱ्या मनाच्या सागरात खोलवर, अगदी तळ

गाठण्याच्या इराद्यानं बुडी मारा. पुन: पुन्हा तळ गाठायचा प्रयत्न करा आणि हे जाहीर पत्रक का काढावसं वाटलं, त्याची थॉट प्रोसेस आणि कारणं शोधा... मी एवढंच सांगेन, बी ऑनेस्ट अँड ब्रुटल टू युवरसेल्फ... आणि जे वाटतं ते कागदावर नोंदवा...''

पीआर डॉक्टरकडे स्तिमित होऊन पाहत राहिले. मग हलकेच म्हणाले, ''तुम्ही डॉक्टर आहात, पण त्याहून अधिक शेक्सपिअरसारखे सैतान आहात – समोरच्याचा मनाचा ठाव घेणारे... तुम्ही लेखक व्हायला पाहिजे होतं खरं तर...!''

''मी माझ्या या प्रोफेशनमध्ये तसा ठीक आहे. पीआर तुम्हांला मला कॉम्पिटिशन करायची नाहीय?''

''असं करू या का, तुमच्या काही टीपिकल केस स्टडीज सांगा मला. तुमच्या ॲनालिटिकल इन्फरन्ससह ॲण्ड ऑफकोर्स वुईथ लाईफ स्टोरीज... मी त्या लिहिन कथारूपानं ...!''

डॉक्टरांनी पुन्हा शांतपणे पीआरकडे पाहिलं. त्यांची नजर व चर्या उजळली होती. ही अस्सल कलावंताची निजखूण होती. काही नवं सुचलं की, आपणही असंच मनानं लहरून येतो – फुलून येतो. तो सुचण्याचा आनंद मग देहभर पसरत जातो. पीआरचं पण या क्षणी असंच प्रतिभेचं स्पर्श झालेलं दर्शन घडलयं...

मग चार-दोन क्षणालाच पीआरच्या चेहऱ्यावर झळाळून उमटलेला तजेला संपुष्टात आला. मग तो उदासिनतेच्या पुटांनी पाहता पाहता झाकोळला गेला. पीआर विदीर्ण विषण्ण स्वरात म्हणाले,

''मला लेखन – लिखाणही निरर्थक वाटू लागलंय हल्ली. ही पण मला वाटणाऱ्या कौटुंबिक जीवनाचा निरर्थकतेची परिणिती म्हटली पाहिजे...''

''मे बी.'' डॉक्टर त्यांचे खांदे विलक्षण समजुतीनं थोपटत म्हणाले, ''ऑर मे नॉट बी. आय कॅन से – इट मे बी टेंपररी फेज, वुईच कॅन बी पासड् आफ्टर सम टाईम''

''मला नाही वाटत तसं डॉक. गेले सात-आठमहिने ही निरर्थकता जाणवतेय. ती उलटपक्षी अधिक दृढमूल होतेय दिवसेंदिवस.''

''एनी वे, मी तुम्हाला फक्त सुचवू शकतो सर. त्याप्रमाणे प्रयत्न करायचा की नाही हे तुम्ही ठरवायचंय'' डॉक्टर उठत म्हणाले.

"आता तुम्हाला इथं पूर्ण एकांतवास आहे. कुणीही तुम्हांला डिस्टर्ब करायला येणार नाही आणि नो टीव्ही, नो रिडींग, नो मोबाईल. तुम्ही इथं एकटे पूर्ण स्वत:चे आहात. सो, तुम्ही मी विचारल्या प्रश्नांच्या आधारे स्वत:ला तपासा आणि काय वाटतंय, काय गवसतंय ते एक तर मोबईलच्या व्हॉईस रेकॉर्डरवर बोला किंवा कागदावर उतरवा..."

"मी – मी कागदावरच अंतरंग उतरवीन डॉक. मला लिहितानाच कदाचित माझं मनमानस उमगत जाईल" पीआर हसत म्हणाले.' 'थोडक्यात काय, तुम्ही माझ्यावर वेगळ्या अर्थानं विपश्यना तंत्राचा प्रयोग करत आहात. फरक एवढाच की, मनाची खळबळ कागदावर उतरवायची एवढी एकअधिकची गोष्ट करायला सांगत आहात. ओ. के. अलीकडे मला माझ्या लेखनामधली निरर्थकता जाणवत असली तरी तुमची आजची सूचना लेखक म्हणून एक्सायटींग वाटतेय... मी जरूर ट्राय करेन डॉक. पण उद्या ऐवजी परवा भेटू या... मला तेवढा वेळ लागेल..."

"काही हरकत नाही. यू टेक युवर ओन टाईम."

"तोवर तुम्ही माझा 'स्वत:च्या मनाचा एक्सरे रिपोर्ट' हा माझा कथासंग्रह वाचा. इट इज क्लोज टू माय हार्ट. इट इज लार्जली पर्सनल बट ॲट द सेम टाईम, इट इज युनिव्हर्सल...!"

"जरूर." डॉक्टर म्हणाले. "माझ्या उपचाराचा भाग म्हणून वाचेन."

"ओ. के. डॉक. गुडबाय."

डॉक्टर पीआरशी हस्तांदोलन करून जायला उठले. ते दारापर्यंत पोचतात न पोचतात तोवर पीआरची चिंतातूर काळजी संपन्न हाक आली, "डॉक्टर..."

डॉक्टर मागे वळले व दारातूनच पीआरकडे प्रश्नार्थक कटाक्ष टाकला.

"तुम्ही – तुम्ही मला वेडा समजू नका प्लीज. आय मे बी डिफरंट – चौकटीत न बसणारा, पण मी खचितच वेडा नाही हो..."

"मी मगाशी म्हणालो, आताही खरंच मनापासून सांगतो" डॉक्टर शांत आश्वासक सुरात म्हणाले, "यू आर सर्टनली नॉट. फक्त थोडे डिस्टर्ब आहात. थोडे मेंटली इनबॅलन्स झाला आहात. पण हा निवांत एकटेपणा तुमचा बॅलन्स रिस्टोर करेल... बिलिव्ह मी!" आणि डॉक्टर निघून गेले.

पीआर ते दिसेनासे झाल्यावर एक दीर्घ सुस्कारा सोडीत स्वत:शीच

पुटपुटले, ''पण मला खूप आतून तीव्रतेने वाटतंय - मला खरंच अलग व्हायचंय साऱ्यांपासून. त्यासाठीच मला पूर्ण कुटुंबापासून घटस्फोट हवाय! येस - दॅट इज सर्टन. पण कदाचित माझ्या विचारात बदल होईल तुमच्या विपश्यना कम लेखन टेक्नीकनं, हा तुमचा भ्रम आहे डॉक... पण तरीही पुन्हा एकवार मी स्वत:च्या मनाचा एक्स-रे काढायचा खेळ तुम्ही म्हणता म्हणून खेळायल तयार आहे...''

त्याच वेळी त्यांचा मोबाईल वाजला. पीआरनी पाहिलं, तो त्यांच्या पत्नीचा सुधाचा होता. क्षणभर मंजूळ सतारीची कॉलरट्यून ते ऐकत राहिले. मग हात पुढे करीत मोबाईल घेत तो कॉल त्यांनी कट केला.

सुधाचा कॉल न घेणे ही जणू त्यांना घ्यायच्या फारकतीचा पुन्हा व्यक्त केलेली दृढ निश्चित कृती होती!

पण त्याच वेळी एक विषण्ण भाव त्यांचं मानस भारून टाकता झाला. पण त्यात एक ठाम समज होती... मला खरंच तसं वाटतंय.

* *

''खरं सांगू डॉक्टर, दोन दिवस मी नुसता स्वस्थ होतो. मस्तपैकी जेवत होतो, लहर आली की चहा घेत होतो. आवडीची सिगार सोबत होती आणि मनात येईल तेव्हा झोपत होतो. अर्थात सतत मनात विचारचक्र चालू होतंच. तुम्ही सूचित केल्याप्रमाणे मी पूर्ण कुटुंबापासून घटस्फोट घेण्याचा निर्णयावर का व कसा आलो याचा मनोमन धांडोळा घेत होतो.... पण लिहिलं काही नाही आणि एकदा मोबाईलचा व्हॉइस रेकॉर्डरवर बोलायचा प्रयत्न केला, पण माझा आवाज, माझे शब्दच मला निरर्थक वाटत मला जणू सोडून गेले ... सो...''

डॉक्टर जवळ खुर्ची ओढून बसताच पीआरनी एका दमात भाडभाड सांगून टाकलं आणि त्यानंतर दम घेतला.

''हो. हो सर. जरा दमानं. हा काही तुमचा लेक्चरचा वर्ग नाही आणि एवढं स्पष्टीकरण देण्याची पण गरज नाही. नाही लिहिलं तर नाही लिहिलं. तुम्हांला बरं वाटतंय ना इथं... तर मग झालं!''

''ऑफकोर्स डॉक. अलीकडे कित्येक वर्षांत इतका निवांत व इतका एकांती मी कधीच नव्हतो, असंच म्हटलं पाहिजे. एका परीनं इथं दवाखान्यात थांबल्याचं समाधान आहे, पण मनात विचार येतच आहेत, पण त्यांना शिस्त नाही, दिशा नाही. तरीही मी ते नियंत्रित करत नाही. ते आहेत तसे वाहू देतो...''

''सर, याला ऋषी प्रभाकरजींच्या एसएसवाय मध्ये सहज योग म्हणतात.''

''ते मला माहीत नाही, पण एक सांगू खरं खरं डॉक्टर, आपल्या मनाचा शोध घेणं खरंच अवघड आहे...''

''तुम्हांला ते अवघड वाटू नये पीआर सर' डॉक्टर आपल्या हातातलं पुस्तक पीआरना दाखवत म्हणाले. 'हा तुमचं 'स्वत:च्या मनाचा एक्स-रे रिपोर्ट' कथासंग्रह मी पूर्ण वाचला. मला तो आवडला. तो साहित्यमूल्यांपेक्षाही ज्या पद्धतीनं साध्या साध्या प्रसंगातून तुम्ही माणसाच्या अंतरंगात खोलवर शिरायचा प्रयत्न करता, त्यासाठी आवडला. त्यामुळे तुम्हांला तुमच्या या निर्णय प्रक्रिये-मागच्या कारणांचा शोध घेणं सहज मला शक्य आहे. मला आता असं वाटतं, तुम्ही त्या अज्ञान, अबोध मनाच्या गूढतेमध्ये शिरायला भीत आहात.... ॲम आय राईट?''

क्षणभर पीआर थांबले, मग चक्क कबुली देत म्हणाले, ''होय डॉक!''

''माझा पुढचा प्रश्न – तुम्हांला का भीती वाटावी आपल्याच मनात तटस्थपणे डोकावून पाहण्याची? तुम्ही केवळ निर्णय घेतला नाही, तर तो जाहीर पण केलाय. पुन्हा हा निर्णय पण जगावेगळा म्हणता येईल असा आहे... त्याच्या परिणामाची पर्वा तुम्ही केली नाहीत, मग त्या मागच्या शोधयात्रेची का भीती वाटतेय?''

''म-म-मला नीटसं सांगता येणार नाही. बट लेट मी ट्राय...'' पीआर विचारपूर्वक आपला विशाल भालप्रदेश उजव्या अंगठ्यानं त्यांच्या नेहमीच्या लकबीनं दाबत म्हणाले, ''मला सर्वांपासून अलग व्हायचंय खरं, पण तरीही त्यांना दुखवावं असं वाटत नाही. म्हणून असेल कदाचित, मी मनाचा तळ शोधायला घाबरतो.''

''ओ. के.ओ. के. मी समजलो पीआर'' डॉक्टर म्हणाले. ''आपण आज असं करू या का, मी काही लिडिंग प्रश्न विचारतो. त्याची उत्तरं द्यायचा प्रयत्न करा.... चालेल?''

''हो – हा तुमच्या उपचारांचा एक भाग असेल तर चालेल डॉक! नाही तरी तासभर तुमच्या तावडीत मी आहेच. त्यातून सुटणार तर नाहीच!''

डॉक्टरांनी पीआरचे उपरोधित टोमणे मनावर न घेता म्हटलं, ''सर, आता मीच तुम्हांला तुमच्या विचारांना दिशा मिळावी म्हणून काही प्रश्न विचारतो. त्याची उत्तर मला प्रांजळपणे द्याल अशी आशा आहे...''

''गो अहेड ॲण्ड शूट डॉक्टर!''

''सर, घटस्फोट म्हटलं की, पती-पत्नीचं अलग होणं कुणाच्याही नजरेसमोर येतं. कायदा पण तेच सांगतो. त्यामुळे पहिला प्रश्न तुमच्या पत्नीबाबत... सुधावहिनींबाबत. त्यांचं व तुमचं जवळपास पस्तीस वर्षांचं सहजीवन आहे. त्या सुंदर आणि उच्चशिक्षित आहेत. त्या अपंग कल्याण क्षेत्रात भरीव असं काम करतात. रिमांड होमच्या त्या संचालिका आहेत. तरीही त्यांच्यापासून तुम्हांला दूर का जावंसं वाटतं?''

पीआरनी अस्वस्थपणे मान हलवीत म्हटलं, ''हे अति खाजगी नाही होत डॉक?''

''मान्य. पण तुम्हीच ते जगजाहीर केलंय. आता तुमच्यावर उपचार करण्यासाठी म्हणून तुमच्या मुलांनी इथं आणून दाखल केलंय... तर मग माझ्यापुढे संकोचाचा पडदा का?''

''यू... यू कॉट मी रेडहँडेड डॉक.'' पीआर काहीसे सैलावत म्हणाले, ''तुम्ही म्हणता ते सारं बरोबरच आहे सुधाबाबत. कुणालाही आम्ही दोघं म्हणजे मेड फॉर इच आदर वाटावेत... पण तरीही काहीतरी कमी आहे आमच्या सहजीवनात. असा काही एक ट्रीगर पॉइंट नाही की ज्यानंतर असं वाटू लागलंय... बऱ्याच कालखंडात प्रसंगोप्रसंगी विचारोविचारी पडत गेलेल्या या गाठी आहेत... त्या उलगडण्यासाठी मला माझ्या खूप आत आत शिराव लागेल... त्यासाठी वेळ लागेल...''

''हवा तेवढा वेळ घ्या. पण काय सापडलं ते लिहा किंवा चाचपडत राहिलात तरी ते सुद्धा शब्दबद्ध करा... मी त्यातून योग्य तो अर्थ काढेन. बिलिव्ह मी!''

''येस. नाऊ आय ॲम इन्क्लाइन्ड टू बिलिव्ह यू...!'' पीआर म्हणाले, ''खरं सांगू डॉक, त्या दोन दिवसांच्या अस्वस्थ खळबळीचं ते पत्रक म्हणजे परिणाम होता...''

''त्याचा नका विचार करू. तुम्ही सुधावहिनींपासून मनानं दूर का गेला आहात हे तपासून पहा व तो शोध लिहा...''

''ओ के डन.''

* *

पीआरच्या भेटीनंतर डॉक्टरांनी नेहमीप्रमाणे सायंकाळी पाच ते आठ कन्सल्टींग केलं आणि शेवटचा पेशंट गेल्यावर ते आपल्या खुर्चीवर हातांनी

शरीराला आळोखेपिळोखे देत सैलावले. प्रचंड मानसिक थकवा जाणवत होता. दररोजचाच हा अनुभव. एकेक पेशंटशी बोलताना व तपासताना अफाट बौद्धिक श्रम पडायचे. त्याचा ताणही जाणवायचा. पण त्याच वेळी मानवी मनाचा एखादा नवा अपरिचित कवडसा गवसला की, ताण पण अनेकदा पळून जायचा. पण आज तसं काही झालं नाही. कारण मानवी विसंवादाची रूपेच वेगवेगळ्या प्रकारे समोर येत राहिली. त्यात नावीन्य नव्हतं, पण तरीही पडायचा ताण पडतच होता आणि मानवी वर्तनाचं दर्शन अंतरंग काळवंडत उदासिनता देत होतं.

काही क्षण डोळे मिटून डॉक्टरांनी प्राणायाम करत स्वत:चं मन शांत केलं आणि मग ते घरी जाण्यासाठी उठले. तोच कंपाऊंडरनं त्यांना आत येत एक डायरी देत म्हटलं, ''पीआर सरांनी पाठवलीय डायरी तुमच्यासाठी...''

त्यांच्या भेटीला अवघे तीनच तास झाले होते आणि एवढ्या अल्पकाळात पीआरनी आपल्या टपोऱ्या अक्षरात काही पानं लिहून पाठवली होती. त्यांनी कंपाऊंडरकडून पीआरनी लिहिलेली पानं झेरॉक्स करून घेतली व डायरी परत पाठवून दिली. मग कंपाऊंडरला त्यांनी घरी जायला सांगितलं आणि आपली आवडती सिगार शिलगावत तिचे झुरके घेत त्यांनी पीआरनी लिहिलेलं वाचायला सुरुवात केली.

* *

'मी खरंच एका चक्रव्युहात फसलो आहे. मागच्या आठवड्यात त्या दोन दिवसांत मन एवढं उदासलं होतं की, त्याची परिणिती या विचारात झाली की, मला कुण्णी कुण्णी नकोत. मला सारीच नाती विरलेली वाटत होती आणि अशा मन:स्थितीत ज्यांच्याबाबत माझ्या मनात एवढं भरून न येणारं अंतर पडलं आहे, की मी त्यांच्यासोबत का राहायचं? हा प्रश्न मला सतावू लागलाय. लेखक ना मी... कल्पनांचे मायाजाल विणण्यात मी माहीर आहे. कल्पनेच्या वारूवर जणू काही मी बेफामपणे स्वार झालो होतो आणि ती कल्पना सुचली घटस्फोटाची. फारकतीची. केवळ पत्नीशी नाही तर पूर्ण कुटुंबाशी... आणि त्याचा तिरमिरीत मी ते जाहीरपत्रक काढलं...

आज इथं फाईव्ह स्टार सोई असणाऱ्या दवाखान्यात सर्वांत वरच्या मजल्यावरील टेरेस रूममध्ये एकटं राहताना खूप बरं वाटतंय. भरपूर खाणं, झोपणं आणि काहीही न करणं यामुळं एकाच वेळी हलकं वाटतंय आणि विचारांनी आलेलं जडत्व ही जाणवतंय.

नमनाला घडाभर तेल तसं झालं हे लिहिणं. पण मी माझ्या कथालेखनाप्रमाणे चाचपडत सुरुवात केलीय. कथेमध्ये पुनर्लेखनात वायफळ बाबी छाटून टाकतो. पण इथं त्याची गरज नाही. कारण हा माणसाचं मन कसबीपणानं ओळखणारा सैतानाचा बच्चा असलेला डॉक्टर 'बिटवीन द लाईन्स' पण वाचेल व मला ते उलगडून दाखवेल. असो आता या क्षणी लिहिताना तरी मनातल्या स्वैर विचारांना शब्दरूप देत विचाराच्या वेगाशी गती राखत लिहायचं आहे.

सुधा - माझी पत्नी. सहचरी. पस्तीस वर्षांचे आमचे समृद्ध सहजीवन... अरे, हे तर माझ्या षठ्यब्दीपूर्ती व पस्तीसावी वेडिंग ॲनिव्हर्सरीच्या वेळी बोललो तसं लिहून गेलो. पण या क्षणी हे लिहिताना तिच्या माझ्यात किती अंतर पडलंय हे जाणवतंय!

असं का झालं असावं? एक तर आय. ए.एस. मध्ये असताना सतत बदलीमुळे गावोगावी तिच्यापासून दूर दूर जावं लागलं. मुलांच्या शिक्षणासाठी ती इथंच राहिली, म्हणजे तो आमचा एकत्रित घेतलेला निर्णय होता. सुरुवातीला तिला हे खूप जड गेलं, पण जात्याच ती हुशार व कामसू होती. तिनं स्वत:ला सावरलं. मुलांचा संसार पाहताना स्वत:ची वेगळी वाट चोखाळायला सुरुवात केली. आज ती अपंग कल्याण क्षेत्रात एक महत्त्वाचं हस्ताक्षर झाली आहे.

पण याचमुळे का अंतर पडत गेलं आमच्यात? तसं नसावं. कारण तिचं काम किती मौलिक आहे हे मी जाणतो, पण तीत्या कामात एवढी गुरफटत गेली की तिच्या मनात अपंग - वंचित विश्व पूर्णपणानं ठाण मांडून राहू लागलं. त्यामुळं माझा विरह तिला जाणवेनासा झाला. एवढं तिनं तिच्या या समाज कामात स्वत:ला पूर्णत्वाने झोकून दिलं होतं!

मी व्हीआरएस घेऊन इथं परतलो कायमचा, आणि काही दिवसांतच लक्षात आलं की, या घराला माझ्या नसण्याची सवय झाली आहे. जवळपास सहा महिने मी निवांत होतो. वाचन- लेखन करण्यासाठी नवीन काही वेळ खाणारं काम हाती घ्यायचं नाही असं मी ठरवलं होतं. त्यामुळे दिवसभर मी घरीच असायचो. पण बहुतांश वेळ सुधा तिच्या कामात, मिटिंग्ज, चर्चासत्रे, दौरे आणि मोर्चे - आंदोलनात मग्न. त्यात ती एवढी मश्गुल झाली होती की, ती माझ्या वाट्याला फारशी येतच नसे. माझी शारीरिक उपासमार तर होत होतीच, पण मानसिक आणि अपेक्षित सहवासाची पण होत होती. मी मनोमन कुढत होतो, धुमसत होतो, पण

त्याचा तिला थांगपत्ताही नव्हता. किंबहुना असंही म्हणता येईल की, तिला माझं अस्वस्थ कुढणं क्षुल्लक व हास्यास्पद वाटू लागलं होतं. तिनं तसं कधी बोलून दाखवलं नाही, पण मला लेखक असल्यामुळं थोडं तरी मन वाचता येत होतंच की. पुन्हा ती माझी एवढ्या वर्षांची जोडीदार होती... ती ही मला अणुरेणूपर्यंत ओळखायची सुरुवातीला. ती प्रेमानं स्वत:ला या पीआरची सूक्ष्माती सूक्ष्म भावकंपनं टिपणारी टीपकागद म्हणवून घ्यायची... पण अपंग कल्याण कामामुळे ती एवढी समाज सन्मुख झाली होती की, तिची ही अद्भूत शक्ती जणू ती हरवून बसली... मी अधिकच एकाकी पडत गेलो... मी त्यातून बाहेर पडावं म्हणून मॅनेजमेंट कॉलेजला व्हिजिटिंग फॅकल्टी म्हणून लेक्चर्स घेऊ लागलो. माहिती अधिकाराचं काम करू लागलो. पण मनाला जाणवणारा एकाकीपणा काही कमी होत नव्हता... त्याची वेदना माझं अंतरंग व्यापून उरत होती.

लेखक असल्यामुळे मी तिला माझं मन उलगडून दाखवण्यासाठी एक प्रदीर्घ पत्र तीन महिन्यांपूर्वी लिहिलं. ते तिच्या पर्समध्ये ठेवलं तिच्या नकळत. तिनं ते नक्कीच वाचलं असणार... पण त्याबाबत कोणताही प्रतिसाद तिच्याकडून नंतरच्या आठवड्याभरात आला नाही. मी अधिकच निराशेच्या गर्तेत कोसळत होतो. नंतर केव्हातरी तिच्या पर्समधून मी माझं पत्र काढून घेतलं. ते तिनं नक्कीच वाचलं असणार याची खात्री पटली होती. कारण एका ठिकाणी पत्रातली काही अक्षरं कदाचित तिनं ढाळलेल्या अश्रुंमुळे पुसट झाली होती.... मला तिचा शून्य प्रतिसाद अपमानास्पद व अधिकच एकाकी करणारा वाटत होता.

एकदा तिच्या कामाबाबत तिला एक मोठा पुरस्कार मिळाला होता. त्यानिमित्त झालेल्यां सत्कार समारंभात मी तिच्याप्रती वाटणाऱ्या अभिमानानं गेलो होतो. तेव्हा तिनं केलेलं भाषण जणू मला उद्देशून असावं. ती भाषणांत म्हणाली होती, 'एके काळी उबदार सुरक्षित मध्यमवर्गाचा मी भाग होते आणि त्या जगातली क्षुल्लक - बरीचशी मानसिक दु:खही मला खूप मोठी वाटायची. पण अपंग मुलांचं विश्व पाहिलं, त्यांची अपार दु:खं, वंचना, अभाव आणि अथक संघर्ष पाहिला आणि मला माझी लाज वाटली. अरे, आपण किती क्षुल्लक बाबींचा बाऊ करत त्याची बरीचशी मानसिक व तद्दन खोटी दु:ख अकारण कुरवाळत बसलोय... त्यातून मी प्रयत्नपूर्वक बाहेर आली आहे. आता माझ्या जीवनात

अशा स्वकेंद्रीत खोट्या तकलादू भावनांना स्थान उरलं नाहीय!'

महिन्यापूर्वीचं तिचं हे भाषण उंटाच्या पाठीवर शेवटीची काडी पडावी असं ठरलं असेल कदाचित माझ्यासाठी. सुधासाठी मी तिचा नवरा होतो लौकिकार्थानं, पण तिनं स्वत:ला अपंगांच्या दुनियेत पूर्णपणे विरघळवून टाकलं होतं. एके काळी माझी सुरजमुखी – आय मीन माझ्या हसण्यानं हसणारी, माझ्या दु:खानं दु:खी होणारी सुधा आता लंबकानं दुसरं टोक गाठावं तशी आरपार बदलली होती. तिच्याकडून माझी सेवानिवृत्तीनंतरची फार मोठी अपेक्षा नव्हती. सतत नाही तरी दिवसाकाठी काही काळ आम्ही एकत्र असावं ही माझी अपेक्षा. पण तिच्या खिजगणतीत नव्हती... तिला त्यासाठी वेळ नव्हता. मुख्य म्हणजे काढावा असंही वाटत पण नव्हतं. नसावं. आपल्याच माणसानं आपल्या स्वत:च्या जीवनातून, विचार व मनातून संपूर्णपणे काढून अलग करावं... हे किती भीषण, विदारक आहे. मला ते सहन होत नव्हतं!

तरीही मी संपूर्णपणे कोलमडलो नव्हतो. पण जेव्हा जाणवलं की, ज्यांना मी जन्म दिला ती माझी दोन्ही मुलं पण मला पूर्ण परकी झाली आहेत, तेव्हा मात्र मी पूर्णपणे हादरून गेलो. माझा मुलगा अनमोल आणि मुलगी सोनाली – हे माझं विश्व होतं. कामाव्यतिरिक्त माझ्या वेळेवर सर्वस्वी त्यांचाच संपूर्ण अधिकार होता. कलेक्टर असतानाही मी त्यांच्या मॅट्रिकच्या परीक्षेच्या वेळी पंधरा पंधरा दिवस रजा टाकली होती... अर्थात मी काही उपकार करत नव्हतो. तो माझा वात्सल्यपूर्तीचा अतीव समाधानी आनंद होता.

पण सेवानिवृत्तीनंतर परत या शहरात आल्यावर पाहतो तो काय, जो तो आपल्या कामात व्यस्त. आजच्या काळात आयटी कंपन्यांत मरणाचं काम असतं. डेड लाईन्स असतात. मी शासनाचा आयटी डायरेक्टर होतो, त्यामुळे ते क्षेत्र मला माहीत होतं. पण विकएंडलाही माझ्या मुलाला माझ्याशी बोलावं वाटायचं नाही. किंबहुना आपण म्हाताऱ्या बापाशी महिनोन्‌महिने बोलत नाही हेही त्याच्या ध्यानीमनी असायचं नाही. इथे कुणाला मी चिडका, किरकिरा पेन्शनर बुढ्ढा वाटेन... पण तसं नाहीय... मी काळाच्या पुढे जात स्वत:ला अपडेट ठेवलंय. माझ्या लेखनाच्या चाहत्यांमध्ये तरुणांची संख्या त्यामुळेच असेल कदाचित लक्षणीय आहे. पण तरीही माझी अपत्ये मी जनरेशन गॅप राहू नये म्हणून सतत प्रयत्नशील असताना एवढी कशी मला परकी दूर झाली? संवाद तर नाहीच, पण

त्यांच्या जीवनातही माझं काही स्थान असू नये?

घडलं असं काहीच नव्हतं. कारण घडायला दोन व्यक्तींना समोरासमोर यावं लागतं. वाद, भांडणासाठी का होईना बोलावं लागतं. मौनाचं जालीम शस्त्र आपलीच पोरं हे ठरवून कसं वापरू शकतात आपल्याच जन्मदात्या बापाशी - सासऱ्याशी?केमाझ्या पूर्ण आकलनाच्या पलीकडे होतं. मी हतबद्ध होतो.स्वत:ला पराभूत समजत होतो.

जेव्हा नातीला माझ्यापासून अलग ठेवण्याचा, तिला मी दिसू नये, बोलू नये असा प्रयत्न सुरू झाला, तेव्हा मात्र मी प्रथम एकटा काही दिवस मनमुराद रडलो. मग अस्वस्थ मन थोडंसं शांत झालं आणि मग स्वत:शी विचार करू लागलो.

आणि मला लख्ख जाणीव झाली की, पत्नी व मुला-सुना-जावयांना - साऱ्या साऱ्या... माझा मी ज्यांना म्हणायचो अभिमानाने त्या सर्वांचा मी नकोसा झालोय. नकोसा असणं ही पण एक प्रकारची भावना आहे. मानवी. नकारार्थी, पण सजीव. पण एखाद्याचं अस्तित्वच जमेस न धरणं, अधिक स्पष्ट सांगायचं तर नाकारणं... ही त्या व्यक्तीची केवढी मोठी शोकांतिका आहे? जर माझे काही अपराध नसेल, अवाजवी अपेक्षा नसतील, तरीही असं जर मला नाकारलं जाणार असेल तर ते मी चूपचाप का सहन करायचं?

या माझ्या प्रश्नानं मीच चपापलो. मग मनात कमालीचा प्रक्षोभ दाटून आला आणि म्हटलं इनफ इज इनफ!

पण माझ्या मनात आत्महत्तेचा विचार नाही आला - या काळात कधीही. खरं तर अशा स्थितीत तोच आधार काहींना वाटूही शकतो. पण माझं तसं झालं नाही. का? मला माहीत नाही. कदाचित माझ्या जगण्याच्या प्रेरणा चिवट असतील. मे बी. आय रियली कान्ट से एनी थिंग वुईथ सर्टनटी!

माझ्या मनाचा प्रक्षोभानं आता पुढचा टप्पा गाठला होता. तो विचार मनात चमकला, तेव्हा मीच भयचकित झालो. पण ती माझ्या मनाची ती प्रतिक्रिया सच्ची व खोलवर, आतून बऱ्याच विचारांनी उमटलेली होती...! तिनं माझ्या मनावर पूर्ण कब्जा केला होता.

तुम्हांला मी नको आहे किंवा तुमच्या खिजगणीत जर मी नाही, तर मी तरी तुम्हांला का जमेस धरू? मला पण तुम्हांला नाकारता येतं... येस्... मी

तुम्हांला नाकारणार आहे. पूर्ण कुटुंबाला घटस्फोट देऊन...'

हे एवढं लिहिलं आणि मी क्षणभर थांबलो. डॉक्टरांनी मला जो आतला तळ गाठीत सुप्तमनाचा शोध घ्यायला सांगितलं होतं, ते काम कदाचित पूर्ण झालं होतं. मला हे लिहिलेलं डॉक्टरांना दाखवलं पाहिजे, वाचायला दिलं पाहिजे - असं मला वाटलं.

डॉक्टर आय डोंट नो. मनात जसे विचार आले स्वत:ला तपासताना, तसं अनूसेन्सॉर्ड असं काही नसलेलं. सारं काही खुल्लम खुल्ला लिहिलं आहे. डॉक कसं वाटलं ते वाचताना? तुम्ही नावाजलेले मानसशास्त्रज्ञ आहात... समजून घ्याल!

आता मन कागदावर उतरवल्यावर एक नवीन कल्पना मनात येतेय... निव्वळ आत्मकेंद्री झालेल्या या समाजाशीही पण का फारकत घेऊ नये? पण त्यासाठी आत्महत्येखेरीज पर्याय नाही. डॉक्टर मी तसं काही करणार नाही. हे असे मनाचे खेळ मी शब्दबद्ध करतो - करू शकतो. सुदैवानं आजही माझी लेखन प्रतिभा तेवढीच तजेलदार आहे... त्यामुळं माझ्या प्रक्षोभालाही नीट वाट देता येते... ते पत्रक माझ्या कल्पनाविष्काराचा कदाचित उत्कट व उस्फूर्त अविष्कार असेल... तो ही एक कथेचा विषय होऊ शकेल.

मी ठरवलंय - माझं शहराच्या आऊटस्कर्टला एक छोटंसं फार्महाऊस आहे. तिथं मी राहायला जाईन. एकटाच राहीन. नोकरचाकर पण ठेवणार नाही. मला आता सोबत हवीय ती फक्त निसर्गाची. बस्. त्याच्या सान्निध्यात आता मी राहीन, लिहिन जमेल तेवढं आणि प्रकाशकाला पाठवत जाईन. पण यापुढे समाजापुढे - कुटुंबापुढे मी कधीच येणार नाही. माणूस एकटा असतो. एकाकी बेट असतो.का हेआता मला पटलंय.मग मी एकटेपणाचा व्यर्थ शोक का करू?

दॅटस् ऑल!'

* *

डॉक्टरांनी पीआरच्या डायरीची ती पानं एकदा नाही दोनदा वाचली. वाचताना पीआरच्या अबोध मनाचे सुप्त अंधेरे कोपरे सापडत होते. डॉक्टरांचं मन भरून येत होतं, डोळ्यांत चुकार अश्रू येत होते! असं जीवघेणं एकटेपण... कसं सहन केलं असेल पीआरनी?

काही क्षण डॉक्टर शांत बसून राहिले आपल्या खुर्चीत. मग ते काही एक विचार करून उठले व सरळ पीआरच्या टेरेस रूमवर आले. कदाचित पीआरना

डॉक्टर येतील असं वाटलं असावं, म्हणून त्यांना आश्चर्य नाही वाटलं. किंचित हसत त्यांनी डॉक्टरांचं स्वागत केलं.

'सर उद्या तुम्हांला डिस्चार्ज देतो. आता माझी गरज नाही. एकच सांगतो तुम्ही ही जी चार पानं आवेगानं लिहिली आहेत, तिला नीट कथारूप द्या – एक क्लासिक कथा निर्माण होईल!'

'यू सेड इट डॉक. मी त्या कथेचं शीर्षकही निश्चित केलंय – माणूस नावाचं एकाकी बेट!'

'मी – मी तुम्हांला जड मनानं निरोप देईन आणि हीच कामना करेन की, तुम्हांला जो पूर्ण आत्म साक्षात्कार झाला नेणिवेचा – सुप्त मनाचा आणि अगम्य मानवी वर्तनाचा, तसा चुकूनही कुणा दुसऱ्याला कधीच होऊ नये. कारण त्याची तेव्हा आत्महत्या कदाचित अटळ असेल... मला पेशंटला असं आत्महत्येला प्रवृत्त करणारं आत्मज्ञान करून नाही द्यायचं कधी!'

'माझं पुढलं एकाकी जीवनही प्रत्येक दिवशी थोडी थोडी आत्महत्याच असणार आहे डॉक्टर. जसे जैन मुनी प्रायोपवेश करीत मृत्यूच्या जवळ जातात, तसंच माझंही तिळातिळानं मरत जगणं असणार आहे. प्लीज विश मी ए गुडलक!'

–o–o–o–

लेखक परिचय

लक्ष्मीकांत वसंत देशमुख

शिक्षण : एम.एस्सी., एम.ए. (मराठी साहित्य), एम.बी.ए., आयआयएम बंगळुर
प्रशासकीय कारकीर्द : १९८३ उपजिल्हाधिकारी, २००२ मध्ये भारतीय प्रशासन सेवेमध्ये पदोन्नती, २००९ ते २०१२ जिल्हाधिकारी, कोल्हापूर; जून, २०१२ पासून व्यवस्थापकीय संचालक– महाराष्ट्र चित्रपट, रंगभूमी आणि सांस्कृतिक विकास महामंडळ
पुरस्कार : महाराष्ट्र साहित्य परिषद, पुणे; आपटे वाचन मंदिर, इचलकरंजी; अच्युत बन पुरस्कार, नांदेड; वाङ्मय चर्चा, बेळगाव; नगर वाचनालय कादंबरी पुरस्कार, अहमदनगर; राज्य शासनाचा सर्वोत्कृष्ट कादंबरीचा पुरस्कार
महत्त्वाचे पुरस्कार : 'नॅसकॉम सोशल ऑनर पुरस्कार' (२०१०), मंथन, २०११, दक्षिण आशियाई पुरस्कार
प्रकाशित पुस्तके :
कादंबरी : सलोमी, अंधेरनगरी, ऑक्टोपस, होते कुरूप वेडे, इन्किलाब विरुद्ध जिहाद
कथासंग्रह : कथांजली, अंतरीच्या गूढगर्भी, पाणी! पाणी!!, नंबर वन, अग्निपथ, सावित्रीच्या गर्भात मारलेल्या लेकी (राज्य शासनाचा सर्वोत्कृष्ट कथासंग्रहाचा पुरस्कार)
संकीर्ण : दूरदर्शन हाजीर हो! (बालनाट्य), मराठवाडा मुक्तिसंग्राम (संपादित), बखर भारतीय प्रशासनाची– प्रशासननामा (वैचारिक)
इंग्रजी साहित्य : The Real Hero & other stories
सामाजिक कार्य : अखिल भारतीय साहित्य संमेलनाचे कार्याध्यक्ष (१९९५), 'अक्षर प्रतिष्ठा'– परभणी, या साहित्यविचार व्यासपीठाची स्थापना, कोल्हापूर येथे शाहू स्मारकाचे पुनरुज्जीवन व विस्तार, व्याख्यानमाला, साहित्यिक गोष्टी व जिल्हा संमेलनाचे आयोजन, 'अक्षर अयान' या नावाच्या दिवाळी अंकाचे संपादन (२०१३), मराठवाडा साहित्य संमेलनाचे नियोजित अध्यक्ष म्हणून निवड.

www.ingramcontent.com/pod-product-compliance
Ingram Content Group UK Ltd.
Pitfield, Milton Keynes, MK11 3LW, UK
UKHW042102021026
15589UKWH00001B/135

9 789384 171254